लेखक परिचय

श्रीराम पवार

प्रसिद्ध राजकीय विश्लेषक व

संपादक संचालक, सकाळ माध्यम समूह

श्रीराम पवार हे प्रसिद्ध पत्रकार व राजकीय विश्लेषक असून त्यांनी पत्रकारिता क्षेत्रातील विविध पदांवर २८ वर्षे काम पाहिले आहे. सध्या सकाळ माध्यम समूहाचे संपादक संचालक म्हणून ते कार्यरत आहेत. त्यांनी राज्य आणि राष्ट्रीय स्तरावरील महत्त्वाच्या घटना, घडामोडींचे तसेच देशभरातील निवडणुकांचे दीर्घ काळ अभ्यासपूर्ण वार्तांकन केले आहे. राजकीय, सामाजिक, सहकार, आर्थिक क्षेत्रांसह नागरीकरण, पर्यावरण, दहशतवाद आदी विषयांवर ते सातत्याने लेखन करत असून शोधपत्रकारिता आणि विश्लेषणात्मक लेखनासाठी ते परिचित आहेत. भारताचे परराष्ट्र धोरण आणि आंतरराष्ट्रीय राजकारणाचे अभ्यासक म्हणून त्यांची विशेष ओळख असून तंत्रज्ञानावर आधारित नवमाध्यमांतील आशयनिर्मिती हा त्यांचा अभ्यासविषय आहे.

श्रीराम पवार यांनी *'मंथन', 'जागर', 'पॉवर पॉइंट', 'करंट-अंडरकरंट'* इत्यादी वृत्तपत्रीय स्तंभांसाठी केलेले अभ्यासपूर्ण स्तंभलेखन वाचकप्रिय ठरले आहे. *धुमाळी- 'करंट-अंडरकरंट', राजपाठ- 'वेध राष्ट्रीय घडामोडींचा', जगाच्या अंगणात - 'वेध आंतरराष्ट्रीय घडामोडींचा', मोदीपर्व* या राज्य-राष्ट्रीय -आंतरराष्ट्रीय स्तरावरील विविध घटना -घडामोडींचे विश्लेषण करणाऱ्या पुस्तकांचे लेखन तसेच *संवादक्रांती* या तंत्रज्ञानावर आधारित नवमाध्यमांतील आशयनिर्मितीवरील पुस्तकाचे संपादन त्यांनी केले आहे. अनेक विषयांवरील शास्त्रीय मतचाचण्यांचे संयोजन, निवडणूकपूर्व आणि मतदानोत्तर मतचाचण्यांत सहभाग आणि विश्लेषण यांचा दीर्घ अनुभव त्यांच्या पाठीशी असून पर्यावरण संवर्धनासाठीच्या अनेक उपक्रमांचे आयोजन आणि नेतृत्व श्रीराम पवार यांनी केले आहे.

ड्रॅगन उभा दारी

श्रीराम पवार

सकाळ प्रकाशन

सकाळ प्रकाशन

Dragon Ubha Dari

ड्रॅगन उभा दारी

श्रीराम पवार

प्रथम आवृत्ती : एप्रिल २०२१

मुखपृष्ठ-मांडणी : प्रदीप खेतमर, आर्ट ॲडव्हर्टायझिंग

प्रकाशक : सकाळ मीडिया प्रा. लि.
५९५, बुधवार पेठ, पुणे ४११००२

ISBN : 978-93-89834-48-2

संपर्क : ०२०-२४४० ५६७८ / ८८८८८ ४९०५०
sakalprakashan@esakal.com

मनोगत..

चीनच्या पीपल्स लिबरेशन आर्मीनं गलवानच्या खोऱ्यात घुसखोरी केली आणि एकविसावं शतक आशियाचं म्हणजे चीन आणि भारत यांच्या सहयोगातून जगावर प्रभाव टाकण्याचं असेल या स्वप्नावर अखेरचा हातोडा पडला. दोन प्रचंड आकाराचे आणि ताकदीचे शेजारी पुन्हा एकदा एकमेकांच्या डोळ्यात डोळे रोखून उभे राहिले. भारत आणि चीन यांच्या संबधात मागच्या सात दशकात अनेक परिवर्तनं आली आहेत. त्यात अनेकदा दोन बाजूची टोकं गाठल्याचंही दिसेल, याचं कारण परराष्ट्र संबंधात त्यातही चीनशी संबंधात व्यवहारापेक्षा भावनेवर आधारित खेळ आपल्याकडं नेहमीच चालतो.पहिले पंतप्रधान पंडित जवाहरलाल नेहरू यांनी मनापासून निभावलेल्या दोस्तीची परतफेड १९६२च्या युध्दाची जखम देऊन चीननं केली. तोच कित्ता चीननं पंतप्रधान नरेंद्र मोदी यांनी दोस्तीचा हात पुढं केला असताना गिरवला. चीनचे अध्यक्ष शी जिनपिंग यांच्यासोबत मोदी यांनी व्यक्तिगत संबंध वाढवले, त्यांची केमिस्ट्री जुळली वगैरे कौतुकवर्षाव होत राहिला. त्याचा परिणाम म्हणून वुहान आणि महाबलीपुरम इथं उभय नेत्यांच्या इव्हेंट बनलेल्या बैठका गाजल्या. या वुहान स्पिरिट आणि महाबलीपूरमचा भाईचारा यावर बोललं जात असताना चीनंन पुन्हा एकदा धक्का दिला. चीनवर भरोसा ठेऊन पाकिस्तानी सीमेवर आक्रमक होण्याचं धोरण ठेवणाऱ्या मोदी सरकारला हा चांगलाच झटका होता. नेहरूंच चीनविषयक आकलन कारणं काहीही असोत, सदोष होतं. तसंच मोदी यांचंही होतं. दोघांनाही चीननं झटका दिला. तो देताना चीनला पुन्हा पुन्हा एकच बाब सांगायची आहे. ती म्हणजे आशियात आम्हीच दादा आहोत. तुमचा नंबर आमच्यानंतरचा. माओच्या चीनलाही हेच ठसवायचं होतं. शी जिनपिंग यांचा चीन तर जगाच्या सर्व व्यवहारात स्वत:चं वर्चस्व तयार करण्याच्या भूमिकेत आहे. तेव्हा त्यासाठी आशियात निर्विवाद वर्चस्व आवश्यक असतं. ते ठसवणं ही शी जिनपिंग यांच्यासाठी प्राधान्याची बाब असली तर नवल नाही. एकविसाव्या शतकातलं तिसरं दशक उजाडताना चीन आपल्या सीमेवर ठाण मांडून बसत होता, तर दुसरीकडं जागतिक रचनेत काही मूलभूत बदल होऊ घातले होते. हे दशक जगाच्या नव्या रचनेला आकार देणारं असेल याचे संकेत २०२० देत होतं. चीनचा आक्रमक विस्तारवाद आणि कोणालाच धूप न घालत चाललेला 'हम करे सो' व्यवहार जगाला घोर लावणारा आहे. खासकरून चीनमधूनच जगाला वेठीला धरणारा कोरोना विषाणू आणि कोविड-१९ ची साथ पसरल्यानंतर चीनवरचा रोष वाढतो आहे. मात्र त्याचबरोबर चीनला पुरतं बाजूला टाकताही येत नाही इतका

चीन जगाच्या अर्थव्यवस्थेत खोलवर घुसला आहे. अशी ही कोंडी आहे. ती अमेरिका आणि सोव्हिएत संघातील शीतयुद्धकालीन स्पर्धेहून वेगळी आहे. भारत आता ५० आणि ६०च्या दशकासारखा या नव्या जागतिक ग्रेट गेमपासून संपूर्ण अलिप्तही राहू शकत नाही आणि कोणा एका गटाचा साथीदार बनणंही भारताची परराष्ट्र धोरणातील वाटचाल पाहता मानवणारं नाही. या सगळ्या पार्श्वभूमीवर भारत-चीन संबंधांचा, त्यातील चढउतारांमधील निर्णय प्रक्रियांचा, ते घेणाऱ्यांच्या कार्यपध्दतीचा आणि जागतिक सत्तास्पर्धेच्या खेळावर होणाऱ्या परिणामांचा वेध घेण्याचा प्रयत्न म्हणजे 'ड्रॅगन उभा दारी' हे पुस्तक.

'सकाळ'च्या सप्तरंग या साप्ताहिक पुरवणीत 'करंट-अंडरकरंट' हा स्तंभ राष्ट्रीय राजकारण आणि आंतरराष्ट्रीय संबंधांना वाहिलेला आहे. २०२० मध्ये आणि त्याही आधी या स्तंभातून चीनच्या विस्तारवादी इराद्यांचे विश्लेषण करण्यात आलेलं होतं. यातील चीनच्या आक्रमक विस्तारवादाचे आणि त्याला भारत आणि उर्वरित जग देत असलेल्या प्रतिसादाची सूत्रं उलगडून दाखवणारे २१ मे २०१७ ते २१ फेब्रुवारी २०२१ या कालावधीतील निवडक लेख या पुस्तकात समाविष्ट आहेत. चीनच्या 'वन बेल्ट वन रोड' म्हणजेच आताचा 'रोड अँड बेल्ट इनिशिएटिव्ह'पासून निरनिराळ्या क्षेत्रात चीन अमेरिकेची जाग घेऊ पाहतो आहे आणि त्यात स्पर्धक ठरु शकणाऱ्या कोणाचीही गय करत नाही हे स्तंभात अनेकदा दाखवून दिलं होतं. गलवानमधील चीनच्या घुसखोरीनंतर भारतात चीनविषयीचं अविश्वासाचं वातावरण शतगुणित झालं. या काळात घुसखोरीच्या घटनेपासून ते प्रदीर्घ वाटाघाटी आणि अखेर उभय सैन्यानं काही प्रमाणात मागं येण्याची तडजोड होईपर्यंतच्या घडामोडी आणि निर्णयप्रक्रियेची चिकित्सा या स्तंभात सातत्यानं केली गेली. चीनविषयक स्पष्ट आकलन करून देणारं एक सूत्र त्यातून मांडायचा प्रयत्न होता. या पुस्तकात भारत-चीनचे बदलते संबंध आणि त्याला मिळालेला बदलत्या जागतिक परिस्थितीचा तडका यांची मांडणी करणाऱ्या लेखांचा समावेश आहे. मूळ स्तंभलेखन असल्यानं त्यात तात्कालिक संदर्भ असणं स्वाभाविक आहे. त्या त्या वेळी उपलब्ध असेलल्या तपशीलांवर, तथ्यांवर आधारित विश्लेषण आणि भाष्य या लेखांत होतं. ही त्याची मर्यादा असली तरी त्या निमित्तानं अनेक ऐतिहासिक संदर्भ आणि उभय देशातील वाटचालीचा भविष्यवेध घेण्याचा प्रयत्न यात होता. भारताचं स्वातंत्र्य, चीनमधील क्रांती यातून देश उभारणी करताना उभय देशांपुढची आव्हानं आणि त्यातून वाट काढत या देशांनी साधलेली प्रगती, त्या वाटेवर आलेले मतभेद, संघर्ष यांची माडंणी या पुस्तकात झाली आहे. तिबेट शांतपणे गिळंकृत करताना चीन भारताला कधीच धोका देणार नाही, हा समज माओचा चीन जाणीवपूर्वक तयार करत होता. मात्र, चीनमधील राज्यकर्त्यांमध्ये 'मिडल किंगडम सिंड्रोम' कायमच होता. त्यात चीननं ठरवलेल्या व कधीकाळी असलेल्या चिनी साम्राज्याच्या सीमांशी ताडणारा भूगोल तिथं जिव्हाळ्याच मुद्दा आहे. या भूगोलात तडजोडीची चीनची तयारी नसते. १९६२च्या युध्दापूर्वी झाऊ एनलाय या चिनी पंतप्रधानांनी आणलेला प्रस्ताव भारताच्या अधिकृत सीमांशी तडजोड करणारा असल्यानं नेहरूंनी नाकारला होता. त्यातील १९५९मध्ये चीन सांगत असलेली स्थिती सीमेवर कायम करायची हा चीनच्या रणनीतीचा भाग आहे. त्यासाठी चीनला घाई कधीच नव्हती. १९६२च्या युध्दात अक्साई चीन घेऊन चीननं या दिशेनं ठोस पाऊल टाकलं, मात्र त्यानंतर अरुणाचलपासून नेपाळ, भूतान, तिबेट, सिक्कीम या आघाड्यांवर चीनच्या हाती काही लागणार नाही याची निश्चिती त्या त्या वेळच्या भारतातील धुरीणांनी केली. २०२० मधील गलवानच्या संघर्षात चीनला तीच १९५९ची सीमा रेटायची होती.

चीनचा ७० वर्षातील व्यवहार एका स्पष्ट उद्दिष्टाकडं जाणारा आहे. त्याला भारत कसा

प्रतिसाद देतो हाच मुद्दा असतो. इथं आपल्या बाजूचा व्यवहार अनेकदा भावनांवर आधारलेला होता. मोदी सरकारच्या सात वर्षांच्या वाटचालीत परराष्ट्र व्यवहार हे चिकाटीनं चालवायचं प्रकरण आहे याचं विस्मरण होतं. तिथंही प्रतिमा चमकावण्याचे उद्योग सुरू झाले. याचे चटके-फटके शेजारी देशांपासून अनेक ठिकाणी बसले आहेत. चीनसंदर्भताही हेच घडलं. चीन कुरापत काढणं शक्य नाही असाच समज जणू राज्यकर्ते आणि धोरणकर्त्यांनी करुन घेतला असावा. डोकलाममधील चीनच्या अडवणुकीनंतर भारतीय सैन्यानं अत्यंत ठाम भूमिका घेतली तेव्हा चीननं दोन पावलं घेणं पसंत केलं होतं. त्यांनतर मोदी आणि शी जिनपिंग यांच्यातील भाईचारा वाढत होता. याचवेळी केंद्रातील भाजपच्या सरकारला त्यांचा अजेंडा राबवायचा होता. त्यातला एक भाग होता जम्मू आणि काश्मीरचं वेगळेपण काढून घेणं. ३७०कलम रद्द करणं हे भाजपसाठी दीर्घ स्वप्न होतं. ते भाजपच्या मतपेढीसाठी साजरं करावं असं परिवर्तन होतं. ते करताना सरकारमधील जबाबदार मंडळींकडून होणारी विधानं पाकसोबत चीनला डिवचणारी होती. चीनशी मैत्रीपर्व सुरु असल्याचं दाखवणारे सोहळे मधल्या काळात झाले होते. चिनी सीमेवर काळजीचं कारण नाही असं समजून पाकिस्तानला दटावणं सुरु झालं होतं. याचा देशातील राजकारणात लाभ होत असला तरी चीनसारखा शेजारी प्रतिस्पर्धी गप्प बसणार नव्हता. चीननं, गलवानमधील घुसखोरीनं ज्या रीतीनं पाकिस्तानला जरब बसवता येते तसा व्यवहार चीनसोबत करता येत नाही हे दाखवलं. चीनलाही सर्वंकष युद्ध परवडणारं नाही हे खरंच. सहाजिकच युद्धापर्यंत जाणार नाही इतपतच ताणायचं ही चिनी गरज होतीच. मात्र, ते करताना झाऊ एनलाय यांच्या एकतर्फी ठरवलेल्या सीमा भारताच्या गळी उतरवण्याच्या प्रयत्नांची आठवण व्हावी अशा दिशेनं चीननं वाटाघाटी नेल्या.

सुमारे सहा महिन्याचा हा तणावकाळ भारत-चीन संबधातंल नवं वळण आहे. त्याचे परिणाम समजून घेण्याच प्रयत्न 'ड्रॅगन उभा दारी'च्या निमित्तानं केला आहे. चीनचं आव्हान केवळ लष्करी नाही. ते केवळ भारतपुरतं नाही. चीन भारताच्या सीमेवर घुसखोरी करतो त्याचवेळी दक्षिण चिनी समुद्रात आंतरराष्ट्रीय संस्थांच्या निर्णयांना फाट्यावर मारत दादागिरी करतो. बेल्ट अँड रोड इनिशिएटिव्हच्या माध्यमातून आपलं जाळं आणि प्रभावक्षेत्र विस्तारतो. आर्थिक आघाडीवर अमेरिकेच्या निर्बंधांनाही न जुमानता आपल्या दंडातील बेटकुळ्या दाखवतो, तंत्रज्ञानाच्या ५-जी सारख्या क्षेत्रात आपलं सामर्थ्य सिद्ध करतो, त्या पलिकडं चीनला जागतिक रचनेत सहभागी करून घेताना त्यातून चीन समृध्द झाला तरी तिथं खुल्या विचाराचं, लोकशाहीचं वारं वाहायला लागेल या समजाच्या चिंधड्या उडवतो. शी जिनपिंग स्पष्टपणे चिनी वैशिष्ट्यांसह समाजवादाच्या निर्यातीवर बोलू लागतात हे शीतयुद्धकाळात आणि नंतर निर्विवाद महासत्ता बनलेल्या अमेरिकेच्या लोकशाही निर्यात करण्याच्या प्रयोगांना आव्हान देणारं तर आहेच, पण आता आमची वेळ आली असा चिनी आत्मविश्वास दाखवणारं आहे. उदारमतवादी लोकशाही सर्वमावेशकता आणि भांडवलदारीवर आधारलेलं जागतिकीकरणाचं मॉडेल चीन बदलू पाहतो आहे. साहजिकच चीनचा हा व्यूह बहुपेडी आहे. हे चीननं सरळमार्गानं कमावलेलं नाही. मात्र, आर्थिक, लष्करी, सांस्कृतिक, वैचारिक विस्तारवादाचे चिनी इरादे समोर आले आहेत. ते येताना जगातील वर्चस्वाच्या अखंड सुरू असलेल्या खेळाचं स्वरूप आणि खेळाडू बदलताहेत. चीनचा विस्तारवाद कोणालाच नको आहे.त्यात चीनला रोखण्यात अमेरिकेला भारताची साथ हवी असेल. चीनविरोधात किंवा आशियात भारताची साथ मिळवण्याचा अमेरिकेचा प्रयत्न नवा नाही. भारतानं त्याला व्यूहात्मक स्वायत्तता जपायची म्हणून कधी फार गांभीर्यानं घेतलं नाही. आता इंडो-पॅसिफिक क्षेत्रात भारतासह अमेरिका,जपान आणि ऑस्ट्रेलिया असा व्यूहात्मक

चौकोन तयार होतो आहे. काहींना त्यातून नाटोचा आशियाई अवतार साकारेल असं वाटतं.. मुद्दा त्याला भारताची तयारी आहे का, हाच आहे.

भारत-चीन संबंधात अमेरिका आणि पाकिस्तान या दोन देशांविषयी उभय बाजूनं असलेलं आकलनही महत्त्वाची भूमिका बजावतं. तसचं बदलते जागतिक संदर्भही या संबंधांना वळण देणारे असतील. अमेरिकेत सत्ता परिवर्तन होत ट्रम्प यांचा पराभव आणि बायडेन यांचा विजय झाला. अमेरिकेला पूर्ववत आणायचं म्हणजे जागतिक व्यवहारातील अमेरिकी स्थान अधोरेखित करायचं बायडेन यांचं धोरण असेल. चीनला या रचनेला धक्के देत हवी तशी नवी रचना साकारायची आहे. रशियाला आपले गतवैभव हवे आहे, जपान-ब्राझिलसारख्या देशांना आता आपली वेळ येते आहे असं वाटतं तर, भारतातही महासत्ता-विश्वगुरू वगैरे कल्पना मांडल्या जातात. यातून एक गुंतागुंतीचं जग आकारला येऊ घातलं आहे. त्यात चीनला रोखताना कदाचित अनेक पर्याय समोर येत राहतील. मुद्दा ते कसे निवडणार, हा आहे. त्यावर भारत-चीन संबंधाचं भवितव्य ठरेल. 'ड्रॅगन उभा दारी'मधून असा व्यापक पट मांडायचा प्रयत्न केला आहे. मूळ लेखांप्रमाणेच पुस्तकालाही विवेकी वाचकांचा प्रतिसाद लाभेल अशी आशा आहे.

लेख ते पुस्तक या प्रवासात महत्त्वपूर्ण योगदान देणारे माझे सप्तरंगचे सहकारी प्रदीप कुलकर्णी, तसेच सकाळ प्रकाशनाचे सहकारी आशुतोष रामगीर आणि भूषण राक्षे व पुस्तकाचे मुखपृष्ठ व मांडणी करणारे प्रदीप खेतमर यांना धन्यवाद!

- ***श्रीराम पवार***

अनुक्रमणिका

१ ड्रॅगन उभा दारी

भारत स्वतंत्र झाला आणि माओच्या फौजांनी चीन पादाक्रांत केला तेव्हा शीतयुद्धाची पहिली लाट सुरू झाली होती. आर्थिक, लष्करी ताकद म्हणून अमेरिकेचा उदय, ब्रिटन तसेच अन्य युरोपीय सत्तांची घसरण आणि सोव्हिएत संघाचा दबदबा यातून नवं जग साकारत होतं. वसाहतवादाचे दिवस संपत होते आणि आर्थिक वर्चस्ववादाला महत्त्व येऊ लागलं होतं. यात अमेरिका आणि सोव्हिएत संघ हे दोन ध्रुव तयार झाले. उदारमतवादी लोकशाही आणि भांडवलशाहीचा पुरस्कार एका बाजूला तर नियंत्रित अर्थव्यवस्था, लोकांच्यावतीनं कम्युनिस्ट पक्षाची सर्वंकष सत्ता दुसऱ्या बाजूला, असं हे ध्रुवीकरण होतं. अमेरिकेसाठी कम्युनिस्ट देश हा सर्वांत मोठा धोका होता. त्यात सोव्हिएत संघ आणि चीन या दोन्हीना तेव्हाचे अमेरिकी मुत्सद्दी एकाच मापात तोलत होते. चीननं तिबेट गिळंकृत केलं तेव्हा अमेरिकेला तिबेटमधील स्थानिकांना हाताशी धरून चीनविरोधात उठावाची संधी वाटत होती. त्यातून तिबेटविरोधातील सीआयएची गोपनीय योजना सुरू झाली. भारताचं नेतृत्व करणाऱ्या पंडित जवाहरलाल नेहरू यांना चीन शत्रू वाटत नव्हता; मात्र चीनसोबत सीमेवरून तडजोडीची त्यांची तयारी नव्हती. तिबेटबाबत त्यांचं धोरण बोटचेपेपणाचं होतं, ते चीनच्या लाभाचं ठरलं. शांतपणे चीननं तिबेट गिळंकृत केला; मात्र त्यानंतर अमेरिकी गोपनीय कारवायांत भारताचा सहभाग असल्याचा संशय चिनी राज्यकर्त्यांत तयार झाला. सीमेवरचा वाद हे तर चीन युद्धाचं कारण होतंच; मात्र भारत अमेरिकेशी हातमिळवणी करून तिबेटवरील चिनी नियंत्रणाला आव्हान देतो आहे, असा माओचा समज झाला होता. १९६४मध्ये नेपाळच्या शिष्टमंडळाशी बोलताना माओनं भारताशी युद्ध सीमावादावरून नव्हे, तर तिबेट आपलंच आहे असा भारताचा समज झाल्यानं करावं लागल्याचं समर्थन केलं होतं. ५०च्या त्या 'नवा ग्रेट गेम' जगात साकारत असल्याच्या काळात सुरवातीला तरी भारत अमेरिकेच्या खेळात फार सक्रिय नव्हता. चीनमधील हेरगिरी आणि अन्य कारवायांसाठी, अगदी तिबेटी बंडखोरांना तिथून बाहेर आणून प्रशिक्षण देण्यासाठी अमेरिकेला साथ देत होता पाकिस्तान. पेशावरमधील तळ चीन आणि सोव्हिएत संघाविरोधात वापरला जात होता. चीनला संशय मात्र भारताचा वाटत होता.ते युद्ध संपलं. त्याच्या जखमा भरल्या तरी व्रण कायम आहेत. चीन - भारताचे संबंध अनेक आवर्तनातून गेले तसेच अमेरिका - भारताचेही आणि पाकिस्तान - अमेरिका, पाकिस्तान - चीन संबंधातही असेच चढउतार आले.

सुमारे ६० वर्षांनंतर चीननं गलवानच्या खोऱ्यात घुसखोरी करून भारताची कुरापत काढली तेव्हा चीनवर संपूर्ण विश्वास ठेवणं परवडणारं नाही याची जाणीव पुन्हा एकदा स्पष्टपणे झाली. या काळात जग मात्र पुरतं बदललं आहे. दुसऱ्या महायुद्धानंतर सुरू झालेला जागतिक वर्चस्वाचा महाखेळ शीतयुद्धात कूस बदलता झाला आणि शीतयुद्ध संपल्यानंतर तीन दशकांनी हा खेळ नव्यानं साकारतो आहे. त्यातील पात्रं आणि भूमिकाही बदलत आहेत. हे बदल समजावून घेतल्याखेरीज भारत - चीन संबंध आणि त्यातले ताणेबाणे समजणं कठीण. ५०च्या दशकात तिबेटचं प्यादं अमेरिका चीनला शह देताना वापरू पाहत होती. आता नव्यानं आकार घेत असलेल्या अमेरिका - चीन संघर्षात पुन्हा

एकदा तिबेटला प्यादं बनवायचा उद्योग अमेरिका करते आहे. आता पाकिस्तान अमेरिकेला या खेळात साथ देण्याची शक्यता नाही. चीननं गलवानमध्ये कुरापत काढल्यानंतर भारतातलं वातावरण चीनला जमेल तिथं रोखावं असंच बनलं तर नवल नाही. तसंच ते ५०च्या दशकातही चीन तिबेट ताब्यात घेत असतानाही होतं. तेव्हा नेहरूंचा जागतिक दृष्टिकोन अमेरिकी भांडवलदारीच्या पचनी पडण्यासारखा नव्हता तरीही युद्धानंतर नेहरू आणि केनेडी अत्यंत निकट आले होते. केनेडींचा खून झाला नसता तर कदाचित अमेरिका - भारत संबंध त्याचवेळी नव्या वळणावर गेले असते. ते घडलं नाही; मात्र आता चीन अमेरिकेचा थेट स्पर्धक म्हणून उभा आहे. ही स्पर्धा किंवा संघर्ष केवळ आर्थिक नाही; त्याला लष्करी वर्चस्वाची किनार आहे, भूराजकीय प्रभुत्वाची जोड आहे, तसंच तो विचारसरणीचा, मूल्यांचा आणि सांस्कृतिकही आहे. भारताचा चीनशी संघर्षही असाच सुरू आहे, तो पुढं राहणार हे स्पष्ट आहे. याचं कारण ज्या सीमांवरून किंवा सीमाविषयक आकलनातील तफावतीवरून मतभेद आहेत तो सीमावाद निर्णायकरीत्या संपवायचं चीन कधीच बोलत नाही. दुसरीकडं चीनला जागतिक शक्ती बनायचं आहे, अमेरिकेची जागाही घ्यायची आहे. ते करताना आशियात निर्विवाद सत्ता असणं गरजेचं बनतं. तिथं भारत आपल्या जवळपासही नाही, हे ठसवायचं आहे. अर्थातच भारताला हे मान्य होण्याची शक्यता नाही. सत्तेवर कोणीही असलं तरी चीनसोबत दुय्यम भूमिका निभावणं भारतात न पटणारं असेल. तेव्हा आर्थिक, लष्करी ताकदीत किती तरी पुढं असलेल्या चीनला रोखताना अमेरिकेचं सहकार्य घ्यायचं का, ते किती, कसं आणि त्या बदल्यात अमेरिकेच्या किती जवळ जायचं, अमेरिकेच्या जागतिक व्यूहरचनेत 'मम' म्हणणाऱ्यांच्या पंगतीला बसायचं की व्यूहात्मक स्वायत्ततेचं धोरण कायम ठेवायचं, हे भारतीय राजनयासमोरचे मोठे प्रश्न आहेत. ते भारत - चीन - अमेरिका या जगाला आकार देऊ शकणाऱ्या त्रिकोणातील परस्परसंबंध ठरवणार आहेत, शिवाय यात कळत-नकळत पाकिस्तान आणि रशियाचे कोनही जोडले जाणार आहेत.

चीननं ६२च्या युद्धाआधीही गलवानमध्येच घुसखोरी केली होती. ती घुसखोरी ते ताजा तणाव तयार करणारी याच भागातील घुसखोरी, दुसरीकडं तिबेटच्या स्वायत्ततेचा मुद्दा बनवून चीनला खोड्यात पकडायची त्यावेळची अमेरिकेची चाल, ते आता पुन्हा तिबेटविषयक कायदा मंजूर करून अमेरिकेनं तिबेटचा मामला जगासमोर आणण्याची केलेली खेळी हे समान धागे. आता दलाई लामांचा उत्तराधिकारी कोण, यावरून हे प्रकरण पेचदार बनणारच आहे. यात भारताला काही तरी भूमिका घ्यावीच लागेल. ती चीनशी संबंधात महत्त्वाची असेल; मात्र ५०चं दशक आणि एकविसाव्या शतकातलं दुसरं दशक असं समांतर दिसत असलं तरी ते प्रत्यक्षात जसंच्या तसंही नाही. मधल्या काळात अमेरिका आणि चीननं मिळून जगाच्या अर्थकारणाला दिशा द्यावी किंवा भारत आणि चीननं मिळून जगावर प्रभाव टाकावा यासारखी स्वप्नं पाहिली गेली. चीन संपन्न होईल तसा अधिक मोकळा, खुला, व्यक्तिस्वातंत्र्यवादी होईल या अपेक्षांचा चुराडा झाला. चीनचे इरादे समजून घेण्यात ना अमेरिकी मुत्सद्दी, ना राजकीय नेतृत्व यशस्वी ठरलं, ना भारतीय नेत्यांना यांचा पुरता अंदाज घेता आला. आता जगासमोरचे चीन शड्डू ठोकून उभा आहे हे चित्र जगात नवी कोंडी, नव्या शीतयुद्धाचे नगारे वाजवणारंही आहे. चीनच्या आव्हानाचा आणि ड्रॅगनला कसे रोखावे याचा विचार या बदलत्या स्थितीला समजूनच करावा लागेल. परराष्ट्र धोरण हे इव्हेंटबाजीतून यशस्वी होत नाही आणि गंभीर राजनयाला 'दाखवेगिरी' हा पर्याय नसतो हे धडे तरी मिळाले आहेतच.चीनच्या पीपल्स लिबरेशन आर्मीनं गलवानच्या खोऱ्यात घुसखोरी केली आणि भारत - चीन संबंधात एक गोठलेपण आलं. जवळपास ४०वर्षांनंतर उभय देशांतील जवान थेट एकमेकांना भिडले होते. त्यात भारताच्या २० जवानांना वीरमरण आलं. चीनमध्ये अशी आकडेवारी

देण्याची प्रथा नाही, कुणी ती विचारणारंही नाही. त्यांनी सावकाशपणे कधीतरी पाच जणांचा मृत्यू झाल्याचं जाहीर केलं तर एका रशियन वृत्तसंस्थेनं हा आकडा बराच मोठा असल्याचा दावा केला. त्यामुळं नेमकी मनुष्यहानी समजणं कठीण. मात्र, दोन देशांचे जवान असे भिडतात तेव्हा हानी उभय बाजूंनी होतच असते. युद्धस्य कथा रम्याः असं म्हटलं जातं आणि त्यात अशा लढ्यात कोणी कसं तोंड दिलं, शत्रूला नामोहरम केलं यावर भर असतो. इथंही भारताचे २० जवान धारातीर्थी पडले तरी चीनला मूँहतोड जवाब दिला असं सांगण्यावर भर राहिला. सैन्य भिडतं तेव्हा भारताच्या बाजूनं तसंच उत्तर दिलं असेल यात शंका नाही. आधुनिक, प्रशिक्षित सैन्य, ज्याला रुल्स ऑफ एंगेजमेंट म्हणतात त्यानुसार उत्तर देणार हे स्पष्ट आहे; मात्र केवळ लष्करी चकमकी आणि त्यातील शौर्यापुरतं चिनी आव्हान मर्यादित नाही. तो, चीन ज्या प्रकारची रचना आणू पाहतो आहे त्यातून समोर येणाऱ्या आव्हानाचा केवळ एक हिस्सा आहे. ते आव्हान बहुपेडी आहे. त्याचं सूत्र माओच्या काळातच ठरलं आहे, ज्याचा उच्चार १९६२च्या युद्धाचा फटका बसल्यानंतर पंडित नेहरूंनी केला होता. एका मुलाखतीत त्यांनी चीन स्वतःला आशियात सर्वश्रेष्ठ समजतो, हा श्रेष्ठत्वगंड युद्धाच्या मुळाशी असावा, हे त्यांचं निदान मांडलं होतं. श्रेष्ठत्वगंड आहे हे निदान खरंच; पण केवळ तसा गंड असल्यानं युद्ध होत नाही, तो लादायचा प्रयत्न होतो तेव्हा संघर्षाच्या शक्यता तयार होतात. चीनला १९६२मध्ये ताकद दाखवून तडजोड होईल ती आमच्या इच्छेनुसार इतकंच दाखवायचं होतं. गलवानमध्ये आगळीक करताना तो श्रेष्ठत्वगंड आहे, सोबत मधल्या काळात विविध पातळ्यांवर केलेल्या प्रगतीतून जागतिक स्तरावर निर्विवाद शक्ती म्हणून पुढं येण्याची महत्त्वाकांक्षाही आहे. त्याचा एक भाग भारताला मर्यादेत रोखणं, जाणीव करून देणं हा आहे. गलवान चिनी व्यूहनीतीत यासाठीच वापरलं जातं आहे. गलवानमध्ये चीननं असा आक्रमक पवित्रा घेण्याचं विश्लेषण त्या रात्री काय झालं, कोणाचं किती नुकसान झालं, एवढ्यावरून करणं दोन देशांतील तणावाचं अपुरं आकलन असल्याचं निदर्शक आहे. सीमेवरील जवानांच्या बलिदानाचं मोल किंचितही कमी होत नाही; मात्र अशा संघर्षापलीकडं एक मोठा डाव चीननं मांडला आहे. तो दक्षिण आशिया आणि आशियातील भूराजकीय स्थितीत निर्विवाद वर्चस्व ठोकून सांगण्यासाठीचा आहे. हे सांगताना जगाच्या व्यवहारात आता चीनखेरीज काही होऊ शकत नाही असा संदेश देण्याचाही आहे. एकविसाव्या शतकातील चीनला आपली प्रगती, लष्करी ताकद लपवून ठेवावी असं वाटत नाही. डेंग जिओपिंग यांच्या काळात चिनी प्रगतीची पायाभरणी झाली तेव्हापासून वेन जिआबाओ यांच्या काळापर्यंत चीननं आर्थिक ताकद हस्तगत केली. ती करताना पाश्चात्त्यांची, अमेरिकेची मदत घेतली. ताकदवान बनत असताना त्याचं प्रदर्शन करू नका हेच चीनचं धोरण होतं; मात्र शी जिनपिंग यांचा चीन आता आपले दिवस आले हे 'डंके की चोट पर' सांगू पाहतो आहे. हे केवळ भारताच्या सीमेवर घडत नाही; अनेक स्तरांवर, अनेक आघाड्यांवर चिनी वर्चस्ववाद डोकं वर काढतो आहे. एका बाजूला असा आक्रमक चीन आहे, दुसरीकडं आपल्याच पैशावर समर्थ बनलेल्या चीनला वेसण कशी घालावी, या विवंचनेतील अमेरिका आणि त्या देशाचे हितसंबंध आहेत. याचवेळी रशियाला पूर्ववैभवाची आस लागली आहे. ग्रेटर युरेशियाचं नेतृत्व करत सोव्हिएतकालीन महत्त्व मिळवायचा प्रयत्न पुतिन यांचा रशिया करतो आहे. तर भारतात आता आपली जगात प्रभाव टाकण्याची वेळ आली आहे असं वाटणाऱ्यांची सद्दी आहे. महासत्ता, विश्वगुरू वगैरे व्हायची स्वप्नं हे त्याचंच निदर्शक. या साऱ्यांतले ताणबाणे भारत - चीन संघर्षात गुंतलेले आहेत. ते न समजून घेता हा संघर्ष पुरता आकळणारा नाही.

चीनच्या महत्त्वाकांक्षांकडं जगाचं झालेलं दुर्लक्ष चिनी आक्रमकपणाचं एक कारण नक्कीच आहे. चीनमधील पोलादी व्यवस्थेत त्यामुळं पाश्चात्त्य भांडवलाला सहज वाव मिळून नफ्याची गणितं

मांडता येतील या समजावर चीनला पाश्चात्यांनी सहर्ष मदत केली. अमेरिका आणि चीन यांच्या सहयोगातूनच सध्याची जगातील उत्पादन वितरणाची साखळी अस्तित्वात आली आहे. मुळात चीनविषयी अमेरिकेला ममत्व नव्हतं, तसं असायचं कारणही नाही. कोणत्याही कम्युनिस्ट राजवटीला अमेरिकेनं विरोध करणं ही शीतयुद्धकाळातील प्रस्थापित रीत होती. साहजिकच कोरियाचं युद्ध असो किंवा तिबेटमधील चीनचा शिरकाव; अमेरिका खोडा घालण्याच्या मानसिकतेत होती. चीनला डावलून भारतानं सुरक्षा परिषदेचं सदस्य व्हावं यासाठी अमेरिकेने केलेली पतंगबाजी याच धोरणाचा भाग होता. कदाचित म्हणूनच पंडित नेहरूंशी जमणं कठीण असतानाही अमेरिकेच्या तत्कालीन प्रशासनानं चीन युद्धात भारताला साहाय्य करायची तयारीही दाखवली होती. या घडामोडी घडण्यापूर्वीच युद्ध संपलं हा भाग वेगळा. पुढं याच चीनशी समन्वय - सहकार्याची कल्पना अमेरिकन धुरिणांनी लढवली आणि शीतयुद्धात अमेरिकेला निर्णायक पुढावा मिळण्यात मदत झाली. चीन कोरोनोत्तर जगात आपलं सामर्थ्य दाखवू पाहतो आहे. त्याचं हे सामर्थ्य प्रामुख्यानं अमेरिका आणि पाश्चात्यांच्या सहकार्यातून आकाराला आलं आहे. एकाच वेळी सोव्हिएत युनियन आणि चीन हे दोन महाकाय कम्युनिस्ट देश अमेरिकेच्या नेतृत्वाखालील भांडवलशाहीप्रधान व्यवस्थेला आव्हान देऊ शकत होते. यातील चीनला १९७१ मध्ये रिचर्ड निक्सन, हेन्री किसिंजर यांनी बाजूला केलं. शीतयुद्धात बाजी मारण्यात अमेरिकेची ही खेळी पुढं उपयोगाची ठरली. त्याचबरोबर जागतिक पातळीवर चीनला मान्यता मिळणं सोपं झालं. अर्थात तरीही माओच्या प्रभावाखालील चीन जागतिक व्यवस्थेशी जोडण्यास तयार झालेला नव्हता. हे घडण्याची सुरवात झाली ९०च्या दशकात आणि त्यापुढची २० वर्षे चीनच्या सर्वांगीण प्रगतीची होती. त्यासाठीची पायाभरणी डेंग यांच्या राजवटीनं केली होती. संपत्ती निर्मितीचं स्वागत करणारा चीन साकारत होता. तिआनमेनमधील आंदोलन रणगाडे घालून चिरडण्याच्या घटनेनं जगाचा रोष पुन्हा एकदा चीननं ओढवून घेतला; मात्र १९८९मधील या घटनेकडं दुर्लक्ष करण्यास सुरवात सोव्हिएतच्या पतनानंतर झाली. यात अमेरिकेतील उद्योगांच्या लॉबीचा वाटा मोठा होता. जागतिकीकरणाचे नगारे वाजण्याचा काळही हाच. यापुढं जागतिकीकरण हाच मंत्र असेल. त्यात देशादेशांचे हितसंबंध इतके जोडले जातील, की देशांच्या सीमा धूसर होतील, भूमीवर आधारित सार्वभौमत्वाच्या संकल्पना पातळ होतील. लोक एकमेकांत मिसळणं आणि त्यातून येणाऱ्या आर्थिक प्रगतीची फळं चाखायला मिळाल्यानं ग्लोबल सिटिझनशिपची कल्पना रुजायला लागेल, अशी मांडणी जागतिकीकरणाचे समर्थक करीत होते. हे जागतिकीकरण मुक्त व्यापारावर आधारलेलं होतं. त्यात व्यापार उद्योगात सरकारनं हस्तक्षेप करू नये, बाजारपेठांना स्पर्धेचं स्वरूप ठरवू द्यावं हे सूत्र होतं. भांडवल, श्रम आणि नवकल्पनांचं मुक्त वहन जागतिकीकरणात अपेक्षित असतं. त्यात कमीत कमी अडथळे असावेत आणि एक नियमावर आधारित व्यवस्था असावी यासाठी जागतिक व्यापार संघटना ते जागतिक बँक आपापली भूमिका पार पाडत होते. पाश्चात्त्य भांडवलशाहीच्या प्रतिमानाला यात सर्वांचा लाभ दिसत होता. भांडवलदारांसाठी अखंड वाढत राहणारा नफा हेच आकर्षण असतं, ते यात दिसत होतं. या भांडवलदारांना गुंतवणुकीसाठी नव्या बाजारपेठा हव्या होत्या तसंच आपण गुंतवणूक केलेल्या व्यवसायातील उत्पादनं, सेवा खपवण्यासाठीच्या विकसित बाजारपेठाही हव्या होत्या. पाश्चात्यांना स्वस्त उत्पादनं द्यायची तर कामगारांवरचा खर्च कमी करणं आवश्यक होतं. ते उत्पादनांची साखळी चीनसारख्या देशात हलवून करणं शक्य होतं, जिथं सरकारी नियंत्रणामुळं श्रमिकांच्या कायद्यांची पाश्चात्य देशांसारखी कडेकोट चौकट नव्हती. कमी मोबदल्यात मास प्रॉडक्शन करू शकणारे देश या मॉडेलमध्ये पाश्चात्त्य भांडवलदारांसाठी आकर्षक ठरणार होते. अमेरिकादी पाश्चात्यांचे भांडवल चीनमध्ये जाईल, तिथं स्वस्त

मजुरीचा आधार घेऊन भले मोठे कारखाने उभे राहतील, तिथं बनलेली तुलनेत स्वस्त उत्पादने जगाला लाभाची ठरतील, भांडवलावरचा परतावा वाढेल, ग्राहकांना स्वस्त उत्पादनं, सेवा मिळतील; त्या बदल्यात चीनच्या अर्थव्यवस्थेला देश गरिबीतून बाहेर काढण्यासाठी अत्यावश्यक परकी गुंतवणुकीचा लाभ होईल, असं हे सूत्र होतं. त्यात एक बाब गृहीत धरली गेली होती- चीन आर्थिकदृष्ट्या समृद्ध होईल, जगाच्या निकट संपर्कात येईल तसे तेथील लोकांनाही मुक्त व्यवस्थेचे, अभिव्यक्ती स्वातंत्र्याचे, पर्यायाने लोकशाहीचे आकर्षण वाटायला लागेल. ते चीनमधील पोलादी कम्युनिस्ट चौकट ढिली करायला सुरवात करेल. यात आर्थिक गृहितकं काही काळ उभयपक्षी लाभ मिळत राहिला या अर्थानं प्रत्यक्षात आली; मात्र चीन कोणत्याच अर्थानं लोकशाहीकडं झुकला नाही. किंबहुना काळाच्या ओघात चीनमधील कम्युनिस्ट पक्षाची हुकूमत अधिकच घट्ट होत गेली. सोव्हिएत संघ कोसळण्याचं कारण आर्थिक आघाडीवरील घसरणीत होतं. चीनमध्ये पाश्चात्यांच्या सहकार्यानं आर्थिक भरभराट आली. त्यातून मिळालेलं सामर्थ्य चीननं एका बाजूला लष्करी बळ वाढवणं, दुसरीकडं जागतिक अर्थकारणात प्रभाव टाकणं यासाठी वापरलं आणि त्याचा पुढचा टप्पा जागतिक रचनेत अमेरिकेची जागा घेण्याची स्वप्नं पाहण्याचा, त्यासाठी पद्धतशीर पावलं उचलण्याचा होता. इथं अमेरिकेशी चीनचा संघर्ष स्पष्टपणे सुरू झाला. यातील सहकार्यपर्व भरात आलं ते बिल क्लिंटन आणि जॉर्ज बुश यांच्या अध्यक्षीय कारकीर्दीत. त्याच वेळेस बड्या भांडवलदारी कंपन्यांनी चीनसोबतचे आर्थिक व्यवहार वाढवण्यासाठीचा दबाव सुरू केला होता. याचा परिणाम म्हणून शतक उलटताना अमेरिकेनं चीनला पीएनटीआर म्हणजे 'कायमचे साधारण व्यापारी संबंध असलेला देश' हा दर्जा दिला. २००१मध्ये चीन जागतिक व्यापार संघटनेचा सदस्य झाला. बड्या कंपन्यांसाठी ही एक मोठी संधी वाटत होती. यातूनच चीन जगासाठी कारखाना बनला. परकी गुंतवणूक, तंत्रज्ञान यांचा वापर करत जागतिक पुरवठा साखळीत चीननं इतकं बस्तान बसवलं, की कोरोनाचं संकट आलं तेव्हा चीनशिवाय ही साखळी चालूच शकत नाही अशी अवस्था आली होती. तेव्हा चीनला मदत करण्याचा आपल्यालाच लाभ होईल असा भ्रम बाळगणाऱ्या पाश्चात्त्य भांडवलदारांना आणि राजकीय नेतृत्वालाही झटका बसला होता. ज्या चीनचा जागतिक व्यापार संघटनेत सामील होण्यापूर्वीचा जागतिक व्यापारातला वाटा जेमतेम होता तो चीन सर्वांत मोठा निर्यातदार म्हणून पुढं आला. डोनाल्ड ट्रम्प अमेरिकेच्या अध्यक्षपदी आले तेव्हा चीनमधून अमेरिकेत निर्यात होणारा ६०टक्के माल परकी गुंतवणुकीतून साकारलेल्या कंपन्यांचा होता. चीनमधील गुंतवणूक अधिक नफा देणारी, उत्पादनं अधिक स्वस्त म्हणून ग्राहकांच्या लाभाची आणि त्यातून विकसित होणारा चीन अधिक लोकशाहीवादी बनेल, या साऱ्या समजांना एकविसावं शतक पुढं जाईल तसा सुरुंग लागतो आहे. एक तर चीननं परकी गुंतवणूक स्वीकारली; मात्र हळूहळू बड्या अमेरिकी आणि अन्य पाश्चात्त्य कंपन्यांना आव्हान देऊ शकतील असे देशी उद्योग उभारायला सुरवात केली. शी जिनपिंग यांच्या उदयानंतर ज्या नियम, अटींमुळे पाश्चात्त्य देशांत उत्पादन खर्च वाढत होता त्याचाच चिनी अवतार सुरू झाला. एका बाजूला सरकारच्या पाठबळावर उभ्या असलेल्या बलाढ्य चिनी कंपन्या फॉर्च्यून ५०० कंपन्यांना आव्हान देण्याच्या अवस्थेत येत होत्या, दुसरीकडं शी यांनी आपली पोलादी पकड अधिक घट्ट करायला सुरवात केली. इतकी की, ज्या वेळेस त्यांनी आपला वारसदार घोषित करणं अपेक्षित होतं तेव्हा चिनी घटनेतील दोन वेळाच अध्यक्षपद भूषवता येईल ही तरतूद हटवण्याचा निर्णय झाला. म्हणजेच शी जिनपिंग हयातभर अध्यक्ष राहू शकतात याची सोय झाली. माओनंतरचा सर्वांत प्रभावी नेता शी बनले. त्यांचे इरादे स्पष्टपणे केलेल्या प्रगतीवर स्वार होत चिनी वर्चस्वाची पताका फडकवण्याचे होते. यातला पहिला टप्पा जगाच्या व्यवहारात ट्रम्प यांची अमेरिका

नेतृत्व करण्यातून बाजूला होत असताना असं नेतृत्व आपण करू असं ठसवणं हा होता. वर्ल्ड इकॉनॉमिक फोरमसारख्या व्यासपीठावर शी जिनपिंग मुक्त व्यापाराचे गोडवे गायला लागले तेव्हा ट्रम्प व्यापारात भिंती घालायची धोरणं आखत होते. चीननं या काळात इंधन, टेलिकम्युनिकेशन, औषधनिर्मिती, बँकिंग वित्तपुरवठा ते तंत्रज्ञान अशा साऱ्या आघाड्यांवर पाश्चात्यांना स्पर्धेची झळ बसेल असे पर्याय उभे केले. चीनचा वापर करून जागतिक अर्थकारणातला हिस्सा टिकवणं, वाढवणं हे चीनशी अमेरिकेनं जुळवून घ्यावं यासाठीच्या कॉर्पोरेट दबावाचं मुख्य कारण होतं. मात्र, प्रत्यक्षात आता चिनी कंपन्यांशी स्पर्धा करायची वेळ आली ती स्पर्धाही समान नाही. अमेरिकी किंवा पाश्चात्य कंपन्यांनी प्रचंड खर्च करून मेहनतीनं साकारलेले तंत्रज्ञानातले बदल चीन आणि तिथल्या कंपन्या बिनदिक्कत वापरतात. बौद्धिक संपदेची ऐशीतैशी हे चीनवरील जागतिक रोषाचं आणखी एक कारण आहे. मात्र, यातील कशाची पत्रास चीन बाळगत नाही. चिनी चलनाचं मूल्य ठरवण्यापासून बौद्धिक संपदेवरील हक्क मान्य करण्यापर्यंत चीन नियम हवे तसे वाकवतो आहे. गुगल, फेसबुक आदी महाप्रचंड कंपन्या चिनी चोरीविरोधात काहीही करू शकत नाहीत. एप्रिल १९९९मध्ये अमेरिका आणि चीनमध्ये जागतिक व्यापार संघटनेत चीनला सहभागी करून घ्यावं यासाठी वाटाघाटी सुरू होत्या. बिल क्लिंटन आणि तेव्हाचे चिनी पंतप्रधान झाऊ रेंगजी यांच्यात वाटाघाटी झाल्या. तेव्हा क्लिंटन यांना चीनचा जागतिक व्यापार संघटनेतील प्रवेश, तिथं मुक्त बाजारपेठ आणि लोकशाहीची पहाट होण्यात मदत करणारा वाटत होता तर चीनच्या पंतप्रधानांना चीनची अर्थव्यवस्था सुधारण्यासाठी तो हवा होता. डेंग यांच्या चिनी वैशिष्ट्यासह समाजवादी पद्धतीशी तडजोड त्यांच्या कल्पनेतही नव्हती. काळाच्या ओघात आर्थिक सहकार्यातून होणारी प्रगती राजकीयदृष्ट्याही चीनला बदलवेल या कल्पनेतील फोलपणा स्पष्ट झाला आहे. चीनशी जुळवून घेतलं पाहिजे याचं कारण अर्थकारण आणि परराष्ट्र धोरण एकमेकांपासून पूर्णतः वेगळं नसतं, चीनचा सहभाग उत्तर कोरियापासून कोसवोपर्यंतची आव्हानं पेलण्यात गरजेचा आहे, तेव्हा त्यासाठी चीनला आर्थिक आघाडीवर मदत केलीच पाहिजे, हा युक्तिवाद तेव्हा अमेरिकेत बलिष्ठ होता. चीनला अमेरिकेची जागा व्यापारात हवी आहे तशीच ती जगावरच्या प्रभावातही हवी आहे. शीतयुद्धानंतर अमेरिका ही जगातील एकमेव महाशक्ती उरल्याचं सांगितलं जात होतं. चीनला सुरवातीला त्यात वाटेकरी व्हायचं आहे आणि पुढं एकमेव सत्ताही बनायचं आहे.. यासाठी शक्य तितक्या लवकर आर्थिक आघाडीवर अमेरिकेला मागं टाकणं आणि २०४९पर्यंत जगातील सर्वांत प्रबळ लष्करी ताकद बनणं हे शी यांचं ध्येय आहे. चीनची प्रगती कोणीही रोखू शकत नाही, असं त्यांनी जाहीरच करून टाकलं आहे. तसं करताना चिनी वैशिष्ट्यांसह समाजवाद हे जगासाठी उत्तर म्हणून मांडू पाहतो हेही त्यांनी स्पष्ट केलं आहे. इथं स्पर्धा संघर्ष केवळ आर्थिक उरत नाही, तो लष्करी, राजकीय - भूराजकीय आणि विचारसरणींचाही बनतो. अमेरिका - चीन यांच्यात आणि पर्यायानं जगासाठीही २०२१पासून सुरू होणारं दशक या संघर्षाचं असेल. एका अर्थानं नव्या शीतयुद्धाचं; मात्र या शीतयुद्धाचं स्वरूप अमेरिका - सोव्हिएत स्पर्धेहून पुरतं वेगळं असेल. चीन महत्त्वाकांक्षेचा भाग म्हणून आशियात आपलं निर्विवाद वर्चस्व तयार करू पाहतो आहे. दक्षिण चीन समुद्रापासून ते गलवानपर्यंत आणि भूतानसारख्या चिमुकल्या देशाला सलगता नसतानाही भूमीच्या छोट्या तुकड्यासाठी त्रास देण्यापर्यंतच्या हालचाली या आम्ही म्हणू त्या अटींवरच शांतता राहील हे दाखवण्यासाठी आहेत. भारत - चीन संबंधाचा विचार चीनच्या या अमेरिकेच्या सहकार्यानं झालेल्या प्रगतीचा धांडोळा घेतल्याविना करता येत नाही याचं आणखी एक कारण, भारताची काहीही इच्छा असली तरी चीनला रोखण्याच्या रणनीतीत अमेरिकेला भारताची साथ हवी असेल. ती किती प्रमाणात,

कशी द्यायची हा या दशकातला भारतात सरकार कोणाचंही असलं तीर पेच असेल. तो कसा सोडवणार, यावरही चीनच्या आव्हानाचा मुकाबला आपण कसा करू इच्छितो हे ठरेल.

मागच्या ७० वर्षांच्या काळात भारत आणि चीन यांच्यातील संबंध अनेक वळणं घेत गलवानच्या खोऱ्यात पुन्हा एकदा संघर्षाच्या पवित्र्यात उभं राहण्यापर्यंत आले. दोन्ही देश महाकाय खंडप्राय आहेत. असे देश एकमेकांचे शेजारी असतात तेव्हा त्यात ताण येणं स्वाभाविक आहे. त्या ताणांचं व्यवस्थापन, निरसन करून दोघांनाही विकासाला वाव ठेवणारं धोरण आखता येणं शक्य असतं; मात्र भूमीवर आधारलेला राष्ट्रवाद जनमानसावर आणि नेतृत्वावर कब्जा घेतो तेव्हा स्पर्धा आणि संघर्षाकडं वाटचाल सुरू होते. भारत - चीन संबंधात हेच घडत आलं आहे. २०२०मध्ये एकविसाव्या शतकाची दोन दशकं संपताना दोन्ही देशांना सर्वंकष युद्धासारखा संघर्ष परवडणार नाही याची जाणीव आहे. इतक्या मोठ्या देशांतील अशा संघर्षात निर्णायक जय-पराजय ही जवळपास अशक्य बाब असते; मात्र नुकसान दोन्हीकडं होईल, जे दोन्ही देश ज्या रीतीनं आपले अंतर्गत प्रश्न नियंत्रणात ठेवत जगात आपलं स्थान उंचावू पाहताहेत त्यात मोठाच अडथळा आणणारं असेल. तरीही सीमेवर चकमकी होतात तेव्हा स्पर्धा संघर्ष टळत नाही. यातही चीनचं धोरण सातत्यानं एक स्पष्ट दिशा दाखवणारं आहे. त्यात कसलीही तडजोड चीन स्वीकारत नाही. दोन पावलं मागंपुढं जाणं हा एकूण रणनीतीतील तात्पुरत्या व्यवस्थापनाचा भाग असतो आणि चीनच्या व्यापक दीर्घकालीन व्यूहनीतीत संपूर्ण आशियात निर्विवाद वर्चस्व चीनचं असेल. भारताचं स्थान त्यानंतरचं, चीनच्या तुलनेत दुय्यम असेल. या प्रकारची रचना तयार करणं याला महत्त्व आहे. असं घडवणं हे चीनच्या जागतिक पातळीवरील महत्त्वाकांक्षांशी जोडलेलं आहे. जागतिक महाशक्ती व्हायचं तर आपल्या भागात सर्वंकष प्रभाव आवश्यक असतो. त्यानंतर जगाच्या व्यवहारात फौजदारी करायची तयारी लागते. त्यासाठी झळ सोसायचीही तयारी लागते. किमान २०वर्षे सातत्यपूर्ण आर्थिक प्रगती साधल्यानंतर चीनला आता आपली अशी वेळ आल्याचं वाटतं. अमेरिकेच्या जगातील निर्विवाद वर्चस्वाला शह देण्याची क्षमता चीनमध्ये आहे आणि अधिकाधिक अंतर्मुख होत चाललेल्या अमेरिकेची जागा जागतिक व्यवहारात आपण घेऊ असा चीनला विश्वास वाटतो. वर्ल्ड इकॉनॉमिक फोरमपासून जागतिक आरोग्य संघटनेपर्यंत चीन आपल्या वर्चस्वाची पताका फडकावू पाहतो आहे. तसं करताना भारत हा अडथळा ठरता कामा नये यासाठी सातत्यानं चीनची ताकद अधिक मोठी आहे अशी जाणीव करून देत राहणं हे चिनी हालचालींचं सूत्र असल्याचं दिसेल. डोकलाम काय किंवा गलवान काय, अशा व्यापक पटावरच्या तात्पुरत्या सोंगट्या हलवणं आहे. ज्याचा व्यापक रचनेशी संबंध आहे. या प्रवासात भारताला चीनसोबत शेजारी म्हणून, एक सर्वांत मोठा व्यापारी भागीदार म्हणून संबंध तर ठेवावे लागतात. ही गरज चीनलाही आहेच. दुसरीकडं चीनच्या दादागिरीला रोखण्याचं आव्हान पेलावं लागतं. त्यातही असं आव्हान पेलताना आजवर जपलेलं व्यूहात्मक स्वतंत्र्य कायम ठेवून आणि लष्करी संघर्षाच्या वाटेनं मतभेद जाणार नाहीत याची काळजी घेत चीन कितीही ताकदवान असला तरी भारताला झुकवता येणं शक्य नाही हे दाखवणं, पुन्हा पुन्हा सिद्ध करणं हे मुत्सद्देगिरीची कसोटी पाहणारं असतं. मुद्दा इथं सरकार देशांतर्गत प्रतिमा व्यवस्थापन आणि आंतरराष्ट्रीय संबंधातील गुंतागुंतीचे ताणेबाणे यात संतुलन कसं ठेवतं हा असतो. तो ५०च्या दशकातही होता, चीनसोबत युद्ध झालं तेव्हाही होता आणि २०२०मध्ये दोन्ही देशांत संबंध अत्यंत बिघडले असतानाही आहे. यात बदललेली बाब आहे ती जागतिक पातळीवरची स्थिती. भारत स्वतंत्र झाला आणि माओच्या फौजांनी चीन पादाक्रांत केला तेव्हाची जागतिक स्थिती आणि आताची जागतिक स्थिती यात प्रचंड अंतर आहे. हितसंबंध बदलते आहेत.जागतिक शक्तींचे पवित्रे

बदलले आहेत. त्या काळात एक महाखेळ जगाच्या पटलावर सुरू होता. तो शीतयुद्धात टोकाला गेला. शीतयुद्ध संपल्यानंतर या खेळात एक निर्णायक वळण आलं. पुढं २००८ची अमेरिकेतील सबप्राईम क्रायसिसनंतरची महामंदी आणि चीनमधून जगभर पसरलेल्या कोरोना विषाणूनं जगाला ठप्प करणारी कोविड-१९ची सर्वदूर पसरलेली साथ यातून जागतिक रचनेत आमूलाग्र बदल होऊ घातले आहेत. लष्करी ताकद आणि आर्थिक शक्ती यासोबत तंत्रज्ञानातील सामर्थ्य हे नव्या जागतिक रचनेवर लक्षणीय प्रभाव टाकणारं बनतं आहे. नाटो देशांतील अस्वस्थता, दुसऱ्या महायुद्धानंतर तुलनेत स्थिर असलेल्या युरोपातील खदखद, उजव्यांना मिळत असलेलं बळ, मध्यपूर्व किंवा पश्चिम आशियातील बदलतं सत्तासंतुलन, सोबत इस्लामी जगातील बदलाचे वारे आणि रशिया, जपान, ऑस्ट्रेलिया, तुर्कस्तानसोबतच भारतासारख्या देशांचे नव्या रचनेत प्रभाव टाकण्याचे डावपेच यातून यापूर्वी कधी न अनुभवलेली गुंतागुंत साकारते आहे. या साऱ्याचा थेट परिणाम भारत - चीन संबंधांवर, त्यातील संघर्ष, समन्वयावर होऊ घातला आहे. तो लक्षात न घेता केवळ एखाद्या भागातील लष्करी चकमकी आणि लष्करी बलाबलावर आधारित गणितं मांडण्यातून संपूर्ण चित्र स्पष्ट होण्यासारखं नाही. ५०च्या दशकात जागतिक शक्तींच्या लठ्ठालठ्ठीत आणि त्या निमित्तानं मांडलेल्या महाखेळात थेट सहभागी न झाल्यानं बिघडत नव्हतं, किंबहुना नेहरूंना त्यात तटस्थ राहून दुनियेला नैतिक आधारावर सल्ला देणं शक्य झालं. ती सवलत एकविसाव्या शतकात भारताच्या नेतृत्वाला मिळणं कठीण. त्यातही जगावर भारताचा प्रभाव असला पाहिजे असं वाटत असेल तर जगाच्या व्यवहारापासून फटकून राहताही येत नाही. तेव्हा या नव्या रचनेत आपण कुठल्या बाजूला कसं, किती झुकणार, याला भारत - चीन संबंधातही महत्त्व आहेच.

सीमेवरील उभय देशांतील संघर्षाची पाळंमुळं ब्रिटिशांनी ज्या रीतीनं भारतासारख्या खंडप्राय देशात सत्ता राबवली त्यातही आहेत. साधारणतः एकाच वेळी स्वतंत्र भारत अस्तित्वात आला तेव्हा चीन माओच्या कम्युनिस्ट क्रांतीनं वेढला होता. तेव्हा उभय देशांतील सीमेविषयीची स्पष्टता नव्हती. सीमेवरचा बराचसा भाग अत्यंत दुर्गम, डोंगराळ, प्रतिकूल हवामान असल्यानं अत्यल्प लोकवस्तीचा म्हणून दुर्लक्षित होता. ब्रिटिशांना धोका वाटत होता तो रशियन साम्राज्याचा. ब्रिटिश भारतात स्थिरस्थावर झाल्यानंतर त्यांच्यासाठी रशिया हाच उत्तर सीमेकडून अडचणीत आणू शकतो असं वातावरण होतं. यातून ब्रिटिशांनी शक्य तिथं बफर भूप्रदेशांची योजना केली. याचे परिणाम नंतरच्या गुंतागुंतीत झाले आहेत. ज्या लडाखमध्ये एप्रिल २०२०पासून चिनी घुसखोरीमुळं नव्यानं संघर्ष सुरू झाला तो सारा भाग नेमकेपणानं कोणाच्याच नियंत्रणात प्रदीर्घ काळ नव्हता. तत्कालीन तिबेटी साम्राज्याचं नियंत्रणही तिथं नव्हतं किंवा ब्रिटिशांचं अंकित असलेल्या जम्मू आणि काश्मीर राज्याचंही नियंत्रण पूर्णतः तिथं नव्हतं. यातून आकलनातील फरक नावाचं एक प्रकरण भारत - चीन सीमातंट्यात कायमचं तयार झालं आहे. चीनकडून भारताला काही धोका असू शकेल हे स्वातंत्र्यानंतरच्या भारतीय नेतृत्वाला, खास करून पहिले पंतप्रधान जवाहरलाल नेहरू यांना मान्य नव्हतं. त्यांचे संरक्षणमंत्री मेनन यांना तर ते अजिबातच मान्य नव्हतं. चीन हा आपला सहकारी मित्र देश आहे, हीच भावना यामागं होती. याचंही एक स्पष्ट असं कारण होतं. नेहरूंच्या आकलनानुसार, वर्चस्ववादाचा जो काही खेळ दुसऱ्या महायुद्धानंतर सुरू झाला होता त्यात सहभागी होणं भारत-चीन दोहोंनाही लाभाचं नव्हतं. भारतात उदारमतवादी लोकशाहीची रुजवण सुरू होती. चीननं माओप्रणित कम्युनिस्ट प्रणालीचा अंगीकार केला होता. दोन्ही देशांचं आकारमान आणि लोकसंख्या अवाढव्य होती आणि देशांची आर्थिक अवस्था फार चांगली नव्हती. साहजिकच लाखो, कोट्यवधी लोकांच्या भुकेचा प्रश्न सर्वाधिक तातडीचा होता. नेहरूंच्या धारणेनुसार लोकांची भूक मिटवणं आणि विकासाच्या मार्गावर पुढं जाताना दोन्ही देशांसाठी सीमेवरून तंटा करण्याचं कारणच

उरत नाही आणि बळही असू शकत नाही. किंबहुना जगातील वर्चस्ववादाची स्पर्धा करणाऱ्या शक्तीहून भारत आणि चीन एकमेकांना अधिक चांगल्या रीतीनं समजू शकतील आणि एकमेकांच्या सहकार्यानं प्रगतीकडं जाऊ शकतील, ही भावना त्यामागं होती.

चीन कुणाचा, यावरचा वाद १९५०च्या आसपास होता. यात माओनं बहुतांश चिनी भूमी ताब्यात घेतली होती; मात्र आंतरराष्ट्रीय व्यवहारात 'रिपब्लिक ऑफ चीन' अधिकृत प्रतिनिधित्व करीत होता. हे माओच्या फौजांपुढं पराभूत झालेलं परागंदा सरकार तैवानपुरतं मर्यादित झालं होतं. तेव्हा 'पीपल्स रिपब्लिक ऑफ चीन'ला म्हणजेच माओच्या सत्तेला मान्यता देणाऱ्या जगातील सुरवातीच्या देशांमध्ये भारत होता. यात व्यवहारात चीनची विशाल भूमी याच गटाकडं होती हे कारण होतं तसंच माओचा चीन आणि भारत यांचे संबंध अधिक दृढ असू शकतील अशीही धारणा होती. भारत आणि चीन या दोन्ही देशांतील सांस्कृतिक संबंध प्राचीन काळापासूनचे आहेत. चीन किंवा पूर्व आशियात बौद्ध धर्म भारतातूनच गेला. याखेरीज प्राचीन रेशीममार्गानं या दोन्ही प्रदेशांत व्यापारी संबंधही प्रस्थापित झाले होते. माओ आणि झाऊ एन लाय नेहरूंसमोर चीन भारताचा मित्रच असेल असं वातावरण कायम ठेवत होते, त्याचबरोबर चिनी महत्त्वाकांक्षांत कसलीही तडजोड न करण्याचं धोरणही कायम ठेवत होते.

चीनमध्ये कधी काळी असलेल्या हान आणि मिंग साम्राज्यातील भूभाग चीनचा असल्याचा चिनी समज त्या वेळपासूनचा आहे. चीन गरजेनुसार यात लवचिक झाल्यासारखा दिसतो; मात्र आपली व्यूहात्मक उद्दिष्टं कधीच सोडत नाही. हा अनुभव एकविसाव्या शतकात प्रकर्षानं जगाला येतो आहे; पण त्याची पाळंमुळं जगानं आणि भारतानं बव्हंशी दुर्लक्ष केलेल्या चीनच्या तिबेटवरील आक्रमणात दिसतील. चिनी फौजांनी तिबेटची कथित मुक्ती करायचं ठरवलं तेव्हा तिबेट हा पूर्णतः स्वयंपूर्ण असा आणि सांस्कृतिकदृष्ट्याही वेगळा असणारा भाग होता. चीनचं तिथलं अधिपत्य बव्हंशी तांत्रिक होतं. ब्रिटिशांच्या भारतीय नकाशात त्यांनी जी काही बफरची योजना केली त्यात तिबेट हा एक ब्रिटिश साम्राज्यासाठी बफरचं काम करू शकणारा भाग होता. अशा तिबेटवर चीननं एकदा वर्चस्व मिळवलं की चीनच्या सीमा थेटपणे भारताच्या दारात येणार हे उघड होतं; मात्र तिबेटमधील चिनी हस्तक्षेपाकडं भारतानं फार गांभीर्यानं पाहिलं नाही. जो चीन तिबेटवर ५०च्या दशकातच टाच आणतो तो कधीतरी लडाख, अरुणाचलवरही बोलणार, किंबहुना त्याचा राजनैतिक दबावासाठी वापर करणार हे स्पष्ट होतं. चीन भारताचा मित्र आहे, तो तसाच राहील, हा नेहरूकालीन समज असो की त्यानंतर तुलनेत अधिक वास्तव धोरण स्वीकारलं तरी चीन बदलतो असा समज राजीव गांधी ते नरेंद्र मोदी यांच्यापर्यंतच्या सत्ताकाळात करून घेणं असो; हे चिनी इरादे समजून घेण्यातलं अपयश किंवा दिसत असूनही झालेलं दुर्लक्ष अधोरेखित करणारं आहे. २०२०मध्ये सीमेलगत भारत उभं करत असलेलं रस्त्यांचं जाळं चीनला खुपतं; पण चीननं शांतपणे तिबेट घशात घातला होता यावर मात्र चर्चाही होऊ दिली जात नाही. यात आपल्याकडून अडचण अशी, की आपण एक चीन हे धोरण अधिकृतपणे कधीच मान्य करून टाकलं आहे. ते आता आम्ही मानत नाही असं सांगणं तितकं सोपंही नाही. तिबेटमध्ये चीननं फौज आणली तेव्हा तिथं दलाई लामांचं नियंत्रण होतं. तिबेट हेही इतिहासाच्या क्रमात एक साम्राज्य होतं; मात्र बौद्धमत प्रभावी होईल तशी तिबेटनं आपली अशी एक रचना ठरवून घेतली. त्यात युद्धापेक्षा सहअस्तित्वावर भर दिला जात होता. ब्रिटिशांना रशियन साम्राज्यालगत बफर स्टेट हवी होती. यासाठी चीन, तिबेट, रशिया, लगतची नेपाळ, भूतान, सिक्कीम यांसारखी राज्यं यांच्या भूगोलाचा आणि एकमेकांतील संबंधांचा वापर करून घेणारी रणनीती त्यांनी आखली होती. भूतान, सिक्कीम ही स्वतंत्र राष्ट्रं असली तरी ब्रिटिश अधिपत्याखाली होती. नेपाळनं चिनी वर्चस्व झुगारलं होतं. तिबेट कधी तरी मांच्यू साम्राज्याच्या अधिपत्याखाली असलेला प्रदेश होता;

मात्र चीनमधील राष्ट्रीय चळवळीनंतर तयार झालेल्या चँग कै शेकच्या रिपब्लिकन ऑफ चीनचा सर्वंकष ताबा तिबेटवर कधीच नव्हता. त्यानंतर चँगच्या नेतृत्वाखालील राष्ट्रवाद्यांचा पाडाव करून चीन पादाक्रांत करणाऱ्या कम्युनिस्टांना तिबेटमध्ये स्थान नव्हतं. संघर्ष करू नये असं तिबेटी धोरण असलं तरी तिबेटचं संरक्षण करेल अशा प्रकारचं लष्करी सामर्थ्य मात्र नव्हतं. ब्रिटिशांना चिनी सीमेहून अफगाणिस्तान सीमेची अधिक चिंता होती. त्यासाठी त्यांना चीन सीमेवर आपल्याला धोका होणार नाही इतपत व्यवस्था हवी होती. ती अनेक करारांतून ब्रिटिशांनी साध्य केली. त्यात १८९०च्या चीनसोबतच्या करारात ब्रिटिशांनी सिक्कीमवरील अधिपत्य मान्य करून घेतलं. १९०४मध्ये तिबेटसोबत करारानं कालीपलाँग ते ल्हासा हा व्यापार मार्ग मान्य करून घेतला १९०६मध्ये तिबेटवरील चीनचं अधिपत्य मान्य केलं. १९०१मध्ये भूतानवरील ब्रिटिश अधिपत्य मान्य झालं. चीनमधील अंतर्गत घडामोडींतून आपल्या साम्राज्याला धोका पोहचू नये किंवा व्यापारात अडथळे येऊ नयेत अशी ब्रिटिशांची ही योजना होती. भारताला ५०च्या दशकात तरी तिबेटमध्ये रस होता तो तिथल्या व्यापारी संबंधांपुरता. तिबेटवरून चीनशी पंगा घ्यावा असं भारतीय नेतृत्वाला वाटत नव्हतं. तिबेट गिळंकृत करण्यात भारत हाच मोठा अडथळा ठरू शकतो याची चीनला जाणीव होती. तिबेटमधील भारतीय हितसंबंध कायम राहतील असं वातावरण चीननं कायम ठेवलं आणि शांतपणे तिबेट घशात टाकलं. चिनी फौजांनी तिबेट ताब्यात घेतल्यानंतर तिथून दलाई लामा निसटले. ते भारतात आले. पुढं झाऊ एनलाय आणि नेहरूंमधील चर्चेनंतर ते परतलेही; मात्र तोवर तिबेटचं स्वरूप चीननं बदलायला सुरवात केली होती. अखेर दलाई लामा काही समर्थकांसह पुन्हा भारतात आले. या सर्व घडामोडींत अमेरिकेची गुप्तचर यंत्रणा कार्यरत होती याचे तपशील आता उपलब्ध झाले आहेत. अमेरिकेला दलाई लामांच्या समर्थकांना हाताशी धरून चीनविरोधात तिबेटमध्ये संघर्ष पेटवता येईल असं वाटत होतं. नेहरूंची भूमिका चीननं तिबेटमध्ये सरसकट बळाचा वापर करण्याला विरोध करणारी होती; मात्र चीनचं तिबेटमधील नियंत्रण भारतानं कधीच नाकारलंही नाही. यातून दलाई लामांना आश्रय देण्यात आला. हे चीनला सहन होणारं नव्हतं. भारतासाठी हा मानवतावादी दृष्टिकोनाचा भाग होता. दुसरीकडं अमेरिकेनं तिबेटमधील स्थानिकांना उठावासाठी चिथावणी देणारी योजना सुरू केली होती. सीआयएच्या या कारवायांत चीन आणि सोव्हिएत संघावर नजर ठेवण्याचाही समावेश होता. पाकिस्तानमधील पेशावरचा तळ यात वापरला जात होता. पाकिस्तानचे हुकूमशहा आयुब खान यात अमेरिकेला पूर्ण सहकार्य करत होते. सीआयएच्या कारवायांतून फार काही घडलं नाही; मात्र त्यातील काही बाबी चीनला सापडल्या. तेव्हा चीननं या कारवाया अमेरिका भारताच्या सहकार्यानं करत असल्याचा संशय घ्यायला सुरवात केली. हे इतकं टोकाचं होतं, की १९६२च्या युद्धानंतर माओनं ते युद्ध सीमावादासाठी नाही तर भारताला तिबेट आपलं वाटू लागलं होतं तो समज दूर करण्यासाठी करावं लागल्याचं समर्थन केलं होतं. खरं तर त्यावेळी अमेरिकेसोबत भारत अशा कारवायांत सहभागी नव्हता. मात्र, युद्धातील फटक्यानंतर नेहरूंनी अमेरिकेकडं थेट लष्करी मदत मागितली होती, ती द्यायची तत्कालीन अमेरिकी अध्यक्ष जॉन एफ. केनेडी यांची तयारीही होती. केनेडींच्या हत्येनंतर हा मुद्दा मागं पडला; मात्र नेहरूंना अमेरिकेकडं ढकलण्यात चिनी हालचालींचाच वाटा होता. हे तिबेट प्रकरण अमेरिका, भारत, चीन आणि पाकिस्तान यात तेव्हा महत्त्वाचं होतं तसंच ७०वर्षांनीही आहे. तिबेट ही आताही चीनची दुखरी नस आहे. तिथं चीनचं वर्चस्व पूर्ण असलं तरी तिबेटमध्ये दलाई लामांचा प्रभावही तितकाच आहे आणि तिबेटींना, खास करून दलाई लामांसोबत भारतात आलेल्या तिबेटींच्या वारसांना आणि जगभरातील तिबेटींना तिथलं तिबेटी जीवनशैलीतलं चिनी आक्रमण मान्य नाही. या मंडळींनी परागंदा सरकार बनवलं

आहे. त्यासाठी नियमित निवडणुका होतात. या मंडळींना अमेरिकेचे अध्यक्ष डोनाल्ड ट्रम्प यांनी कारकीर्द संपता संपता एक मोठाच दिलासा दिला. अमेरिकेनं तिबेटविषयक कायदा मंजूर करून दलाई लामांचा वारस चीन एकतर्फी ठरवू शकणार नाही असं स्पष्ट केलं तसंच तिबेटमधील पर्यावरण बिघडण्यावरही बोट ठेवलं. हे जगभर पसरलेल्या तिबेटींना सुखावणारं तर चीनला डिवचणारं होतं. चीनसाठी दलाई लामांचा वारस हवा, तो निवडून तिथल्या भावनिक मुद्द्याला कायमची मूठमाती द्यायची आहे. अमेरिकेच्या आक्रमक पवित्र्यानं ते तितकं सोपं उरणार नाही. तिबेटची सोंगटी पुन्हा अमेरिका-चीन संबंधात पटावर आली तेव्हा ५०च्या दशकातील स्थिती बदलली आहे. अमेरिका जगातील महाशक्ती असली तरी चीन अमेरिकी वर्चस्वाला शह देण्यासाठी उभा ठाकतो आहे. तेवढी लष्करी, आर्थिक ताकद चीननं कमावली आहे. तिबेटसंदर्भात अन्य देशांनी काही भूमिका घेणं चीनला आपल्या अंतर्गत बाबींत हस्तक्षेप वाटतो. ५०च्या दशकात तिबेटमधील कारवायांत भारत फारसा सहभागी नव्हता; मात्र आता गलवानमध्ये चीन दारात उभा राहिल्यानंतर अमेरिकी प्रयत्नांना साथ द्यायची का, हा भारतासमोरचा मुद्दा असेल. केवळ अमेरिकेला भारत साथ देतो हे माओंच्या चीनसाठी युद्धाला निमंत्रण देणारं कारण वाटलं होतं. त्या पार्श्वभूमीवर भारताला धोरण ठरवायचं आहे. भारतानं यात अमेरिकेची साथ दिली तर अमेरिका, चीन आणि भारत या त्रिकोणातील संबंधात नवं वळण येणार आहे. सात दशकांतला गलवान ते गलवान आणि तिबेट ते तिबेट हा प्रवास अनेक उलथापालथींनी भरलेला असला तरी चीनच्या भूमिका पातळ होत नाहीत आणि त्याला ठोस धोरणात्मक प्रतिसाद देण्याची गरज संपत नाही हे स्पष्ट होतं.

चीनबद्दलचं स्वप्नाळू आकलन

चीन गलवानमध्ये भारताला आव्हान देतो आहे तसाच तो जागतिक रचना बदलण्याचं स्वप्नही पाहतो आहे. कोणताही देश बलिष्ठ झाला की हे वळण येतंच. तसंही शीतयुद्धकालीन जागतिक रचनेत एकविसाव्या शतकाचं दुसरं दशक संपताना बदलाची वेळही आली होती. मुद्दा हे बदल कोणत्या दिशेनं न्यायचे हाच आहे आणि यात निरनिराळ्या देशांचा आणि देशांच्या गटाचा दृष्टिकोन वेगळा आहे. त्यातून होऊ घातलेला संघर्ष नवी जागतिक अर्थरचनाच ही तर भूराजकीय रचनाही ठरवू शकणार आहे. चीनला यात आता आपली वेळ आली असं वाटण्याच्या अवस्थेला आणण्यात अमेरिका आणि पाश्चात्त्य जगाचा, त्या जगावर प्रभाव असलेल्या भांडवलदारी व्यवस्थेचा, त्यातील फॉर्च्यून ५०० म्हणून ओळखल्या जाणाऱ्या कंपन्यांच्या हितसंबंधांचा वाटा मोठा आहे. चीन काही अचानक आर्थिक ताकद बनलेला नाही. कम्युनिस्ट चीन तसा जगापासून फटकूनच होता आणि आर्थिक आघाडीवर प्रगती केलेल्या पाश्चात्य जगानंही चीनपासून दूर राहणंच पसंत केलं होतं. अमेरिकेला स्वातंत्र्यानंतर लगेचच पाकिस्तानचं कौतुक वाटायला लागलं त्याचं एक कारण पाकिस्तानच्या भूमीवरून चीनवर नजर ठेवायच्या हालचाली अमेरिकेचं हेर खातं करीत होतं. तिबेटमधील अमेरिकेच्या अशा हालचालींचे तपशील आता उघड झालेल्या सीआयए केबल्समधून स्पष्टपणे समोर आलेच आहेत. ब्रुस रिडले या एकेकाळच्या सीआयए अधिकाऱ्याच्या 'जेएफकेज् फर्गोटन क्रायसिस'... या पुस्तकातूनही हे तपशील समोर आले आहेत. कोरियन युद्धात अमेरिका - चीन हे देश एकमेकांच्या विरोधातच उभे होते. कम्युनिस्ट चीनला विरोध म्हणून तर, तुलनेत तैवानसारख्या छोट्या बेटापुरतं अस्तित्व असलेल्या रिपब्लिक ऑफ चीनला अमेरिका महत्त्व देत होती. चीनवरचा खरा हक्क याच सरकारचा, असं दाखवायची कोणतीही संधी सोडली जात नव्हती. चीनवरचा हा अमेरिकी आणि पाश्चात्त्य जगातला अविश्वास मुरलेला होता. अमेरिकेनं जवाहरलाल नेहरू यांच्यासारख्या कठोर टीकाकाराशी जुळवून घेण्याची तयारी दाखवली तीही चीनविरोधाचा भाग म्हणूनच. एकाच वेळी सोव्हिएत संघ आणि चीन या कम्युनिस्ट देशांचा उदय हा

पाश्चात्यांसाठी काळजीचा मामला होता. त्यात भारत आपल्या बाजूनं असावा असं अमेरिकेला वाटणं स्वाभाविक होतं. त्यातही भारत, अमेरिका हे दोन्ही देश उदारमतवादी लोकशाही मानणारे. त्यामुळं हा समन्वय नैसर्गिक असल्याचं भारत-अमेरिका दोस्तीचा पुरस्कार करणाऱ्यांना सुरवातीपासून वाटतं; मात्र अमेरिकेशी दोस्तीपायी भारत व्यूहात्मक स्वायत्तता गमवायला तयार नव्हता. अलिप्ततावादाचं धोरण, सुवेझ कालव्याच्या राष्ट्रीयीकरणापासून ते क्यूबातील मिसाईल संघर्षापर्यंत भारतानं घेतलेली तीव्र भूमिका आणि त्याचवेळी हंगेरीतील रशियन हस्तक्षेपावरची सौम्य भूमिका या सगळ्या भारताला अमेरिकी गोटात सहभागी व्हायचं नव्हतं या सूत्रातून आल्या होत्या. मात्र, अमेरिकेला आशियातील सत्ता संतुलनात भारत आपल्यासोबत हवा होता. काळाच्या ओघात भारताचा अमेरिकेविषयीचा गैरविश्वास कमी होत गेला. एकेकाळी भारतातील कोणत्याही गडबडीमागं परकीय हात असल्याचं सांगण्याची फॅशनच रूढ झाली होती. हा हात म्हणजे अमेरिकेच्या सीआयएचा हात असं मानलं जात होतं. आता परकी हात म्हणजे पाकिस्तानचा असं मानलं जातं. अमेरिका - पाकिस्तान मैत्रीतील गोडवा कधीच आटला आहे. जे सुरू आहे ते व्यवहारात एकत्र काम करण्याला पर्याय नाही म्हणून सुरू असलेल्या तडजोडीचा भाग आहे. तसंच ज्या पाकिस्तानच्या भूमीचा अमेरिका चीनच्या विरोधात उघड वापर करीत होती तो पाकिस्तान किंवा चीनविरोधातील युद्धात प्रसंगी भारतासोबत उभं राहायची भूमिका घेणारा पाकिस्तान आता चीनच्या पुरता कह्यात गेला होता. इतका की गलवानच्या संघर्षानंतर एका टप्प्यावर चीनच्या परराष्ट्र खात्यानं भारतानं लडाखमध्ये केलेले बदल मान्य नाहीत असं सांगताना याविरोधात पाकसोबत चीन लढेल, असं पाकला न विचारताच सांगून टाकलं. हा दक्षिण आशियातील संतुलनात मोठाच बदल झाला. चीनसोबतच्या ताज्या संघर्षात या बदलत्या नात्यांचा वाटा लक्षणीय आहे. चीनला, भारत अमेरिकेच्या जवळ जाणं हा आपल्या व्यूहात्मक उद्दिष्टांसाठी धोका वाटतो. चीन अमेरिकेच्या नजरेनं भारताकडं पाहतो तर भारताला चीनची पाकिस्तानशी सलगी भारतीय हितसंबंधांच्या विरोधात जाणारी वाटते. भारत पाकिस्तानच्या संदर्भानं चीनकडं पाहतो. भारतानं लडाखचा केंद्रशासित प्रदेश करणं किंवा जम्मू आणि काश्मीर राज्यासाठीचं ३७० कलम रद्द करून तिथं राज्याऐवजी केंद्रशासित प्रदेश बनवण्यावर चीनचा आक्षेप आहे. त्यात लडाखमधील चिनी दाव्याचा वाटा आहे तसाच पाकशी सुसंगत भूमिका घेण्याचाही. ती भारताला न आवडणारी आहे, तर भारतानं अमेरिकेसोबत सागरी प्रदेशात वाढवलेलं सहकार्य चीनला खुपणारं आहे. चीनसाठी अडचण असेल तर ती प्रामुख्यानं इंडो - पॅसिफिक महासागरात आहे. सारा खटाटोप हा रोड अँड बेल्ट इनिशिएटिव्हचा धोका कमी करण्यासाठीही आहे. सागरी क्षेत्रातली भारत-अमेरिका साथीला ऑस्ट्रेलिया, जपानची जवळीक, त्यातून तयार होणारा क्वाड नावाचा चौकोन चीनसाठी आव्हानात्मक असेल. तसंच चीनचं पाककडं झुकणं भारताला तापदायक. ५०च्या दशकात चीनविषयी संशयाची भावना ते आता प्रतिस्पर्धी म्हणून चीनला रोखण्याची अमेरिकेची धडपड या प्रवासात उभय देशांतील सहकार्याचं एक मोठंच पर्व आलं, तेच चीनला समृद्धीच्या मार्गावर घेऊन गेलं. आजचा आर्थिकदृष्ट्या समर्थ चीन आणि तांत्रिकदृष्ट्या अमेरिका आणि पाश्चात्त्यांना आव्हान देऊ पाहणारा चीन त्याच्याच सक्रिय सहकार्यातून साकारला होता.

याची सुरवात झाली ती १९७१मध्ये...

अमेरिकेला चीनसोबतच्या सहकार्यातून अनेक गोष्टी साधायच्या होत्या तशाच चीनलाही. अखेर आंतरराष्ट्रीय संबंधातील ऊर्जा एकमेकांचे हितसंबंध साधण्यातूनच तर तयार होते. ट्रम्प यांच्या अध्यक्षीय कारकीर्दीतील दुसरे राष्ट्रीय सुरक्षा सल्लागार लेफ्टनंट जनरल एच. आर. मॅकमास्टर यांनी ॲटलांटिकमधील लेखात अमेरिकेच्या अपेक्षांविषयी नोंद केली आहे. ते म्हणतात, ७०च्या दशकात डेंग शाओपिंग याच्या भराच्या काळापासून अमेरिकेचा चीनकडे पाहण्याचा

दृष्टिकोन असा होता- 'चीनचं' आंतरराष्ट्रीय राजकीय आणि आर्थिक व्यवस्थेत स्वागत झाल्यानंतर हा देश नियमांवर आधारित रचनेचा भाग बनेल. तिथला व्यापार खुला होईल, खासगीकरण सुरू होईल. चीनमध्ये समृद्धी येईल तसं तिथलं सरकार लोकांचे मूलभूत अधिकार आणि राजकीय स्वातंत्र्याकडं जाऊ लागेल.' मात्र, ही गृहितकं चुकीची ठरली असंही मॅकमास्टर नोंदवतात. अमेरिकेच्या अध्यक्षपदी ज्यो बायडेन विजयी झाल्यानंतर त्यांनी परराष्ट्र धोरणात निवडलेले सहकारीही हीच भूमिका मांडणारे आहेत. खास करून पहिल्यांदाच अमेरिकेनं इंडो-पॅसिफिक समन्वयक हे पद तयार केलं. कुर्ट कॅम्पबेल यांना ते देण्यात आलं. त्यांनी फॉरेन अफेअर्स या नियतकालिकात अमेरिकेला चीनमधील घडामोडींना आपण वळण लावू असं वाटत राहिलं ते किती चुकीचं होतं याचे भरपूर तपशील पुरवले आहेत. चीनमधील चँग कै शेकच्या नेतृत्वाखालील राष्ट्रवादी आणि माओच्या नेतृत्वाखालील कम्युनिस्ट यांच्यात समझोता घडवून आणता येईल इथपासून ते जागतिक अर्थव्यवस्थेत चीनला सामावून घेतल्यानं तिथं खुलेपणा आणावाच लागेल इथपर्यंतची गृहितकं हे भ्रम ठरल्याचं त्यांनी दाखवून दिलं आहे. बायडेन यांनी नियुक्त केलेले राष्ट्रीय सुरक्षा सल्लागार जेक सुलिवान यांनी फॉरेन पॉलिसी या नियतकालिकात चीनचा उदय फार तर प्रादेशिक प्रभाव वाढवण्यापुरता राहील हा आशावाद चुकीचा ठरला आणि चीन अमेरिकेचा स्पर्धक बनल्याचं दाखवून दिलं आहे. हे केवळ त्यांनी नोंदवलं म्हणून नाही, तर अमेरिकन मुत्सद्यांचा चीननं भ्रमनिरास केला हे उघड वास्तव आहे. अमेरिकेच्या नेतृत्वाखालील भांडवलदारीला आधार पुरवणाऱ्या पाश्चात्य जगानं आपलं आर्थिक वर्चस्ववादाचं धोरण राबवताना उदारमतवाद आणि लोकशाहीच्या निर्यातीचे अनेक प्रयोग केले. कोणत्याही देशात आर्थिक लष्करी मदत करताना तिथं आपल्याला हवी तशी भूमिका घेतली जावी या अपेक्षेसोबतच मुक्त भांडवलदारी व्यवस्थेला बळ मिळावं आणि अशा व्यवस्थेला संरक्षण देणारी राजकीय चौकट, जी प्राधान्यानं उदारमतवादी लोकशाही स्वरुपाची असेल अशी आकारला यावी, असे प्रयत्न सातत्यानं झाले. चीनशी दोस्तीचे प्रयोग लावताना न उच्चारलेलं पण हे ध्येय होतंच. त्याचा उच्चार अधिक स्पष्टपणे मॅकमास्टर यांनी केला. चीनला पाश्चात्यांची मदत आपला उत्कर्ष करण्यासाठी तर हवीच होती; पण त्या बदल्यात काही प्रमाणात बाजार खुला करण्यापलीकडं काही द्यायची तयारी नव्हती. शी जिनपिंग यांचा चीन तर चिनी मध्यवर्ती सत्तेच्या पुनरुत्थानाचं स्वप्न पाहतो आहे. चीनच्या १९व्या राष्ट्रीय परिषदेत शी यांनी स्पष्टपणे या पुनरुत्थान सिद्धांताची घोषणा केली होती. म्हणजेच साम्यवादाच्या वाटेनं जाऊन राजकीय उद्दिष्टं साध्य केली तरी चिनी नेतृत्वाच्या मनात 'मिडल किंगडम' ही चीनची ओळख पुन्हा प्रस्थापित करण्याची इच्छा आहे. हा 'मिडल किंगडम सिंड्रोम' चीनला एका बाजूला आधुनिक लष्करी, तंत्रज्ञानातील ताकद बनवत असतानाच त्यासाठीच्या प्रेरणा इतिहासात पाहतो. अमेरिकेचे अध्यक्ष ट्रम्प यांच्या पहिल्या चीन दौऱ्यात शी यांनी स्वतः ट्रम्प आणि त्यांच्या शिष्टमंडळाला पाच शतकांपूर्वीच्या चिनी साम्राज्याचे अवशेष असलेल्या राजधानीत फिरवून आणलं. त्याआधीच पुनरुत्थानावर शी बोलले होते. जगाचे सर्व प्रकारचे स्रोत वापरा, प्रसंगी उचला; पण आपल्या उद्दिष्टापासून अजिबात ढळू नका, हे चिनी वाटचालीचं सूत्र आहे. ५०च्या दशकातही तेच होतं, एकविसाव्या शतकात तेच आहे आणि चिनी क्रांतीला १००वर्षे पूर्ण होताना २०४९मधील जो चीन शी यांना अभिप्रेत आहे त्यातही त्याच उद्दिष्टाच्या दिशेनं वाटचाल करण्याचा निश्चय आणि जिद्दही आहे. यात कधीतरी अमेरिका विरोधात होती, नंतर सहकार्य करायला पुढं आणि आता उघडच वर्चस्वाचा संघर्ष सुरू आहे. या किंवा यासारख्या आंतरराष्ट्रीय संबंधातल्या बदलानं चीनला काही फरक पडत नाही. भारताशी चिनी व्यवहार समजून घेताना हे चिनी वैशिष्ट्य लक्षात घेतलं पाहिजे; अन्यथा चीनशी टोकाची दुश्मनी किंवा गळ्यात गळे

असल्या टोकांकडं जाण्याचा धोका असतो. याची आवर्तनं आपल्याकडं अनेकदा झाली आहेत. नेहरू ते मोदी या काळात त्यातून हाती काही लागत नाही हा इतिहासाचा धडा आहे.

चीन आपल्या उत्कर्षकाळाचे आदर्श इतिहासात शोधतो. सोव्हिएत युनियनची व्यवस्था आणि नेतृत्वाहून चिनी नेतृत्वाची विचार करण्याची पद्धत या बाबतीत भिन्न आहे. चीनच्या मिंग साम्राज्याचा एकेकाळी जगाच्या बऱ्याच भागात दबदबा होता. १३६८ ते १६४४ असं प्रदीर्घ पाच शतकांचं हे साम्राज्य होतं. या साम्राज्याचा एक नौदलप्रमुख झेंग यानं पश्चिम पॅसिफिक आणि हिंदी महासागरात सात प्रचंड मोहिमा पूर्ण केल्या. हे सारं कोलंबसच्या प्रख्यात दर्यावर्दी मोहिमेच्या आधीचं. अनेक अर्थांनी चीनसाठी हा सुवर्णकाळ होता. या सागरी मोहिमांवर स्वार होऊन नवं जग धुंडाळण्याचा प्रयत्न केला असता तर चीनचं माहात्म्य भलतंच वाढलं असतं, असं मानणाऱ्या पंथाचे शी आहेत. या मोहिमांनंतर चिनी सम्राटानं जग चीनला काही देऊ शकेल असं वाटत नाही, असं ठरवून सारी बंदरं बंद करून टाकली. पुढची दोन शतकं युरोपियन दर्यावर्दी मंडळींच्या साहसी मोहिमांची आणि युरोपच्या भरभराटीची होती. याच काळात युरोप आणि पुढं अमेरिकेनं प्रचंड प्रगती साधली. चिनी राज्यकर्त्यांना मिंग साम्राज्याचं आकर्षण आहेच; मात्र त्यातून धडा घेत आता जगावर प्रभाव टाकायची इच्छा आणि तयारीही आहे. मिंग साम्राज्याची अशी धारणा होती, की स्वर्गाखाली असलेल्या संपूर्ण भूमीवर आपलं राज्य आहे. चीन ही मध्यवर्ती सत्ता होती हा आत्मगौरव आणि तशी ती असली पाहिजे हे स्वप्न यातून तिथं 'मिडल किंगडम' सिंड्रोम तयार झाला आहे, तो चीन इतरांहून श्रेष्ठ असल्याची भावना तयार करतो. ताकद कमावण्याच्या वाटचालीत अनेकदा मानवी समूहांत या प्रकारची वर्चस्ववादी भावना तयार होते. ती कधी तरी जगातील वास्तवाच्या खडकावर आपटतेही; मात्र तोवर तिचा जोर असतो. इतिहासातील दाखल्याच्या आधारे सीमावाद पूर्णतः कधीच संपवता येत नाही. १९६२च्या युद्धापूर्वी चीनचे पंतप्रधान झाऊ एन लाय भारतात वाटाघाटींसाठी आले तेव्हा पूर्व लडाखमधील ज्या भागावर चीन दावा सांगत होता तो भाग १८व्या शतकात चीनच्या नियंत्रणात होता हा त्यांचा युक्तिवाद होता. तो नेहरूंना मान्य नव्हता. तर चीनच्या मते, भारताची या भागातील उपस्थिती १९५०नंतरची होती. तेही नेहरूंना मान्य नव्हते. चीन किंवा तिबेटमधील सत्ताधीशांचे लडाख किंवा अक्साई चीनशी संबंध आणि जम्मू काश्मीरचे सत्ताधीश तसंच ब्रिटिश आणि या भागाचे संबंध हा गुंतागुंतीचा इतिहास आहे. त्यातील सोयीच्या बिंदूवर अडून बसण्यातून आजचे प्रश्न सोडवणं कठीण. मात्र, चीनची मनोभूमिकाच त्यांनी ठरवलेल्या नकाशात तडजोड न करण्याची आहे. १९६२चं युद्ध ते २०२०मधील गलवान संघर्ष यात हा समान धागा दिसेल. म्हणूनच काळानुसार अनेक बदल झाले तरी मूलतः नेहरू आणि मोदी यांच्यासमोरचं चिनी आव्हान जवळपास सारखंच आहे.

१९६२च्या युद्धानंतर ब्रह्मपुत्रेच्या पात्रातून बरंच पाणी वाहून गेलं आहे. भारत आता १९६२चा राहिला नाही, असं गलवानमधील चिनी आगळीकीनंतर सातत्यानं सांगितलं जातं. हे खरं आहे की १९६२मध्ये चीननं जो धक्का दिला त्यानंतर भारत सावध झाला. चीनविषयी अविश्वासाचं वातावरणच आपल्याकडं तयार झालं. हेही खरं आहे की त्यानंतरच्या अनेक संघर्षात भारतानं चीनला खणखणीत उत्तरही दिलं. भारताचं लष्करी, आर्थिक सामर्थ्य, सीमेवरच्या पायाभूत सुविधा या साऱ्यांतच मोठे बदल झाले आहेत. मात्र, जसा भारत १९६२चा उरला नाही तसाच चीनही कुठं १९६२चा राहिला आहे? मधल्या काळत चीननंही अफाट प्रगती केली आहे. आर्थिक आघाडीवर सक्षम झाल्यानंतर लष्करी आणि राजकीय पटावर सोंगट्या हलवायचा खेळ चीननं सुरू केला आहे. ६०च्या दशकात चीनसमोर खरा प्रश्न भुकेचा होता. आता एकविसाव्या शतकातला चीन जगभर वर्चस्व गाजवणाऱ्या अमेरिकेला वाकुल्या दाखवण्याइतका समर्थ बनला आहे. भारत आणि चीन

या दोन्ही देशांत मोठे बदल झाले आहेत मात्र चीनचं लष्करी, आर्थिक सामर्थ्य सध्या तरी लक्षणीयरीत्या मोठं आहे. बौद्धिक संपदा हक्कांची ऐशीतैशी करून का असेना; चीन तंत्रज्ञानाच्या क्षेत्रातही मोठी ताकद बनला आहे. चिनी ५जी तंत्रज्ञानाची अमेरिकेलाही धास्ती वाटावी अशी स्थिती चीननं तयार केली. तुलनाच करायची तर चीनचा लष्करावरचा खर्च २६५अब्ज डॉलर तर भारताचा सुमारे ५५अब्ज डॉलर इतका आहे. चीनचं स्वप्न २०४९पर्यंत जगातील सर्वात सामर्थ्यशाली सेनादल बनण्याचं आहे. भूमी, समुद्र, आकाश आणि त्यापलीकडं अंतरिक्षातही चीन स्पर्धा करू पाहतो आहे. राफेलची पहिली तुकडी आली तर आपल्याकडं उत्सवी वातावरण होतं. राफेल हे चौथ्या पिढीचं लढाऊ विमान मानलं जातं. चीनकडं पाचव्या पिढीची अशी विमानं आहेत. चीन सेनादलात आकडेवारीच्या संदर्भात असा उजवा असला तरी प्रत्यक्ष ज्या भागात लढाईला तोंड फुटू शकतं अशा अनेक ठिकाणी भारतासाठी जमेच्या बाजू आहेत. केवळ लष्करी आकार प्रचंड आहे या बळावर भारताला हवं ते करायला भाग पाडणं शक्य नाही; मात्र चीनचं सामर्थ्य पाहता केवळ युद्धाच्या मार्गानं चीनसोबतचा तंटा सुटणं कठीण. उभय देशांनी याची जाणीव ठेवायला हवी. संघर्षाच्या खुमखुमीनंतर ती येतेही. गलवानमध्ये काही महिने ठाण मांडल्यानंतर उभयमान्य तोडग्याच्या दिशेनंच जावं लागतं आहे, हे याचंच निदर्शक. यात मुद्दा इतकाच असतो, अशा उभयमान्य तोडग्याकडं जाताना आपण दीर्घकालीन दृष्टिकोनातून काय मिळवतो, काय गमावतो याला महत्त्व दिले पाहिजे. आर्थिक आघाडीवर आणि सॉफ्ट पॉवर म्हणूनही चीननं मोठीच मजल मारली आहे. सकल राष्ट्रीय उत्पन्न (जीडीपी), दरडोई उत्पन्न, गरिबी निर्मूलन, साक्षरता, आरोग्य ते सांस्कृतिक आघाडीवर चीननं आव्हान उभं केलं आहे. १९८७मध्ये भारत आणि चीनचा जीडीपी जवळपास सारखाच होता. २०१९मध्ये चीनचा जीडीपी भारताच्या तुलनेत ४.७८पट इतका वाढला. ९०च्या दशकात सुरवातीला दरडोई उत्पन्नात भारत चीनच्या किंचित पुढंच होता. २०१९मध्ये चीनचं दरडोई उत्पन्न ४.६१पटीनं वाढलं. उद्योगस्नेही देशांच्या यादीत चीन किती तरी पुढं आहे. स्टार्ट अप उभारणीत चीन कित्येक पट पुढं आहे. आयात-निर्यातीचा तोल चीनकडं झुकलेलाच आहे. २०१९-२०मध्ये भारतातून चीनला १लाख ७९ हजार ७६६ कोटींची निर्यात झाली; तर चीनमधून ५ लाख ५० हजार ७८४कोटींची आयात केली. औषधं, वाहनं, उद्योगातील सुटे भाग, स्मार्ट फोन ते खेळणी, फर्निचरपर्यंत चीनवरचं अवलंबित्व तयार झालं आहे. त्यामुळं केवळ चिनी मालावर बहिष्काराच्या मोहिमा चालवणं आणि काही ॲप्सना बंदी आणि गुंतवणुकीवर निर्बंध आणण्यानं चीनचा आर्थिक आघाडीवर मुकाबला करता येईल हा भ्रम आहे. कोविडच्या काळातही चिनी मालावरचे वाढते निर्बंध ध्यानात घेऊनही चीनमधून होणारी निर्यात वाढत राहिली. साहजिकच आर्थिक आघाडीवर चीनला रोखणं, त्यासमोर आपलं पर्यायी मॉडेल मांडणं हे गुंतागुंतीचं, मेहनतीचं काम आहे. मतपेढी समोर ठेवून घोषणा करणं आणि इव्हेंटबाजीइतकं ते सोपं नाही. याची जाणीव चीनसंदर्भात कायम ठेवली पाहिजे.

चीनसंदर्भात गफलतींचा वारसा नेहरू - मोदी फार बदलत नाही. गलवानमधील संघर्षानंतर उभय देशांचं सैन्य डोळ्याला डोळा भिडवून लडाखमध्ये उभं राहिलं. हा तणाव स्फोटक होता. तो संपवण्याची गरज होती. चीन जो प्रस्ताव १९५९मध्ये भारताच्या गळ्यात मारू पाहत होता त्याच दिशेनं लडाखच्या सीमेवरची स्थिती जाईल अशा हालचाली चीनकडून याही वेळेस झाल्या. चीनला घाई नाही; मात्र त्यांच्या आकलनानुसारच्या सीमा बदलण्याची भारताची अजिबात तयारी नाही. यातूनच पँगाँगच्या परिसरात जिथंवर भारतीय सैन्य पूर्वी गस्त घालत होतं तिथं ते थांबवणारी तडजोड प्रत्यक्षात आली आहे. फिंगर आठपर्यंत भारतीय सैन्य गस्त घालत असे ते नव्या समझोत्यात तूर्त तरी फिंगर तीनपुढं जाऊ शकणार नाही. त्या परिसरातील हक्क सोडला

नसला तरी वहिवाट कमी होणारच आहे. इतकंच नाही, तर भारतीय सैन्याच्या ज्या चकित करणाऱ्या कृतीनं चीनला समझोत्याकडं जाण्यास भाग पाडलं, त्या कैलास रांगांतील शिखरांवरचं सैन्य भारताकडून मागं घेण्याचं. या संघर्षात भारतीय सैन्य तितक्याच ताकदीनं उतरू शकतं हे दिसलं; मात्र सीमेवर कायम तणाव ठेवणं अशक्य असतं. यातून जो समझोता झाला त्यानंतर चीन नरमला वगैरेची भाषा सुरू झाली. ही आपल्याकडं प्रत्येक बाब राजकारणात वापरण्यासाठी असते आणि प्रतिमा निर्मितीसाठीच वापरायची असते या रूढीला धरूनच घडली; मात्र तपशिलात गेल्यानंतर चीन बफर झोनसारख्या कल्पनेतून प्रत्यक्षात १९५९च्या प्रस्तावाकडं ढकलू पाहतो आहे हे दिसतं. त्या प्रस्तावात झाऊ याचं सांगणं होतं, सीमेवरची जैसे थे स्थिती मान्य करून सीमानिश्चितीची बोलणी करावीत. नेहरूंचा युक्तिवाद होता, जैसे थे म्हणजे नेमकं काय? आजची जैसे थे स्थिती दोन वर्षांपूर्वीच्या स्थितीहून वेळी असू शकते, तेव्हा कशाला प्रमाण मानायचं? गलवानमधील चिनी घुसखोरीनंतर खरं तर जैसे थे म्हणजे एप्रिल २०२० पूर्वीची स्थिती उभय बाजूंनी जाणं असायला हवं होतं. प्रत्यक्षात तसं घडलं नाही. हेच तर नेहरू सांगत होते. आणि तेच तर चिनी घुसखोरीचं डिझाईन आहे. त्यात त्यांना तुम्ही सरशी झाली म्हणून घोषित केलं आणि त्याचा राजकीय लाभ देशात उठवला तर काही फरक पडत नाही. आत लडाखमध्ये जे काही बदललेलं चित्र असेल तेच आणखी काही वर्षांनी नवी जैसे थे स्थिती म्हणून दाखवलं जाईल.

शी जिनपिंग यांच्या चीनचं स्वप्न आहे ते अमेरिकन वर्चस्वाची जागा घेण्याचं. या स्वप्नात शेजारी भारत हाच आव्हान देऊ शकेल असा देश आहे. जगावरच्या प्रभुत्वात चीनला केवळ आर्थिक वर्चस्व अपेक्षित नाही. अमेरिकेला जशी त्यांच्या आर्थिक, लष्करी व्यूहरचनेत उदारमतवादी लोकशाहीची निर्यात करायची असते, तशी चीनला चिनी वैशिष्ट्यांसह समाजवादाची निर्यात करायची आस आहे. हे अनेकदा जिनपिंग यांच्या वक्तव्यातून समोर आलं आहे. साहजिकच हे आव्हान सर्वंकष आहे. ज्या प्रकारची रचना दुसऱ्या महायुद्धानंतर आकाराला आली आणि शीतयुद्धाच्या समाप्तीनंतर एक वळण घेत स्थिरावली, त्याला चीन धडका देतो आहे. या व्यवस्थेत दोष आहेत यात शंकाच नाही; मात्र चीनला ती ज्या दिशेनं बदलायची आहे ती जगभरातील उदारमतवादी लोकशाही प्रवाहांना आव्हान देणारी आहे. या वर्चस्वाच्या स्वप्नासाठी चीननं अमेरिका आणि पाश्चात्यांच्या भांडवलाचा धूर्तपणे वापर केला. बौद्धिक हक्कांची पायमल्ली करून आणि प्रसंगी तंत्रज्ञान चोरून आणि चलनमूल्यात सोयीच्या गफलती करून आर्थिक विकास साधला आहे. चीन तंत्रज्ञानातील मोठी शक्ती बनला आहे. लष्करी ताकद तर आहेच. रोड अँड बेल्ट इनिशिएटिव्हच्या माध्यमातून चीन एक महाप्रचंड जाळं विणतो आहे. ज्यात कित्येक देशांमध्ये गुंतवणूक करताना कायमचे हितसंबंध तयार होतील. त्या देशांना चीनविरोधात उभं राहणं जवळपास अशक्य बनेल. चीनकडं असलेला पैसा गुंतवण्याची सोय यात आहे, कुशल मनुष्यबळाला काम मिळण्याची खात्री आहे. इतर देशांना पायाभूत सुविधांसाठी मदत केल्याचा मोठेपणा घेता येणार आहे. तसंच चीनची एक दुखरी नस आहे ती समुद्रमार्गे होणाऱ्या इंधन आयातीची. तिथं चीनचं नाक प्रसंगी दाबता येऊ शकतं. हे करण्यात अमेरिकेसोबत भारताची भूमिका महत्त्वाची असू शकते. रोड अँड बेल्ट इनिशिएटिव्हमधून चीन त्यावर पर्यायी रस्ते मार्ग शोधतो आहे. या चिनी महास्वप्नात त्यांना आशियात निर्विवाद वर्चस्व ठेवणं ही पूर्वअट असेल. त्यासाठी आशियात चीन सर्वश्रेष्ठ आहे, भारताचा आकार, स्थान कितीही मोठं असलं तरी भारताचं स्थान चीननंतरचं, असं ठसवण्याचा चीनचा प्रयत्न असतो. गलवानमधील घुसखोरी असो की नेपाळमध्ये जिथं भारताचं पूर्ण वर्चस्व होतं तिथं भारतविरोधी कारवायांना उत्तेजन देणं असो किंवा भूतानसारख्या चिमुकल्या देशाला भूमीची सलगताही नसलेल्या छोट्या तुकड्यावरून डिवचणं असो किंवा अगदी भारताच्या आक्षेपांचा कसलाही विचार

न करता बेल्ट अँड रोड इनिशिएटिव्हमधील मार्ग भारताचा दावा असलेल्या पाकव्याप्त काश्मिरातून नेणं असो; हे सारं एकाच सूत्राभोवती फिरतं. या भागात आम्ही ठरवू तेच होईल; ते भारत रोखू शकत नाही, हेच चीनला यातून सांगायचं असतं. पंडित नेहरूंनी चीनच्या युद्धानंतर आशियात आम्हीच सर्वश्रेष्ठ या अहंगंडापोटी चीननं युद्ध लादल्याचं एका मुलाखतीत सांगितलं होतं. ते निदान खरंच होतं; मात्र तो केवळ अहंगंडच नाही, ही स्थिती प्रत्यक्षात आणण्यासाठी चीन सातत्यानं प्रयत्नशील आहे.

कोविड-१९चा प्रसार चीनमधूनच जगभर झाला. त्यानंतर चीनवरचं अति अवलंबित्व घातक ठरू शकतं याची जाणीव केवळ आर्थिक हितसंबंध पाहात राहणाऱ्या देशांनाही झाली. कोरोनोत्तर जगात चीनवरील अविश्वास अनेक पटींनी वाढलेला असेल. चीनच्या महत्त्वाकांक्षाही उघड झाल्या आहेत. जागतिक पुरवठा साखळीत चीनचं पूर्ण वर्चस्व आणि जगाचा कारखाना बनताना वाढलेलं अवलंबित्व यातून बाहेर पडायला अनेक देश उत्सुक असतील. अमेरिकेत क्लिंटन ते ओबामा यांच्या काळात चिनी इरादांकडं दुर्लक्ष करत झालेली वाटचाल उलटी फिरते आहे. चीनला जागतिक व्यवस्थेत सामावून घेतलं पाहिजे, त्यासाठी अधिकच्या सवलतीही दिल्या पाहिजेत, हा अमेरिकी मुत्सद्यांमधील मुख्य प्रवाह होता. त्याची जागा आता नव्या चीनला रोखण्याची रणनीती आखली पाहिजे असं मानणाऱ्या मुख्य प्रवाहानं घेतली आहे. अमेरिकेचे नवे अध्यक्ष ज्यो बायडेन यांनी नियुक्त केलेले मंत्री आणि अधिकारी याच मानसिकतेचे आहेत. साहजिकच २०२१पासून सुरू झालेलं नवं दशक एका नव्या शीतयुद्धाचे संकेत देणारं आहे. हे दशक जगाच्या वाटचालीची दिशा ठरवेल. या शीतयुद्धात जागतिक अर्थव्यवस्थेत खूप खोलवर रुजलेल्या चीनचं आव्हान आहे. तसं ते सोव्हिएत संघाबाबत नव्हतं. भारत - चीन संबंधाकडं या बदलत्या जागतिक स्थितीच्या चौकटीतही पाहायला हवं. युद्ध दोन्ही देशांना परवडणारं नाही; मात्र आक्रमक व्हायचं, नंतर थोडं मागं यायचं. यात १९५९च्या झाऊ एनलाय यांनी सुचवलेल्या प्रस्तावाकडंच वाटचाल करत राहायचं हे सीमाविषयक चिनी धोरण स्पष्टपणे दिसतं आहे. गलवानच्या संघर्षात याच दिशेनं चीननं पाऊल टाकलं. त्यावर निघालेल्या तोडग्यातून लडाखमधील तणाव कमी करणं एवढंच साध्य होणारं आहे. त्यापलीकडं उभय देशांतील संबंधात एक गारठा तयार झाला आहे. त्याला चीन भारताकडं अमेरिकेच्या लगत निघालेला देश म्हणून पाहतो हेही कारण आहे, तर भारताकडून पाकच्या सगळ्या आगळिकीवर पांघरुण घालणारा देश म्हणून चीनविषयी संशय, आकस स्वाभाविक असतो. असं दुसऱ्या देशांच्या संदर्भातून आशियातील या प्रचंड आकाराच्या शेजाऱ्यांनी एकमेकांकडं पाहणं संबंधातील गुंतागुंत वाढवत नेणारं ठरतं.

अमेरिकेत डोनाल्ड ट्रम्प पराभूत झाले आणि ज्यो बायडेन अध्यक्ष झाले याचा प्रभावही बदलत्या जागतिक समीकरणात पडणारच आहे. चीनला रोखणं ही अमेरिकेतील सत्तेत कोणीही असलं तरी गरज आहेच; मात्र ते कसं याचे मार्ग भिन्न आहेत. म्हणूनच त्याचे भारतावरील परिणामही वेगळे असतील. बायडेन यांना पूर्वीची अमेरिका साकारायची आहे. म्हणजेच जागतिक व्यवहारातील वर्चस्व अधोरेखित करायचं आहे. ट्रम्प यांनी जगाच्या व्यवहारातून लक्ष कमी करत बहुपक्षीय ऐवजी उभयपक्षी संबंध, त्यातील अर्थकारणावर अधिक भर दिला होता. बायडेन ती वाटचाल बदलतील. चीनला रोखताना आयातीवर जबर कर लादून चीनला व्यापार तोटा कमी करायला भाग पाडणं या ट्रम्प नीतीपलीकडं बायडेन अनेक देशांच्या सहकार्यानं चीनला वेसण घालायची रणनीती आणतील. अमेरिकेची चीनविषयक भूमिका काय याचा स्वाभाविक परिणाम भारतावर, भारत - चीन - अमेरिका या त्रिकोणातील संबंधांवर होणार आहे. एकविसाव्या शतकाच्या सुरवातीपासून अमेरिकेच्या पुढाकारानं साकारलेलं एकध्रुवीय जग कालबाह्य होत बहुध्रुवीय होईल असं सांगितलं जात होतं. चीनला ते आपल्याभोवती फिरणारं हवं आहे. अमेरिकेला

आपली जागा सोडायची नाही. यातून चीन आणि अमेरिकेभोवतीच्या गटांची जमवाजमव होण्याची शक्यता अधिक. त्याचबरोबर विसाव्या शतकातील विभागणीची सूत्रं जशीच्या तशी आता लागू पडणार नाहीत याचं कारण आता आपल्या क्षेत्रात प्रभाव टाकू पाहणारे आणि त्यातून जागतिक व्यवहारात हस्तक्षेप करू पाहणारे अनेक देश, गट पुढं येताहेत. अमेरिका, चीन यांच्या प्रभावाखालील गटांसोबतच रशियाला ग्रेटर युरोशियाचं नेतृत्व करावं वाटतं, जर्मनी, फ्रान्स यांच्या पुढाकारानं युरोपातील संघटन साकारतं आहे, भारत, ब्राझील, जपान यांसारख्या देशांना आपला प्रभाव वाढवायचा आहे. यातून एक बहुध्रुवीय स्पर्धेचं रूप आधी आर्थिक व्यवहारात आणि नंतर लष्करी आणि जागतिक वर्चस्वाच्या हालाचालींत येण्याची शक्यता आहे.

हे बदल समजावूनच भारत-चीन संबंधाचं आकलन करता येऊ शकतं. १९६२च्या युद्धानंतर ही स्थिती खूपच बदलली आहे. एकाच वेळेस संघर्ष आणि समन्वय साधत आपापली ताकद वाढवणं हे नव्या खेळाचं सूत्र आहे. चीनविषयी शंका असल्या तरी चीनच्या पुढाकारानं साकारलेल्या सीआरपीसी या व्यापार करारात १५ लक्षणीय देश सहभागी झाले. बायडेन यांचं अध्यक्षपद निश्चित झाल्यानंतरही युरोपातील देशांनी चीनसोबत गुंतवणूक करार केला, हे याच स्पर्धा करताना अर्थभान सोडता येत नाही याचं लक्षण. जागतिक पातळीवर नवा ग्रेट गेम साकारला जात असताना त्यापासून आता संपूर्ण अलिप्त राहणं शक्य नाही. मुद्दा त्यात उतरताना आपले प्राधान्यक्रम काय हा असला पाहिजे. परराष्ट्र धोरण हे गुंतागुंतीचं पण शांतपणे साकारायचं प्रकरण आहे. ते मतपेढ्यांना चुचकारण्यासाठी वापरायचं प्रकरण नाही याचं भान इथं आवश्यक ठरतं. नाहीतर दाखवेगिरीच्या मोहात वास्तवाची जाणीव सुटण्याचा धोका असतो. जो चीन आणि पाकिस्तान या दोन्ही शेजाऱ्यांशी व्यवहारात अलीकडं समोर आला आहे. कोणत्याही जागतिक रचनेत कायमचं शत्रू - मित्र असं काही नसतं. त्या त्या वेळच्या हितसंबंधावर शत्रू-मित्र विवेक ठरत असतो. १९६२चं युद्ध सुरू असताना नेहरू हे अमेरिकेचे कडवे टीकाकार असले तरी अमेरिकेचे अध्यक्ष जॉन एफ. केनेडी भारताला मदत करायच्या मानसिकतेत होते. त्याआधीही तिबेटमधील अमेरिकी कारवायांत भारतानं साथ द्यावी असं अमेरिकेला वाटत होतं. हीच अमेरिका १९७१च्या बांगलादेश युद्धावेळी पाकिस्तानच्या बाजूनं वजन टाकत होती. रिचर्ड निक्सन यांनी अमेरिकेचं सातवं आरमार भारताच्या दिशेनं धाडलं होतं. त्याचवेळी अमेरिकेचे परराष्ट्र मंत्री हेन्री किसिंजर चीनला चुचकारत होते. शीतयुद्धात निर्णायक आघाडी मिळवणारी खेळी करत अमेरिकेनं चीनशी जवळीक तेव्हा साधली. नंतर काही चढउतार येत राहिले तरी अमेरिकेनं चीनला सांभाळून घेण्याची भूमिका ठेवली. २०२०मध्ये गलवानच्या खोऱ्यात चीननं घुसखोरी केली तेव्हा अमेरिकेचा नूर बदललेला होता. डोनाल्ड ट्रम्प यांची अमेरिका हा एक देश निःसंदिग्धपणे भारताची बाजू घेत होता. १९७१मध्ये भारताला इशारा देण्यासाठी सातवं आरमार धाडणारी अमेरिका आता दक्षिण चीन समुद्रात युद्धनौका धाडू लागली. भारतासोबत संयुक्त नौदल सराव सुरू झाला. जपान, ऑस्ट्रेलियासोबत भारताशी क्वाड नावानं नवा चौकोन इंडो-पॅसिफिक स्वरुपात अमेरिका साकारू पाहते आहे. या साऱ्याचं सूत्र चीनला चाप लावण्याचं आहे. साहजिकच चीनला तोंड देताना भारतासमोर अनेक पर्याय आता उपलब्ध होऊ शकतात. मुद्दा आतापर्यंत जपलेली व्यूहात्मक स्वायत्तता कायम ठेवून यातील काय कसं निवडायचं हा आहे आणि हीच तर मुत्सद्देगिरीची कसोटी आहे. शिवाय शांततेसोबत सन्मानानं वावरायचं तर धाक वाटेल असं लष्करी, आर्थिक सामर्थ्य कमवावंच लागतं. सीमेवर ड्रॅगन उभा असताना हे भान सर्वाधिक गरजेचं.

१ चीनच्या विस्तारवादाचं आव्हान

'वन बेल्ट वन रोड'साठी (ओबीओआर-ओबोर) चीनमध्ये झालेल्या 'बेल्ट अँड रोड फोरम' या बैठकीतून चीननं जागतिक अर्थव्यवस्थेत हात-पाय पसरण्याचे इरादे स्पष्टपणे दाखवून दिले. चीनचा हा महत्त्वाकांक्षी महाप्रकल्प साकारेल तेव्हा चीन खऱ्या अर्थानं जागतिक अर्थशक्ती म्हणून उदयाला येईल. रस्ते, रेल्वेमार्ग आणि जलमार्गानं आशिया, युरोप आणि आफ्रिका खंडांमधले अनेक देश चीनशी जोडण्याचा मनसुबा या प्रकल्पात आहे.अमेरिकेच्या पुढाकारानं साकारलेल्या सध्याच्या जागतिक अर्थव्यवस्थेला आणि त्याआडून अमेरिकी वर्चस्वाला पर्याय देणारी व्यवस्था चीनला आणायची आहे. भारत या प्रकल्पात कोणत्याही स्वरूपात सहभागी होणार की त्याला पर्याय देण्याचा प्रयत्न करणार हा औत्सुक्याचा मुद्दा आहे. चीनच्या सापळ्यात शिरायचं नाही आणि दुसरीकडं आर्थिक, व्यूहात्मक तोशीस लागू द्यायची नाही, असा मार्ग काढणं ही मुत्सद्देगिरीची कसोटी असेल.

डोनाल्ड ट्रम्प यांच्या नेतृत्वाखालची अमेरिका 'जगाच्या व्यवहाराचा ताप नको' अशा भूमिकेतून 'अमेरिका फर्स्ट'चं धोरण राबवते आहे. यात जगाचं नेतृत्व करण्यापेक्षा देशातली बेरोजगारी दूर करणं, अमेरिकेपुरतं पाहणं याला महत्त्व आहे. मात्र, कितीही प्रयत्न केले तरी जगाचं पुढारपण करण्यापासून अमेरिका फटकून राहू शकत नाही, हे खरं असलं तरी ट्रम्प यांची अमेरिका खुल्या व्यापारापासून अनेक बाबतींत मागं निघाली आहे. नेमक्या याच वेळेस खुला व्यापार-खुल्या सीमा यांची वकिली करत दीर्घ काळ बंदिस्त अर्थव्यवस्था आणि तितकीच बंदिस्त राजकीय व्यवस्था ठेवणारा चीन नेतृत्व करू इच्छितो आहे. दावोसच्या 'वर्ल्ड इकॉनॉमिक फोरम'च्या बैठकीत ट्रम्प यांनी जाणं टाळलं आणि चीनचे अध्यक्ष शी जिनपिंग यांनी ती संधी साधत खुल्या व्यापाराचं कौतुक सांगायला आणि त्यात चीन पुढाकार घेईल, असं सुचवायला सुरुवात केली. ट्रम्प यांनी 'ट्रान्स पॅसिफिक पार्टनरशिप'ची कल्पना सोडून दिली आणि चीन खुल्या व्यापारावर जोर देऊ लागला. ही दोन बलाढ्य शक्तींमधल्या भूमिकांची अदलाबदल यातून स्पष्टपणे व्यक्त होत होती. अमेरिका अधिकाधिक अंतर्मुख होताना चीन मात्र जागाच्या आर्थिक मैदानात उतरण्याची जोरदार तयारी करू लागला आहे, याचं दर्शन शी जिनपिंग यांनी दावोसला घडवलं होतं. दावोसपाठोपाठ चीनच्याच भूमीत 'वन बेल्ट, वन रोड'साठीची (ओबीओआर-ओबोर) परिषद बोलावून चीन जागतिक खुल्या व्यापाराच्या क्षेत्रात महत्त्वाची भूमिका बजावणार असल्याचं स्पष्ट झालं आहे. चीनचं विकासाचं मॉडेल निर्यातीवर आधारलेलं आहे. कमी मोबदल्यात प्रचंड प्रमाणात वस्तूंचं उत्पादन आणि जगाच्या बाजारात ते कमी किमतीत नेणं हे चिनी मॉडेलचं यश आहे. मात्र, त्याचीही एक मर्यादा आहे आणि ती ओळखूनच चीनचे राज्यकर्ते जागतिक व्यापाराचे नियम नव्यानं ठरवू पाहत आहेत. निर्यातीवर आधारलेला विकासदर कायम राहणार नाही, याची जाणीव चिनी नेतृत्वाला झाली

आहे. त्यातून आता चीनच्या बाहेर प्रचंड गुंतवणूक करणारे नवे मार्ग शोधले जात आहेत. पारंपरिक रेशीममार्गाचं पुनरुज्जीवन म्हणून खपवल्या जाणाऱ्या या मार्गात केवळ अर्थकारण नाही. जगाच्या एका मोठ्या भूभागावर कळत-नकळत वर्चस्व ठेवण्याची छुपी चालही त्यात आहे. भारताचा आक्षेप त्यालाच आहे.

चीनला जगाचं पुढारपण हवं आहे आणि यात नवं काही नाही. आता त्यासाठी योग्य वेळ आल्याची चीनची खात्री आहे. अमेरिकेकडून संकुचितपणाची सुरू असलेली पाठराखण, आर्थिकदृष्ट्या अस्वस्थ असलेला युरोप आणि प्रभाव ओसरलेला रशिया यांमुळं मैदान मोकळं असल्याची चिनी धोरणकर्त्यांची भावना आहे. ओबीओआरला आक्रमकपणे पुढं ठेवण्यामागचं सूत्रही हेच आहे. शी जिनपिंग यांच्या कल्पनेतल्या या प्रकल्पाची घोषणा तशी २०१३ मध्येच झाली होती. या चिनी प्रकल्पाला जगाची मान्यता आहे, हे ठसवण्याचा चीनचा प्रयत्न आहे. यातून जगाच्या अर्थव्यवस्थेत कशी भर पडेल, इंधन वाचण्यापासून

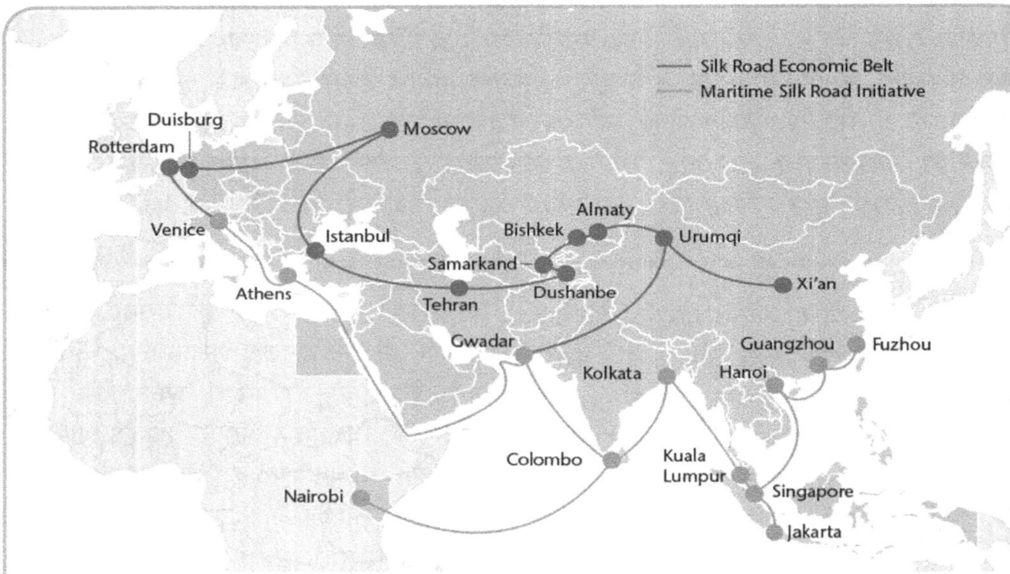

वन बेल्ट वन रोड (OBOR) - बेल्ट रोड इनिशिएटीव्ह (BRI)

- *आंतरराष्ट्रीय पातळीवर आर्थिक बाजू बळकट करण्यासाठी व आंतरराष्ट्रीय राजकारणात आपले भू-राजकीय व सामरिक सामर्थ्य सिद्ध करण्याच्या उद्देशाने चीनने 'बेल्ट अँड रोड इनिशिएटिव्ह' (BRI), अर्थात 'वन बेल्ट वन रोड' (OBOR) हा बहुआयामी महाप्रकल्प हाती घेतला आहे.*
- *याअंतर्गत प्राचीन काळात आशियाला युरोपशी जोडणाऱ्या 'रेशीम मार्गा'चे (Silk Route) पुनरुज्जीवन, तसेच सागरी मार्गांद्वारे जगाच्या उर्वरित मोठ्या बाजारपेठांना व बंदरांना जोडणे, या दोन मोठ्या प्रकल्पांचा समावेश आहे.*
- *हा प्रकल्प चीनच्या परराष्ट्र धोरणाचा भाग असून, याची अंमलबजावणी चीनने कधीच सुरू केली आहे.*
- *विविध देशांमध्ये व समुद्री किनाऱ्यांवर या अंतर्गत पायाभूत संरचनांची उभारणी सुरू आहे.*

वन बेल्ट वन रोडची पार्श्वभूमी

- *सप्टेंबर, २०१३ मध्ये कझाकिस्तान भेटीत चीनचे तत्कालीन नेते व विद्यमान अध्यक्ष शी जिनपिंग यांनी रेशीम मार्गाची घोषणा केली. याच वर्षी इंडोनेशिया भेटीच्या वेळी त्यांनी '२१ व्या शतकातील सागरी रेशीम मार्गा'चाही (21st Century Maritime Silk Road) प्रस्ताव मांडला.*
- *सुरुवातीला या दोन प्रस्तावित योजनांना चीनने एकत्रितपणे 'वन बेल्ट वन रोड' (OBOR) प्रकल्प म्हणून प्रसिद्धी दिली.*
- *अल्पावधीतच 'वन बेल्ट वन रोड' या नावामुळे प्रकल्पाशी संबंधित देशांमध्ये गोंधळ निर्माण झाल्याने २०१६ मध्ये या प्रकल्पाला अधिकृतपणे 'बेल्ट अँड रोड इनिशिएटिव्ह' (BRI) हे नाव देण्यात आले.*
- ***प्रकल्पाचे स्वरूप***
- *आशिया, आफ्रिका व युरोप खंडांमध्ये चीनकडून मोठ्या प्रमाणावर पायाभूत सुविधा प्रकल्पांची बांधणी करण्यात येणार.*
- ***तरतूद :** सुमारे ४० अब्ज डॉलर्स*
- *सहभागी देशांमध्ये पायाभूत सुविधा उभारणीसाठी 'आशियायी पायाभूत सुविधा व गुंतवणूक बँके'कडून (AIB) कर्ज पुरवठा*
- *यात दोन योजनांचा समावेश :*
  १) रेशीम मार्ग आर्थिक पट्टा (Silk Road Economic Belt)
  २) २१ व्या शतकातील सागरी रेशीम मार्ग (21st Century Maritime Silk Road)

कित्येक सोई उपलब्ध कशा होतील आणि या सगळ्याचा केवळ चीनलाच नव्हे, तर जगाच्या बऱ्याच भागाला कसा लाभ होईल, हे पटवून देणं हा चीनमधल्या परिषदेचा हेतू होता. २९ देशांच्या प्रमुखांसह ६५ देशांचे प्रतिनिधी तीत सहभागी झाले होते. भारतानं पाठ फिरवल्याचा अपवाद वगळता चीनचा परिषदेमागचा हेतू सफल झाला आहे.

ओबीओआर असं संक्षिप्तीकरण केलेल्या या मार्गावर भारताचा प्रमुख आक्षेप आहे तो हा, की हा मार्ग जाणाऱ्या वाटेतल्या देशांच्या सार्वभौमत्वाचं काय? अर्थकारण महत्त्वाचं आहे आणि परस्पर सहकार्यातून जगाचा विकास म्हणजे आर्थिक उलाढाल वाढवत नेण्याला पर्याय नाही, हे नाकारायचं कारण नाही. मात्र, ओबीओआरसारखे महाप्रकल्प तयार होताना त्यातली गुंतवणूक आणि तीवरचा परतावा हा पैलू असतो यातल्या आर्थिक गणितांवर. भारतानं चिनी परिषदेवर बहिष्कार टाकताना काही प्रश्न उपस्थित केले आहेत. गमतीचा भाग म्हणजे, दाखवली जाणारी आर्थिक गणितं आणि वास्तव यांतलं अंतर दाखवणारं मंथन पाकिस्तानातही सुरू आहे. तिथंही चिनी गुंतवणुकीनं अर्थकारण बदलेल; पण त्याबदल्यात चीनवरचं अवलंबित्व वाढेल त्याचं काय, असा सवाल विचारला जाऊ लागला आहे. काहींनी तर या प्रकल्पाचं वर्णन नव्या अवतारातलं ईस्ट इंडिया कंपनीचं आगमन' असं पाकिस्तानात केलं आहे. अर्थकारणाइतकाच भारतानं उपस्थित केलेला सार्वभौमत्वाचा मुद्दाही अधिक महत्त्वाचा आहे. ज्या देशांतून हा प्रकल्प साकारला जाणार, तिथल्या सार्वभौमत्वाकडं दुर्लक्ष होत असल्याचा भारताचा दावा आहे. चीनचं सामर्थ्य आणि यातल्या आर्थिक प्रगतीच्या संधी पाहता भारताचे शेजारी

१) रेशीम मार्ग आर्थिक पट्टा (Silk Road Economic Belt)

तीन मार्गांचा समावेश : १) मध्य आशिया व रशियामार्गे चीन ते युरोप २) मध्य व पश्चिम आशिया मार्गे चीन ते पार्शियाचे आखात आणि भूमध्य समुद्र आणि ३) चीन ते दक्षिणपूर्व आशिया, दक्षिण आशिया आणि हिंदी महासागर.

२) २१ व्या शतकातील सागरी रेशीम मार्ग (21st Century Maritime Silk Road)

दोन मार्गांचा समावेश :

१) दक्षिण चीन समुद्र मार्गे चिनी सागरी किनारपट्टी शहरे ते हिंदी महासागर, पुढे युरोपपर्यंत विस्तारीत

२) दक्षिण चीन समुद्रमार्गे चिनी सागरी किनारपट्टी शहरे ते दक्षिण पॅसिफिक.

प्रकल्पाला पूरक सहा आंतरराष्ट्रीय आर्थिक महामार्ग बांधण्याचे काम सुरू आहे.

१) न्यू युरेशिया लँड ब्रिज आर्थिक महामार्ग

२) चीन-मंगोलिया-रशिया आर्थिक महामार्ग

३) चीन-मध्य आशिया-पश्चिम आशिया आर्थिक महामार्ग

४) चीन-इंडोचायना द्वीपकल्प आर्थिक महामार्ग

५) चीन-पाकिस्तान आर्थिक महामार्ग

६) बांगला देश-चीन-भारत-म्यानमार आर्थिक महामार्ग

सहभागी देश : *१५२ (जी-७ देशांतील इटली हा एकमेव सहभागी देश)*

उद्दिष्टे :

- *व्यापार गुंतवणूक आणि पायाभूत सुविधा निर्मिती यांच्यामार्फत आशिया, आफ्रिका व युरोप खंडातील विविध देशांना चीनशी जोडणे.*
- *चीनचे आंतरराष्ट्री पातळीवरील व्यापारी व भू-राजकीय स्थान मजबूत करणे.*
- *प्रकल्पात सहभाग घेतलेल्या देशांमध्ये सहकार्य वाढविणे, परस्परांबद्दल विश्वास निर्माण करणे, आर्थिक एकीकरणाला चालना देणे, शांततापूर्ण विकासासाठी व्यासपीठ उपलब्ध करून देणे आणि चीनच्या अर्थव्यवस्थेला गती देणे.*
- *भौगोलिक संरचनेनुसार आशिया, मध्य पूर्व, आफ्रिका आणि युरोप खंडातील देश आणि शहरांपर्यंत ही योजना अमलात आणणे.*

देशही भारतापेक्षा चीनच्या बाजूनं असल्याचं दिसू लागलं आहे. पाकिस्तान तर चीनसोबत जाणार हे उघडच आहे; मात्र श्रीलंका-नेपाळही चीनमधल्या परिषदेला हजर राहिले आणि ओबीओआरमध्ये वाटा हवा असल्याचे संकेत त्यांनी दिले आहेत, हे या पातळीवर भारत एकाकी पडल्याचं लक्षण आहे. भारताचा सार्वभौमत्वाचा मुद्दा प्रामुख्यानं याच महाप्रकल्पाचा एक भाग असलेल्या चीन-पाकिस्तान इकॉनॉमिक कॉरिडॉरशी (सीईपीसी) संबंधित आहे. प्रकल्पाचा हा भाग जम्मू-काश्मीरचा भाग असलेल्या गिलगिट-बाल्टिस्तान परिसरातून जाणारा आहे. फाळणीनंतर लगेचच टोळीवाल्यांच्या आडून पाकिस्ताननं काश्मीर गिळंकृत करायचा प्रयत्न केला, तेव्हा जम्मू आणि

काश्मीर हे स्वतंत्र संस्थान होतं. त्याच्या राजानं भारताकडं मदत मागितल्यानंतर संस्थान भारतात विलीन झाल्यानंतरच भारतीय सैन्यानं कारवाई केली आणि टोळीवाल्यांच्या ताब्यातून दोन तृतीयांश भाग मुक्त केला. उरलेला मूळ संस्थानचा तिसरा हिस्सा पाकच्या ताब्यात राहिला. मात्र, त्यावरचा अधिकृत हक्क भारतानं कधीच सोडलेला नाही. ७० वर्षांत या भागातल्या व्यवस्थेत आणि पाकच्या नियंत्रणात फारसा फरक पडला नसला, तरी काश्मीरप्रश्नावरच्या कधीही होणाऱ्या अंतिम वाटाघाटीत कायेदशीरपणे भारताचा भाग पाकव्याप्त काश्मीर म्हणून पाकनं ताब्यात ठेवला आहे,' हा भारताच्या बाजूचा मुद्दा आहे. केवळ अर्थकारणाच्या अंगानं पाहणारे, चीन ही उदयाला आलेली महासत्ता आहे, हे वास्तव लक्षात घेऊन ज्या भागात ७० वर्षांत भारताला पाऊल ठेवता आलं नाही, तिथल्या अधिकारावरून ताणून धरू नये, त्याऐवजी अशा प्रकल्पातून आपला कसा, किती लाभ होईल, यावर वाटाघाटी केंद्रित कराव्यात,' असा सल्ला देतात. त्यांच्या सांगण्याचं सूत्र असतं, की आजवर जो भाग भारतात व्यवहारतः नाही, तिथं काही रस्ते, रेल्वेमार्ग, पाईपलाइन होतील आणि त्यासाठी संपूर्ण प्रकल्पाला विरोध करू नये. हा प्रकल्प एका अर्थानं जग जोडणारा आहे आणि जागतिकीकरणाचा

भारत आणि ओबीओआर प्रकल्प

- *या प्रकल्पाला भारताचा सुरुवातीपासूनच विरोध आहे.*
- *भारताच्या पाकव्याप्त काश्मीरातून चीन-पाकिस्तान आर्थिक मार्गिका (CPEC : China Economic Corridor) जाणार असल्याने सार्वभौमत्वाच्या मुद्यावरून ओबीओआला विरोध करणारा भारत एकमेव मोठा देश आहे.*

ओबीओआरसंबंधी अलीकडील घडामोडी

- *पाकिस्तानच्या गिलगिट-बाल्टिस्तानच्या राजकीय नेत्यांची त्यांच्या विभागात सुरू असलेल्या 'वन बेल्ट वन रोड'च्या कामांना थांबवण्याची मागणी.*
- *म्यानमार प्रकल्पातून बाहेर पडणार असून, सित्तवे बंदराचे (Sittwe Port) व्यवस्थापन भारताला सोपवणार.*
- *चीनद्वारे पाकिस्तानमध्ये २५ ऑक्टोबरपासून ऑरेंज लाईन मेट्रो रेल्वे कार्यान्वित*
- *अमेरिकेद्वारे प्रकाशित एका पत्रात, ओबीओआर प्रकल्पाच्या माध्यमातून चीन अशाश्वत पद्धतीने नैसर्गिक स्रोतांचा वापर करत असून, पर्यावरणाचा हेतुपुरस्सररित्या ऱ्हास करत असल्याचा आरोप.*
- *प्रकल्पात सहभागी होण्याच्या रशियाच्या आग्रहानंतर, जर भारताच्या भूमिकेविषयी संवेदनशीलता दाखवली गेली, तर याविषयी काही सूचना मांडण्याची भूमिका भारताने अलीकडे घेतली आहे.*
- *एकंदरीत, या प्रकल्पाचे मुख्य वैशिष्ट्य म्हणजे या अंतर्गत चीन सहभागी देशांमध्ये पायाभूत संरचनांची निर्मिती करीत आहे व गरीब देशांमध्ये सुविधांचा पुरवठा करीत आहे. पण दुसरीकडे, गरीब देशांमध्ये कर्ज पुरवठा करून, तेथील जमीन आणि बंदरे आपल्या ताब्यात घेऊन चीन आपले वर्चस्व गाजवण्याच्या प्रयत्नात असल्याचेही बोलले जात आहे. त्यामुळे, आंतरराष्ट्रीय पटलावर 'वन बेल्ट वन रोड' हा प्रकल्प फक्त व्यापारी मार्ग आणि आर्थिक बळकटी यापर्यंत मर्यादित राहिला नसून, हा जगभरात राजकीय, आर्थिक व सार्वभौमत्वाच्या दृष्टीने चर्चेचा व अतिशय संवेदनशील विषय बनला आहे.*

निदर्शक आहे, त्यापासून फटकून राहणं हे भविष्यात प्रकल्प प्रत्यक्षात येईल तेव्हा तोट्याचं ठरू शकतं. वरवर हा युक्तिवाद चोख वाटत असला तरी देशाचं सार्वभौमत्व ही अशी सहजी सोडण्यासारखी बाब नाही. भारतीय संसदेनं ठराव करून संपूर्ण जम्मू आणि काश्मीरवरचा अधिकार स्पष्ट केलेला आहे. पाकच्या ताब्यातल्या काश्मीरचा भाग सोडवणं ही आजवर कागदावरच राहिलेली का असेना; पण नाकारणं शक्य नसलेली, जबाबदारी आहे. सरकार कुणाचंही असो, ही जबाबदारी टळत नाही. यात देशांतर्गत राजकारणाचा कोनही आहेच. आता सरकारनं चीनला प्रतिनिधी पाठवला असता, तर ती मोदी सरकारनं केलेली तडजोड ठरवली गेली असती. हे सरकार मुळातच कणखरतेची जाहिरातबाजी करत सत्तेवर आलं आहे. चीन आणि पाकिस्तानला विरोध हा सरकार चालवणाऱ्यांवर प्रभाव असलेल्यांच्या राष्ट्रवादाच्या कल्पनेतला गाभ्याचा भाग आहे. साहजिकच सध्याच्या सरकारला थेटपणे या प्रकल्पात सहभागी होणं अडचणीत टाकणारं आहे. यातूनच परिषदेकडं पाठ फिरवण्याचा निर्णय भारतानं घेतला. चीनच्या दाव्यानुसार, सीईपीसी हा केवळ आर्थिक प्रकल्प असून, त्याचा काश्मीरप्रश्नावर कोणताही परिणाम होणार नाही. काश्मीरबाबतची चीनची भूमिका कायम आहे. पाकिस्तानही जवळपास हीच भाषा बोलत आहे. चीननं भारताला अर्थपूर्ण संवाद म्हणजे काय?' अशी विचारणाही केलेली आहे. वरवर चीनचा युक्तिवाद योग्य वाटू शकतो. मात्र, ज्या भागावर भारताचा कायदेशीर अधिकार आहे, तिथून भारताच्या परस्पर पायाभूत सुविधांचं महाप्रचंड जाळं उभं राहणार आहे. त्यात चीनची अब्जावधींची गुंतवणूक असेल. एकदा ही गुंतवणूक झाली की चीनचा या भागात पक्का हितसंबंध तयार होईल आणि त्याचा दीर्घ काळात काश्मीरवर परिणाम होणारच नाही, याची हमी काय?

भारताच्या भावना रास्त असल्या तरी चीन हा भारतासह किंवा भारताविना ओबीओआर प्रत्यक्षात आणण्याचा आटापिटा करेलच. तीन दशकं देशाला आर्थिकदृष्ट्या मजबूत केल्यानंतर आता जगात मुशाफिरीला आणि नवी जागतिक व्यवस्था उभी करण्याच्या दिशेनं चीन निघाला आहे. ओबीओआर हा याच महास्वप्नाचा एक भाग आहे. चीनचे अध्यक्ष आणि भारताचे पंतप्रधान एकाच झुल्यावर झुलले, तरी व्यवहारात भारतासाठी कोणतीही भूमिका मवाळ करायला चीन तयार नाही. मसूद अजहरला दहशतवादी घोषित करण्याचा मुद्दा असो की अणुपुरवठादार संघटनेचं सदस्यत्व असो, चीन भारताच्या मार्गात खोडा घालण्याची कोणतीही संधी सोडत नाही. चीनच्या इराद्यांविषयी शंका असलेला भारत हा एकमेव नाही. चीनचं हात-पाय पसरणं संशयास्पद वाटणारे अनेक देश आहेत. मुद्दा आहे तो, या भावनेला खतपाणी घालून पर्यायी व्यूहरचना भारत करणार का?

२ लाल वादळाचं आव्हान...

चीनमधल्या कम्युनिस्ट पक्षाचं अधिवेशन नुकतंच पार पडलं आणि अपेक्षेप्रमाणे त्यात शी जिनपिंग यांची सरचिटणीसपदी फेरनिवड झाली. जिनपिंग यांची कम्युनिस्ट पक्षावर, पर्यायानं सरकारवर आणि चिनी जनजीवनावर किती मजबूत पकड आहे, याचं दर्शन या अधिवेशनातून घडलं. जिनपिंग यांचा चीन हा पूर्वसुरींच्या चीनपेक्षा काहीसा वेगळा आहे. जगाच्या कारभारात त्याला महत्त्वाची भूमिका बजावायची आहे व ते करताना मूळ चिनी चौकट तर त्याला सोडायची नाहीच, उलट ती अधिक मजबूत करायची आहे आणि जमलं तर ती निर्यातही करायची आहे. जिनपिंग हे किती ताकदवान झाले आहेत आणि ते कसे ऐतिहासिक नेत्यांच्या मांदियाळीत जाऊन बसले आहेत, याला महत्त्व आहेच; पण चीन जागतिकीकरणाचं नेतृत्व करू पाहतो आहे, तेही आपल्या शैलीत बसवू पाहतो आहे, हा संदेश अधिक मोलाचा होय. मात्र, शेजारच्या देशांपैकी कुणाला बरोबरीचं तर सोडाच; जवळपासचंही स्थान मिळू द्यायची चीनची किमान तयारीही नाही. यामुळंच जिनपिंग यांचा वाढता प्रभाव आणि त्यांचा चीन जगात बजावत असलेली भूमिका भारतासाठी आव्हान निर्माण करणारीच आहे.

चीनमध्ये एका पक्षाची राजवट आहे. पक्षातल्या हितसंबंधी गटांमधली चढाओढ हीच तिथली सत्तास्पर्धेची कमाल मर्यादा. चीनच्या कम्युनिस्ट पक्षाचं राजकारण, प्रशासन, लष्कर यांपासून ते सांस्कृतिक जीवनापर्यंत सर्वत्र निर्विवाद वर्चस्व आहे. या पक्षाचं पाच वर्षांतून एकदा अधिवेशन होतं. त्यात पक्षाचा सरचिटणीस निवडला जातो. तोच चीनचा एका अर्थानं सर्वसामर्थ्यशाली नेता असतो. पाश्चिमात्य जगात अमेरिकेच्या अध्यक्षनिवडीचं जे महत्त्व, तेच चीनसंदर्भात पक्षाच्या राष्ट्रीय अधिवेशनाचं. मात्र, चीनचा नेता निवडणं ही अमेरिकी अध्यक्षनिवडीइतकी उत्सुकतेची बाब नसते. याचं कारण, अत्यंत अखीवरेखीव अधिवेशनात नेत्याच्या नावावर केवळ शिक्कामोर्तबच होणार असतं. बाकी सगळ्या औपचारिकता आधीच पार पाडल्या गेलेल्या असतात. तरीही पुढच्या पाच वर्षांसाठी निवडलेला नेता चीनला कोणत्या दिशेनं घेऊन जाणार आहे याविषयीचं, तसंच उर्वरित जगासंदर्भात चीनची भूमिका काय याचं दर्शन जगाला घडवणारं अधिवेशन म्हणून त्याचं महत्त्व आहेच. पक्षाचं असं १९ वं अधिवेशन नुकतंच झालं आणि त्यात अपेक्षेप्रमाणे शी जिनपिंग यांना दुसरी टर्म देण्यावर एकमत झालं. शी जिनपंग यांची कम्युनिस्ट पक्षावर, पर्यायानं सरकारवर आणि चिनी जनजीवनावर किती मजबूत पकड आहे, याचं दर्शन या अधिवेशनातून झालं. सत्तेचं कमालीचं केंद्रीकरण केलेला एक अत्यंत ताकदवान नेता म्हणून शी जिनिपंग यांचं नेतृत्व अधिवेशनातून पुढं आलं. दुसरी टर्म स्वीकारताना जिनपिंग नव्या चीनची भाषा बोलू लागले आहेत. जिनपिंग यांचा चीन हा पूर्वसुरींच्या चीनपेक्षा काहीसा वेगळा आहे. जगाच्या कारभारात त्याला महत्त्वाची भूमिका बजावायची आहे व ते करताना मूळ चिनी चौकट तर त्याला सोडायची

नाहीच, उलट ती अधिक मजबूत करायची आहे आणि जमलं तर ती निर्यातही करायची आहे. पाश्चात्य पद्धतीची भांडवलदारी आणि सार्वत्रिक मतदानातून लोकप्रतिनिधी निवडणारी लोकशाही या मॉडेलला पर्याय देण्यासाठी चीन सज्ज होऊ पाहतो आहे. जिनपिंग हे किती ताकदवान झाले आहेत आणि ते कसे ऐतिहासिक नेत्यांच्या मांदियाळीत जाऊन बसले आहेत, याला महत्त्व आहेच; पण चीन जागतिकीकरणाचं नेतृत्व करू पाहतो आहे, तेही आपल्या शैलीत बसवू पाहतो आहे, हा संदेश अधिक मोलाचा.

जिनपिंग चीनमधले सध्याचे सगळ्यात प्रबळ नेते बनले आणि त्यांनी चीनच्या सीमेबाहेरही चिनी प्रभाव टाकण्याची पावलं उचलायला सुरुवात केली असली तरी त्यात अनेक अडथळेही आहेत. जिनपिंग त्यावर मात करू शकले तर गेली अनेक दशकं जवळपास स्थिर असलेली भूराजकीय प्रभावक्षेत्रांची फेरमांडणी होऊ लागेल.

पाच वर्षांतून एकदा होणाऱ्या कम्युनिस्ट पक्षाच्या अधिवेशनासाठी चीनच्या सगळ्या प्रांतांमधून दोन हजारांवर प्रतिनिधींची काळजीपूर्वक निवड केली जाते. या प्रतिनिधींनी अधिवेशनातले निर्णय घ्यावेत

भारत-चीन संबंधांचा इतिहास

- *भारत आणि चीन यांच्यातील स्वातंत्र्योत्तर काळातील संबंधांच्या इतिहासाकडे नजर टाकता उभय देशांतील द्विपक्षीयसंबंध अनेक महत्त्वाच्या टप्प्यांतून गेल्याचे दिसते. हे टप्पे १९५०, १९५४, १९६२, १९७५, १९८९, १९९३, १९९८, २००३, २०१५ व २०१७ अशा वेगवेगळ्या वर्षांमध्ये विखुरले आहेत.*
- *चीन गणराज्यसोबत १ जानेवारी १९५० रोजी राजनयिक संबंध प्रस्थापित करणारा भारत हा तत्कालीन समाजवादी संघाबाहेरील पहिला देश होता.*
- *दिवंगत पंतप्रधान अटलबिहारी वाजपेयी यांच्या कार्यकाळात (१९९८-२००४) भारत आणि चीन यांच्यात प्रत्यक्ष-अप्रत्यक्षपणे संबंध प्रस्थापित होण्यास पाच घटक कारणीभूत ठरले.*
  - *१) १९९८ मध्ये भारताने केलेल्या अणुचाचण्या.*
  - *२) कारगील युद्धानंतर चीनने घेतलेली तटस्थ भूमिका.*
  - *३) कारगीलमध्ये नेमक्या काय चुका झाल्या आणि भविष्यात त्या चुकांची पुनरावृत्ती कशी टाळता येईल, याचा सांगोपांग विचार 'कारगील आढावा समिती'ने केला. यातून 'राष्ट्रीय सुरक्षा सल्लागार' (NSA) हे पद उदयास आले. याद्वारे उभय शेजारी राष्ट्रांदरम्यान सातत्याने चर्चा करण्यासाठी एक अ-राजकीय दालन उपलब्ध झाले.*
  - *४) 'जागतिक व्यापार संघटने'त चीनच्या प्रवेशाला भारताने दर्शवलेला पाठिंबा. संघटनेत प्रवेश मिळवण्यासाठी चीन धडपडत होता, मात्र विविध कारणांमुळे त्याचा मार्ग रोखला जात होता. तेव्हा भारताने विकसनशील देशाच्या दृष्टिकोनातून पाहिले व चीनला पाठिंबा दिला.*
  - *५) भारत आणि अमेरिका यांना नैसर्गिक मित्र म्हणून जाहीर करण्यामागे वाजपेयींचा व्यावहारिक वास्तववाद.*
- *सन १९६२ च्या युद्धानंतर भारताचे चीन विषयक धोरण संपूर्ण शत्रुत्वाच्या भावनेवर आधारीत होते. मात्र, १९८० च्या दशकात दोन्ही देशांना शत्रुत्वाच्या धोरणाच्या फोलपणाची खात्री पटली आणि जसे-जसे चीनचे जगातील अनेक देशांशी संबंध सुधारलेत, तसे भारत-चीन संबंधांनासुद्धा सहकार्याचे धुमारे फुटले.*

अशी अपेक्षा असते. बीजिंगमध्ये झालेल्या १९ व्या अधिवेशनासाठी जगाच्या कानाकोपऱ्यातल्या माध्यमांचे तीन हजारांवर प्रतिनिधी उपस्थित होते. यात्रून या अधिवेशनाचं महत्त्व लक्षात यावं. या अधिवेशनात जिनपिंग हे पुन्हा एकदा पक्षाचे सरचिटणीस होतील आणि पुढं अध्यक्षपदाची दुसरी टर्मही सांभाळतील, हे अपेक्षितच होतं. यातला लक्षवेधी भाग होता तो जिनपिंग यांचं पक्षातलं वजन किती वाढलं आहे हा. तीन तासांहून अधिक काळ केलेल्या सुरुवातीच्या भाषणात जिनपिंग यांनी चीन नव्या युगासाठी सज्ज होत असल्याचं सांगितलं. चीनचं हे नवं युग देशांतर्गत आणि जगासाठीही महत्त्वाचं एवढ्यासाठी की डेंग यांनी अर्थव्यवस्थेत आणलेल्या खुलेपणानंतर चीन जगातली एक अर्थसत्ता बनला आहे. अमेरिकेनंतरची दुसरी आर्थिक आणि लष्करी शक्ती हे आजचं चीनचं स्वरूप आहे. चीनला आता विकसित देश व्हायंच आहे. यात देशातल्या लोकांचं जीवनमान वाढवणं अपेक्षित आहेच; पण जगाच्या व्यवहारात चीनचा प्रभाव वाढवण्यालाही प्राधान्य आहे. आर्थिक सुधारणांतून आत्मविश्वास गवसलेला चीन आता जगाचा कारभारी बनू पाहतो आहे. 'जगाचं आर्थिक, राजकीय, लष्करी आणि पर्यावरणीय नेतृत्व करण्याची वेळ आली आहे,' असं जिनपिंग अधिवेशनात सांगत होते ते याचसाठी. डेंग यांच्या काळापासून चीननं आर्थिक आघाडीवर खुलेपणाची धोरणं आणली. भांडवलाला काहीसा मुक्त वाव दिला. परकीय गुतंवणुकीचं स्वागत केलं. स्वस्त मजुरी आणि वेगवान उत्पादन यातून चीन 'जगाचा कारखाना' बनला तो डेंग यांनी चीनच्या काटेकोर नियेजनबद्ध आर्थिक विकासाचं मॉडेल सोडून दिल्यानंतरच. जवळपास चार दशकांच्या वाटचालीत चीन बदलत गेला आणि या बदलाचं प्रतिबिंब जिनपिंग यांच्या वाटचालीत दिसतं. तज्ज्ञांच्या मते डेंग यांच्या काळात चीनच्या वाढत्या क्षमता जगापासून लपवून ठेवून विकसित होण्यासाठी सवड मिळवण्यावर भर होता. जिनपिंग यांचा चीन उघडपणे आपल्या सामर्थ्याचं, क्षमतांचं प्रदर्शन करू पाहतो आहे आणि या क्षमतांमधून जगाची फेररचनाही करू पाहतो आहे.

पाकिस्तान-चीन आर्थिक सहयोग मार्गिका प्रकल्प आणि भारत

पाकिस्तान-चीन आर्थिक सहयोग मार्गिका प्रकल्पात 'लाइन ऑफ अॅक्चुअल कंट्रोल'ला चीनने प्रमाण मानावे अशी भारताची भूमिका असताना व पाकव्याप्त काश्मीरच्या गिलगिट भागात रस्ते तयार करण्यास भारताचा विरोध असताना अक्साई चीनपासून गिलगिट, बाल्टिस्तान या भागात हेलिपॅड, बोगदे, टनेल अशा स्वरूपाची कामे करण्यासाठी चीनने गुंतवणूक केली. याला उत्तर म्हणून भारताने या सीमाभागावरील तीनपट खर्च वाढवत रस्ते, पूल या पायाभूत व अत्यावश्यक स्वरूपाची गुंतवणूक केली आहे.

जिनपिंग हे चीनमध्ये माओंनंतरचं सगळ्यात ताकदवान नेतृत्व बनल्याचे संकेतही अधिवेशनानं दिले, ज्यासाठी जिनपिंग यांनी नियोजनबद्ध प्रयत्न केले होते. 'नव्या युगासाठी चिनी वैशिष्ट्यांसह समाजवादावरील शी जिनपिंग यांचे विचार' या नावानं त्यांचं वैचारिक योगदान पक्षाच्या घटनेत समाविष्ट करण्यात आलं. जिनपिंग यांचा विचार घटनेत समाविष्ट होईल, अशी अपेक्षा आधीच व्यक्त केली जात होती. मात्र, ते कशा पद्धतीनं होतील, यावर त्यांची पक्षावरची पकड किती मजबूत आहे, हे दिसणार होते. जिनपिंग यांच्या आधीचे चीनचे अध्यक्ष झियांग झमिन यांचे विचार 'थ्री रिप्रेझेंट्स' या नावानं, तर हु जिंताओ यांचे विचार 'सायंटिफिक व्ह्यूज् ऑन डेव्हलपमेंट' म्हणून घटनेत समाविष्ट झाले आहेत, मात्र त्यासोबत त्या त्या नेत्याचं नाव जोडलेलं नव्हतं. त्याआधी डेंग यांचे विचार 'डेंग

यांचा सिद्धान्त' म्हणून समाविष्ट झाले होते, तर याआधी नावासह विचार घटनेत समाविष्ट केले जाण्याचा मान आणि सन्मान केवळ माओ यांनाच देण्यात आला होता. डेंग यांना हा सन्मान त्यांच्या मृत्यनंतर देण्यात आला. झियांग झमिन आणि हु जिंताओ यांचं योगदान ते त्यांच्या दुसऱ्या टर्ममध्ये पदावरून खाली उतरत असताना समाविष्ट झालं. जिनपिंग यांच्यासाठी हा योग त्यांची पहिली टर्म संपतानाच आला आहे आणि जिनपिंग आता माओ आणि डेंग यांच्या पंगतीत जाऊन बसले आहेत. बाहेरच्या जगासाठी हे प्रतीकात्मक असलं तरी चीनमध्ये याकडं'जिनपिंग यांचं पक्षावरचं आणि पर्यायानं राज्ययंत्रणेवरचं वजन स्पष्ट करणारी घडामोड' म्हणूनच पाहिलं जातं.

या अधिवेशनाकडं आणखी काही बाबींसाठी लक्ष होतं. चीनची सर्वोच्च निर्णय घेणारी संस्था असलेल्या पॉलिट ब्यूरोच्या स्थायी समितीत कुणाची वर्णी लागणार आणि जिनपिंग यांचे निकटवर्तीय आणि भ्रष्टाचारविरोधी मोहिमेचे प्रमुख वँग यांचं स्थायी समितीत स्थान राहणार काय? आणि अलिखित प्रथेप्रमाणे अध्यक्ष आपला वारसदार दुसऱ्या टर्मच्या सुरुवातीलाच पुढं आणणार काय? या प्रश्नांची उत्तरं जिनपिंग याचं स्थान ठरवणारी मानली जातात. पॉलिट ब्यूरोच्या स्थायी समितीत चीनचे अध्यक्ष आणि पंतप्रधान यांच्याशिवाय पाचजणांचा समावेश असतो. या नव्या सदस्यांमध्ये पक्षांतर्गत संतुलन साधल्याचं मानलं जातं. जिनपिंग यांनी सत्तेवर येतानाच भ्रष्टाचाराच्या विरुद्ध व्यापक मोहीम हाती घेतली होती. यात पक्षातल्या आणि प्रशासानातल्या हजारो जणांवर ठपका ठेवून कारवाई झाली आहे. जिनपिंग कठोरपणे ही मोहीम राबवू पाहत आहेत, तर त्याचे टीकाकार ही मोहीम म्हणजे पक्षांतर्गत विरोधकांना बाजूला करण्याचं हत्यार बनल्याचं सांगतात. या मोहिमेचा वापर करून जिनपिंग यांनी अगदी वरिष्ठ स्तरापासून ते तळापर्यंत पक्षाच्या आणि प्रशासनाच्या यंत्रणेवर पूर्ण कब्जा केल्याचं सांगितलं जातं. यात जिनपिंग यांच्यासाठी चोख कामगिरी बजावली ती वँग किशॅन या भ्रष्टाचारविरोधी मोहिमेच्या प्रमुखांनी. कम्युनिस्ट पक्षाच्या मध्यवर्ती समितीत ६८ वर्षांहून अधिक वयाच्या कुणाला समाविष्ट करून घेतलं जात नाही, अशी प्रथा आहे. ही प्रथा मोडून जिनपिंग हे ६९ वर्षांच्या वँग यांना स्थान देतील काय, याकडं लक्ष होतं. मात्र, जिनपिंग आणि वँग यांनी प्रथेच्या बाजूनंच राहण्याचा निर्णय घेतलेला दिसतो. दुसरीकडं पक्षाचं सर्वोच्च पद दुसऱ्यांदा स्वीकारतानाच आपला वारसदार पक्षापुढं पेश करण्याचीही प्रथा आहे आणि याच प्रथेतून जिनपिंग यांचाही उदय झाला होता. ही प्रथा मात्र जिनपिंग यांनी नाकारली. यातून ते २०२२ नंतर तिसरी टर्मही नेतृत्वासाठी मिळवण्याचा प्रयत्न करतील अशीच चिन्हं आहेत. पक्षातले अन्य ज्येष्ठ नेते त्यांना वारसदार नेमायला भाग पाडू शकले नाहीत, याचा अर्थ जिनपिंग यांनी पक्षावर संपूर्ण नियंत्रण मिळवलं आहे आणि ते पुढच्या केवळ पाचच नव्हे, तर दहा वर्षांसाठीही चीनचं नेतृत्व करतील, असचं मानलं जातं. जिनपिंग यांच्या हाती प्रचंड अधिकार एकवटले आहेत आणि या अधिकारांचं विकेंद्रीकरण करण्याऐवजी सगळ्या महत्त्वाच्या बाबींत अत्यंत तपशिलात लक्ष घालण्याची त्यांची कार्यपद्धती आहे. या प्रकारच्या एकाधिकारशाहीतून, निर्णयांची अंमजलबजावणी कोणताही प्रश्न न विचारता केली पाहिजे,' अशी यंत्रणा उभी राहते, तसंच नकळतपणे अनेक गफलतींनाही वाव मिळू शकतो. देश आणि जग यांच्यासंबंधी काही धारणा घेऊन जिनपिंग चिनी स्वप्न प्रत्यक्षात आणण्याची योजना राबवत आहेत. त्यात अशा गफलती चीनचं स्वप्नच उधळू शकणाऱ्याही ठरू शकतात.

चीनमधल्या या घडामोडींचा जगासाठी अन्वयार्थ काय? चीनमध्ये परकीय गुंतवणूक वाढेल आणि आर्थिक सुधारणा होतील, तसा या सुधारणांची फळं चाखणारा नवमध्यमवर्ग आणि नवश्रीमंतांचा वर्ग तयार होईल. तो चीनला अधिक लोकशाहीवादी आणि व्यक्तिस्वातंत्र्याकडं घेऊन

चीन आणि दक्षिण कोरिया

दक्षिण कोरियावर चीनच्या युआन राजवंशाची सत्ता होती. त्यामुळे दक्षिण कोरियावर आपला ताबा असल्याचा चीनचा दावा आहे. दक्षिण कोरियाने अलीकडच्या काळात चीनमध्ये केलेल्या गुंतवणुकीचा आकडा तीन अब्ज डॉलरवरून पाच अब्ज डॉलरपर्यंत वाढविला आहे.

चीन आणि भूतान

चीनचा सीमावाद भूतानसोबत अनेक वर्षांपासून सुरू आहे. विशेष म्हणजे भारतात घुसखोरी करण्यासाठी चीनची पहिली नजर ही भूतानवरच असते, त्यामुळे चीन वेळोवेळी भूतान व भारत सीमाप्रदेशात आपल्या सैनिकांद्वारे विविध घडामोडी आखत असतो. २०१७मधील 'डोकलाम स्टॅण्डऑफ' प्रकरण सर्वपरिचित आहे. सोबतच, चीन अरुणाचल प्रदेशातील तवांग प्रदेशावर आपला दावा करतो. भारताने हा प्रदेश आपल्याला द्यावा, अशी चीनची मागणी आहे. परंतु तवांग हा प्रदेश भारताच्या सीमेअंतर्गत असल्यामुळे, तसेच भूतान आणि भारतीय प्रदेशाच्या अत्यंत जवळ असल्यामुळे चीनची ही मागणी दोन्ही देशांना घातक ठरणारी आहे.चीनने परत भूतानवर दबाव आणायला सुरुवात केली आहे. भूतानने २६९० चौ. किमी. भूभाग चीनला द्यावा अशी चीनची मागणी आहे. यासाठी चीन भूतानवर दबाव आणत आहे. आधी या विषयीच्या वाटाघाटी भारत दोन्ही देशांच्या वतीने करत होता. मात्र आता भूतान चीनबरोबर स्वतः वाटाघाटी करत आहे. भारताच्या वर्चस्वातून बाहेर पडल्यास भूतान आणि चीन यांच्यातील सीमावाद लवकर संपेल, असे भूतानला वाटले होते. मात्र तसे काही घडले नाही.

जाणारा ठरेल, असं मानलं जात होतं. किंबहुना 'चोनमधला समाजवाद हा सत्तेपुरता आहे; प्रत्यक्षात भांडवलदारी व्यवस्था तिथं प्रस्थापित झाली आहे,' असंही सांगितलं जातं होतं. जिनपिंग हे 'बाजारानं महत्त्वाची भूमिका बजावावी,' असं सांगणारे नेते आहेत. मात्र, त्यासोबतच ते 'सार्वजनिक क्षेत्र आणि राज्यव्यवस्थेनं बाजारावर नियंत्रण ठेवलंच पाहिजे,' असंही ठामपणे सांगणारे नेते आहेत. चीनमधल्या व्यूहात्ममकदृष्ट्या महत्त्वाच्या सगळ्याच क्षेत्रांत चीनच्या सरकारी मालकीच्या उद्योगांचं पूर्ण वर्चस्व राहील, असंच पाहिलं गेलं आहे. अगदी खासगी उद्योगांच्या महत्त्वपूर्ण निर्णयातही सरकारी भूमिका महत्त्वाची राहील, अशी व्यवस्था जिनपिंग यांनी दृढ केली आहे. सरकारचं आणि पक्षाचं वर्चस्व कमी करणाऱ्या कोणत्याही आर्थिक, राजकीय सुधारणा ज्निपिंग यांच्या चीनमध्ये होण्याची शक्यता नाही. एका बाजूला 'अमेरिका फर्स्ट'चं धोरण स्वीकारताना डोनाल्ड ट्रम्प यांची अमेरिका 'जगाचं ओझं आपण का वाहावं' या भूमिकेत आहे. टीटीपी रद्द करणं, हवामानबदलाच्या 'पॅरिस सनझोत्या'तून अंग काढून घेणं, नाटो राष्ट्रांनी संरक्षणासाठीचा वाटा उचलावा, असं सांगायला सुरुवात करणं यातून जागितकीकरणाचं नेतृत्व करणारी अमेरिका त्यातून अंग काढून घेतान दिसते आहे. त्याच वेळी चीनला जागतिकीकरणाचं नेतृत्व करावं, असं वाटत आहे. 'वर्ल्ड इकॉनॉमिक फोरम'च्या बैठकीत जिनपिंग यांनी ती इच्छा दाखवली होतीच. 'वन बेल्ट-वन रोड' या महाप्रचंड प्रकल्पाचं जाळं विणताना आशिया ते आफ्रिका असा आपला ठसा उमटवण्याची जिनपिंग यांची योजना याच महत्त्वाकांक्षेतून आली आहे. 'रेशीममार्गाचं पुनरुज्जीवन' म्हणून खपवली जाणारी ही योजना असो की कृत्रिम बुद्धिमत्तेसारख्या क्षेत्रात चीन करत असलेली प्रचंड गुंतवणूक असो किंवा तापमानवाढीच्या विरोधातल्या मोहिमेत घेत

चीन आणि अफगाणिस्तान

अफगाणिस्तानसोबतही चीनचा वाद असून, १९६३मध्ये झालेल्या करारानंतरही अफगाणिस्तानच्या मोठ्या भूभागावर चीन आपला दावा सांगत आहे. या भागात चीनचे सैन्य गस्तीवर असून, वेळोवेळी चिथावणी देण्याचा त्यांचा प्रयत्न असतो. तसेच, १९ व्या शतकात झालेल्या एका युद्धात किरगिझिस्तानचा भाग जिंकल्याने तो आपलाच असल्याचा चीनचा दावा आहे, तर कझाकस्तानसोबत असलेला सीमवादाचा निकाल चीनच्या बाजूने गेला आहे. सन १६४३ ते १९१२ पर्यंत चीनच्या किंग राजवंशाची सत्ता ताजिकिस्तानवर होती, त्यामुळे हा भागही आपला असल्याचा चीनचा दावा आहे.

असलेला पुढाकार असो वा निर्यातीवर आधारलेल्या विकासातल्या वाढीची मर्यादा समजून देशांतर्गत बाजारपेठेचा विस्तार करण्यासाठीचा आटापिटा असो... जगावर निर्णायक प्रभाव टाकणं हाच चिनी स्वप्ना'चा अर्थ आहे. ते केवळ आर्थिक विस्तारवादावर आधारलेलं नाही. सोबतच चीनचं लष्कर जगात अव्वल बनवण्याचं स्वप्नही जिनपिंग यांनी दाखवलं आहे. जगातल्या अन्य देशांशी सीमेवरून किंवा सागरी वर्चस्वावरून असलेले वाद आपल्याला हवे तसेच संपायला हवेत, यातही चीनची भूमिका अत्यंत ताठर अशीच आहे. उत्तर कोरियाला चुचकारायचं, दहशतवाद्यांना आश्रय देणारे पाकिस्तानचे उपद्व्याप नजेरआड करत त्या देशासोबत राहायचं यासारखी चिनी रणनीतीची वैशिष्ट्यं कायम राहणार आहेत. शेजारच्यांपैकी कुणाला बरोबरीचं तर सोडाच; जवळपासचंही स्थान मिळू द्यायची चीनची किमान तयारीही नाही. यामुळंच जिनपिंग यांचा वाढता प्रभाव आणि त्यांचा चीन जगात बजावत असलेली भूमिका भारतासाठी आव्हान निर्माण करणारीच आहे.

चीन हा समाजवादी राजकीय विचारांचाही देशाबाहेर विस्तार करू पाहत असल्याची झलक अधिवेशनात दिसली आहे. लोकशाही ही उपलब्ध असलेल्यांतली सर्वोत्तम प्रणाली मानली जाते. जिनपिंग यांनी स्पष्टपणे, जे देश आपलं स्वातंत्र्य टिकवून विकासाची गती वाढवू इच्छितात, त्यांच्यासाठी चिनी वैशिष्ट्यांसह समाजवाद हा नवा आणि चांगला पर्याय असल्याची मांडणी केली. आतापर्यंत खुल्या निवडणुकांवर आधरलेल्या लोकशाहीचे प्रयोग निर्यात करण्यावर भर देणाऱ्या अमेरिका, युरोपपुढं सोव्हिएत संघानंतर कदाचित नवं वैचारिक प्रभुत्वाची स्पर्धा आणणारं आव्हान जिनपिंग हे समर्थ होण्यातून येऊ शकतं. जिनपिंग यांचं सामर्थ्य वाढण्यानं त्यांचा उल्लेख 'चीनचा झार' किंवा 'स्टॅलिन' असाही विश्लेषक करत आहेत. एका बाजूला धरसोड हेच वैशिष्ट्य बनलेलं ट्रम्प यांचं नेतृत्व आणि दुसरीकडं शिस्तबद्धपणे चिनी वर्चस्वाची मुहूर्तमेढ रोवू पाहणारे जिनपिंग यांच्यामुळं जागतिक सत्तासंतुलनाची समीकरणं नव्यानं मांडली जाण्याच्या शक्यता तयार होता आहेत. सोव्हिएत संघाच्या पतनानंतर दीर्घ काळानं समाजवादी व्यवस्था लोकशाही आणि भांडवलदारी चौकटीला पर्याय देऊ पाहते आहे. नव्या स्थितीत नव्या रूपात हे लाल वादळ जगभर घोंघावणार काय, हे पाहणं लक्षवेधी असेल.

३

ट्रम्प यांच्या चीनभेटीचं फलित

अमेरिकेचे अध्यक्ष डोनाल्ड ट्रम्प यांचा आशिया-दौरा नुकताच झाला. त्यांची चीनभेट हा या दौऱ्यातला सर्वांत महत्त्वाचा भाग होता. चीनशिवाय जपान, दक्षिण कोरिया, व्हिएतनाम, फिलिपाईन्स या देशांनाही ट्रम्प यांनी भेट दिली. यातली प्रत्येक भेट द्विपक्षीय संबंधांमध्ये महत्त्वाची असली तरी चीन आणि अमेरिकेच्या अध्यक्षांची चिनी भूमीवरची पहिलीच भेट जगासाठीही महत्त्वाची होती. याचं कारण दोन्ही देशांचं सामर्थ्य आणि आर्थिक ताकदीत आहे, तसंच या दोन देशांतल्या आणि ट्रम्प व जिनपिंग या दोन व्यक्तिमत्त्वांतल्या जगासमोरच्या समस्यांकडं पाहण्याच्या दृष्टिकोनातही आहे ट्रम्प यांच्या अमेरिकेलाही चीनचा प्रभाव रोखायचा तर आहे; मात्र त्याची किंमत इतरांनीही उचलावी, अशा भूमिकेत ते आहेत. उत्तर कोरियाला अटकाव करण्यापासून दक्षिण चिनी समुद्रातल्या चिनी वर्चस्ववादापर्यंत आणि आशिया प्रशांत टापूतल्या बदलत्या समीकरणांविषयीही अमेरिकी दृष्टिकोन याच प्रकारचा आहे. या जागतिक रचनेत बदल घडवण्याची क्षमता असलेल्या पार्श्वभूमीवर ट्रम्प-शि जिनपिंग यांची भेट झाली. मात्र, ट्रम्प यांच्या दृष्टिकोनातून या चीनभेटीचं नेमकं फलित काय?

अमेरिकेचे अध्यक्ष डोनाल्ड ट्रम्प यांच्या आशिया-दौऱ्यातला सर्वांत लक्षवेधी टप्पा होता तो चीनभेटीचा. या भेटीतून काय निष्पन्न होतं, याकडं केवळ या दोन देशांचंच नव्हे, तर जगाचं लक्ष होतं. याचं कारण अमेरिका आणि चीनच्या जागतिक प्रभावात आहे. धरसोड आणि आततायीपणाबद्दल देशात अनेकदा टीकेचे धनी झालेले ट्रम्प यांची चीनविषयीची याआधीची भूमिका पाहता त्यांच्या आणि चीनमध्ये आता सर्वसत्ताधीश बनलेल्या आणि चिनी हितसंबंधांविषयी कमालीच्या जागरूक असलेल्या शी जिनपिंग यांच्या भेटीतून दोन्ही नेते काय संकेत देतात याला महत्त्व होतं. चीननं ट्रम्प यांना अतिविशिष्ट अशी वागणूक देण्यात कसलीही कसर सोडली नव्हती. पाहुण्याचं भारावून टाकणारं स्वागत करताना देण्या-घेण्यात मात्र चीन मूळ भूमिकेपासून फारसा ढळला नाही. बदल्यात ट्रम्प यांनी जिनपिंग यांची वारेमाप स्तुती करताना 'उत्तर कोरियाच्या मुद्द्यावर चीननं निर्णायक दबाव टाकावा,' अशी अपेक्षा व्यक्त केली. जगातल्या दोन सर्वांत ताकदवान राष्ट्रांनी २५३ अब्ज डॉलरचे व्यापारी-करार केले. या भेटीचा झगमगाट तर मोठा होता. ट्रम्प यांनी आशिया-दौरा ऐतिहासिक ठरवणं आणि अमेरिका पुन्हा नेतृत्वस्थानी आल्याचं जाहीर करणं हे त्यांच्या शैलीशी साजेसंच आहे. मात्र, आशियातल्या अमेरिकी प्रभावापुढं चिनी आव्हान उभं राहिलं आहे आणि दोन्ही देशांतल्या आशियाविषयक धोरणांचा संघर्ष अटळ आहे, असेच संकेत मिळाले आहेत.

ट्रम्प यांची अमेरिकेच्या अध्यक्षपदी निवड झाल्यानंतरची ही पहिलीच चीनभेट. 'अमेरिका फर्स्ट'चा नारा दिल्यानंतर ही व्यूहनीती यशस्वी होते आहे, हे दाखवणं ही ट्रम्प यांची गरज आहे. चीनसह त्यांच्या आशिया-दौऱ्याकडं ट्रम्प त्याच दृष्टिकोनातून पाहत आहेत हे मायदेशी परतल्यानंतर

भारत-अमेरिका-चीन

गेल्या १५ वर्षांमध्ये भारत व अमेरिकेदरम्यान अणुऊर्जा निर्मिती, संयुक्त लष्करी कवायती, लष्करी सामग्री खरेदी-विक्री तसेच परस्परांच्या हवाई व नौदल तळांच्या वापरासंबंधीचे महत्त्वाचे करार झाले आहेत. भारताची अमेरिकेबरोबरील वाढती मैत्री चीनला पसंत नाही. पंतप्रधान नरेंद्र मोदी आणि चीनचे अध्यक्ष शी जिनपिंग यांच्या दरम्यानच्या वुहान व महाबलीपुरम येथील 'अनौपचारिक' शिखर परिषदांमध्ये भारताने अमेरिकेपासून सामरिक अंतर राखण्याचे, तर चीनने प्रत्यक्ष नियंत्रण रेषेवर शांतता राखण्याचे मान्य केले होते, असा चिनी सरकारचा दावा असून सीमा प्रश्नावर अमेरिकेची मदत भारतासाठी निरुपयोगी ठरेल, असा इशारा देखील चीनने भारताला दिला आहे.

त्यांनी हा दौरा यशस्वी झाल्याचा दावा करण्यातून दिसतं. चीनशिवाय जपान, दक्षिण कोरिया, व्हिएतनाम, फिलिपाईन्स या देशांनाही ट्रम्प यांनी भेट दिली. यातली प्रत्येक भेट द्विपक्षीय संबंधांमध्ये महत्त्वाची असली तरी चीन आणि अमेरिकेच्या अध्यक्षांची चिनी भूमीवरची पहिलीच भेट जगासाठीही महत्त्वाची होती. याचं कारण दोन्ही देशांचं सामर्थ्य आणि आर्थिक ताकदीत आहे, तसंच या दोन देशांतल्या आणि ट्रम्प व जिनपिंग या दोन व्यक्तिमत्त्वांतल्या जगासमोरच्या समस्यांकडं पाहण्याच्या दृष्टिकोनातही आहे. शीतयुद्धानंतर अमेरिकेचा अध्यक्ष हे जगातलं सर्वात सामर्थ्यशाली नेतृत्व मानलं जात आलं आहे. अलीकडं चीनमधून त्याला आव्हान दिलं जाऊ लागलं आहे. जिनपिंग यांचा चीनमधला उदय जागतिक पातळीवर चिनी वर्चस्व झपाट्यानं वाढवण्याकडं देशाची धोरणं घेऊन जाणार ठरतो आहे. चिनी कम्युनिस्ट पक्षाच्या अधिवेशनात जिनपिंग यांनी जगावर प्रभाव टाकण्याचं स्वप्न स्पष्टपणे मांडलं होतं. आर्थिकदृष्ट्या संपन्न बनतानाच जगातली अव्वल लष्करी शक्ती बनण्याचंही चीनचं स्वप्न आहे. ते मांडताना 'लष्कर लढण्यासाठीच असतं' असं जिनपिंग ठासून सांगतात. पाश्चात्य पद्धतीच्या लोकशाही आणि भांडवलदारी विकासाच्या मॉडेलला ते चिनी समाजवादी व्यवस्थेचा पर्यायही देऊ पाहतात. नेमकं याच वेळी अमेरिकेचे अध्यक्ष ट्रम्प जगाच्या उठाठेवींपेक्षा अमेरिकेत रोजगार वाढवणं महत्त्वाचं मानतात. जागतिक नेतृत्वापायी अमेरिकेला आर्थिक तोशीस लागू देणं मान्य नसल्याची धोरणं राबवू पाहतात. 'शीतयुद्धानंतरची जगातली निर्विवाद महाशक्ती' असं अमेरिकेचं स्वरूप बनलं तरी, 'बहुध्रुवीय जगा'च्या कल्पनेवर चर्चा होत राहिल्या तरी अमेरिकेचं स्थान ढळलं नाही. जवळपास चार दशकांनंतर चीन ते बदलू पाहत आहे. ट्रम्प यांच्या अमेरिकेलाही चीनचा प्रभाव रोखायचा तर आहे; मात्र त्याची किंमत इतरांनीही उचलावी, अशा भूमिकेत ते आहेत. उत्तर कोरियाला अटकाव करण्यापासून दक्षिण चिनी समुद्रातल्या चिनी वर्चस्ववादापर्यंत आणि आशिया प्रशांत टापूतल्या बदलत्या समीकरणांविषयी अमेरिकी दृष्टिकोन याच प्रकारचा आहे. या जागतिक रचनेत बदल घडवण्याची क्षमता असलेल्या पार्श्वभूमीवर ट्रम्प-जिनपिंग भेट झाली.

जगाचं नेतृत्व करायचं तर केवळ स्वदेशी हितसंबंधांपलीकडं इतराच्या आकांक्षांशीही जुळवून घ्यावं लागतं. चीन मात्र एका बाजूला टोकाचा राष्ट्रवाद जपत जागतिक राजकारणाचं, अर्थकारणाचं केंद्र बनायचं स्वप्न पाहतो आहे. ट्रम्प यांच्या अमेरिकेतल्या उदयानंतर चीनला आता आपली वेळ आली असल्याचं वाटतंय...

ट्रम्प यांच्यासमोर आर्थिक आघाडीवर ते दौरा करत असलेल्या देशांसोबतची व्यापारातली तफावत कमी करणारी पावलं उचलली जातील, असं पाहणं हे एक मुख्य उद्दिष्ट होतं; खासकरून चीनसोबतचा अमेरिकेचा व्यापार अनेक वर्षं चीनच्या लाभाचा

आहे. द्विपक्षीय व्यापारात चीनची निर्यात ३४८ अब्ज डॉलर इतकी अधिक आहे. ट्रम्प अध्यक्षीय नित्रडणुकीत उतरले तेव्हा त्यांनी हा प्रचाराचा मुद्दा बनवला होता. आपल्या पूर्वसुरींनी अमेरिका-चीन व्यापारात देशाला खड्ड्यात घालायचंच क म केल्याचा ट्रम्प यांचा आक्षेप होता. अमेरिकी अर्थव्यवस्थेवर चीननं अत्याचार केल्याचा त्यांचा जाहीर आक्षेप चांगलाच गाजला होता. अध्यक्ष झाल्यास या आघाडीवर चीनला धडा शिकवण्याची त्यांची भाषा होती. अमेरिकेतल्या नोकऱ्या नष्ट केल्याचा आणि जगाच्या इतिहासातला सर्वात मोठा दरोडा टाकल्याचा आरोपही ट्रम्प करत असत. त्यामुळेच ट्रम्प यांच्या विजयानंतर अमेरिका चीनशी कशी वागणार यावर चर्चा झडत होत्या. अध्यक्षपदी निवड झाल्यानंतर तैवानी अध्यक्षांशी त्यांनी फोनवरून साधलेला संवाद हा त्यांच्या परराष्ट्र व्यवहारातल्या बेदरकार शैलीचा नमुना होता. हे प्रकरण चीनला चांगलंच झोंबलं होतं. मात्र, प्रत्यक्ष कारभार सुरू केल्यानंतर ट्रम्प यांना जागतिक अर्थकारणातला व्यवहार समजून घेणं भाग पडत आहे. चीननं गैरफायदा घेतल्याचे कितीही आरोप केले, तरी या दोन देशांतलं अर्थकारण इतकं गुतागुंतीचं बनलं आहे, की व्यापारयुद्धासारखं टोकाचं पाऊल उचलणं हे, विक्षिप्त समजल्या जाणाऱ्या ट्रम्प यांच्यासाठीही, सोपं नाही. हाच व्यवहारवाद ट्रम्प यांनी जिनपिंग यांच्याशी चर्चेदरम्यान दाखवला. व्यापारातल्या असंतुलनासाठी चीन नव्हे, तर अमेरिकेचं आपल्या आधीचं प्रशासनच जबाबदार असल्याचा शोध त्यांना लागला आणि 'व्यापारात शेकडो अब्ज डॉलरचा लाभ चीनला होईल, असा फायदा चीननं उचलला, याबद्दल आपण आधीच्या अकार्यक्षम प्रशासनाला दोषी धरतो...यासाठी चीनला कसं दोषी धरता येईल? मीही त्यांच्यासारखंच केलं असतं,' असं त्यांनी सांगून टाकलं. आशिया-दौऱ्यातून काहीतरी यश मिळाल्याचं दाखवणं, ही ट्रम्प यांची अपरिहार्यता होती. साहजिकच चीनशी झालेले २५३ अब्ज डॉलरचे व्यापारी-करार त्यांच्यासाठी

ब्रुसेल्स परिषदेत भारतासाठी अमेरिकेचा चीनला 'शह'

चीनमुळे भारत तसेच एकूणच ईशान्य आशियात निर्माण झालेला धोका पाहता युरोपमधील सैन्य तेथे हलविण्यात येईल, असे अमेरिकेचे तत्कालीन परराष्ट्रमंत्री माइक पॉम्पिओ यांनी ब्रुसेल्स परिषदेत व्हिडिओ कॉन्फरन्सच्या माध्यमातून माहिती दिली होती. जर्मनीत तैनात केलेल्या तुकड्यांची संख्या कमी करण्याचा निर्णय अमेरिकेने घेतला यामागील कारणांचा संबंध चीनशी असल्याचे त्यांनी स्पष्टपणे नमूद केले होते. आता पीपल्स लिबरेशन आर्मीला प्रतिकार करण्यासाठी आम्ही उचित अशी रचना ठेवू. त्यासाठी स्रोतांचा योग्य वापर करू दरम्यान, चीनबाबात अमेरिका-युरोप यांच्यात संवादासाठी युती गट स्थापन करण्यात आला आहे. चीनच्या धोक्याचे समान पातळीवर आकलन व्हावे, चीनच्या कारवायांबद्दल सर्वंकष आकडेवारी मिळावी, जेणेकरून त्यानुसार एकत्रित कृती करता येईल, असे यामागील उद्देश त्यावेळी त्यांनी स्पष्ट केले होते. चीनच्या कम्युनिस्ट पक्षाच्या कारवाया पाहता भारताला तसेच व्हिएतनाम, इंडोनेशिया, मलेशिया, फिलिपिन्स आणि दक्षिण चिनी समुद्र अशा ठिकाणी धोका निर्माण झाला आहे. आपल्या काळातील या आव्हानांना सामोरे जाण्यासाठी अमेरिकी सैन्याची जागतिक पातळीवर रचना त्यानुसार ठेवली जाईल. भारताविरुद्ध सीमेवर रक्तरंजित संघर्ष पाहता चीनचा धोका उघड आहे. चीनचे आर्थिक धोरण इतरांची लूट करण्यावर आधारित असल्याचेही स्पष्ट मत अमेरिकेचे तत्कालीन परराष्ट्रमंत्री माइक पॉम्पिओ यांनी मांडले होते.

दिलासा देणारे ठरले. यातले अनेक करार आधीच ठरले होते, याकडं जाणकार लक्ष वेधत आहेत, तसंच यातली सारी गुंतवणूक प्रत्यक्षात येईल, याची हमी कुणीच दिलेली नाही. मात्र, ट्रम्प यांच्यासाठी यातून अमेरिकेतल्या रोजगारनिर्मितीला चालना मिळेल, हा आशावाद प्रतिमा टिकवण्यासाठी आवश्यक आहे. जपान आणि दक्षिण कोरियात शस्त्रखरेदीची चर्चा करतानाही यातून या देशांना अधिक सुरक्षितता मिळेल, तर अमेरिकेत अधिक नोकऱ्या तयार होतील, यावरच ट्रम्प यांनी भर दिला. अमेरिका नेहमीच वकिली करत असलेल्या 'लोकशाही', 'अभिव्यक्ती-स्वातंत्र्य' आदी बाबींवर काही बोलणं टाळण्याकडंच त्यांचा कल दिसला. काही व्यापार-करार करून आपण 'डील' करू शकतो, हे ट्रम्प यांना दाखवायचं होतं आणि

चीन आणि श्रीलंका

श्रीलंकेचे विद्यमान पंतप्रधान महिंदा राजपक्ष यांच्या सरकारमध्ये श्रीलंकेने चीनकडून प्रचंड कर्ज घेऊन मागील वर्षी हंबनटोटा बंदर ९९ वर्षांसाठी चीनला भाडेपट्टीवर दिले आहे.सोबतच, श्रीलंकेत विमानतळ, कोळसा प्रकल्प, दोन मोठ्या धरणांसह अनेक प्रकल्पांसाठी चीन ३६हजार४८०कोटी रुपयांची गुंतवणूक करत आहे. दरम्यान, चीनकडून घेतलेले १४०कोटी डॉलरचे कर्ज फेडण्यात श्रीलंका अयशस्वी ठरल्याची पार्श्वभूमी हंबनटोटासंबंधीच्या कराराला आहे. एकंदरीत, चीनच्या कंपन्यांनी श्रीलंकेत केलेल्या मोठ्या गुंतवणुकीमुळे आणि जास्त व्याज वसूल केल्याने श्रीलंकेची आर्थिक स्थिती डगमगू लागली आहे. कर्ज परत न शकत नसल्यामुळे चिनी कंपन्यांनी मालकी हक्काची मागणी केली आणि गुंतवणुकीच्या नावावर चीनने काही महत्त्वाकांक्षी प्रकल्प सुरू केले.

त्यात ते यशस्वी झाले तरी दोन राष्ट्रप्रमुखांच्या भेटीतून दीर्घकालीन काही बाहेर पडतं का, याला महत्त्व असतं. अमेरिकेला नेहमीच चीननं आपला अंतर्गत व्यापार अधिक खुला करावा आणि त्यात अमेरिकी कंपन्यांचा अधिक मुक्त शिरकाव असावा, असं वाटतं. मात्र, चीननं यावर आपलं काटेकोर नियंत्रणाचं धोरण कायम ठेवलं आहे.

ट्रम्प यांच्या दौऱ्याचा एक महत्त्वाचा भाग होता तो उत्तर कोरियाविषयक धोरणात चीनचं सहकार्य मिळवणं. उत्तर कोरिया सततच्या क्षेपणास्त्रचाचण्या आणि अणुचाचण्यांतून जगाला वाकुल्या दाखवतो आहे. ट्रम्प आणि उत्तर कोरियाचा सत्ताधीश किम जोंग उन यांनी एकमेकांचं वर्णन करताना जमेल तेवढी खालची पातळी गाठली आहे. यातून लष्करी संघर्ष होऊ नये, अशीच अमेरिकेच्या आशियातल्या जपान-दक्षिण कोरिया यांसारख्या मित्रांचीही अपेक्षा आहे. ट्रम्प यांना उत्तर कोरियावर अधिकाधिक निर्बंध घालून आर्थिक कोंडी करणं आणि त्या देशाला गुडघे टेकायला लावणं, हाच युद्ध टाळण्याचा मार्ग असल्याचं वाटतं आणि यासाठीचा दबाव चीनच आणू शकतो. उत्तर कोरियावर चीनचा वरदहस्त आहे, हे उघडच आहे. उत्तर कोरियावर चीननं अधिक निर्बंध लादावेत, असा प्रयत्न अमेरिकेकडून चीनभेटीत होणं स्वाभाविक होतं. तसा प्रयत्न ट्रम्प यांनी केलाही. मात्र, चीननं या मुद्द्यावर कोणतंही ठोस आश्वासन देणं टाळलं. ट्रम्प यांच्या दौऱ्यानंतर चिनी राजदूत उत्तर कोरियाशी वाटाघाटी करण्यास पाठवला जातो आहे, एवढंच काय ते फलित.

ट्रम्प यांच्या याच दौऱ्यात आसियान परिषदेचाही समावेश होता. पाच दशकांपूर्वी सोव्हिएत साम्यवादाचं आव्हान समोर ठेवून यात अमेरिकेनं पुढाकार घेतला होता. मधल्या काळात जगात अनेक बदल झाले आहेत आणि आता यातल्या अनेक देशांना चीनचं वाढतं वर्चस्व जाचू लागलं आहे. आंतरराष्ट्रीय लवादाच्या निर्णयांकडं दुर्लक्ष करत दक्षिण चिनी समुद्रातल्या आपल्या भूमिकेला किंचितही मुरड घालण्यास चीन तयार नाही. यातूनच

चीन आणि म्यानमार

श्रीलंकेप्रमाणेच म्यानमारलासुद्धा चीनच्या कर्जाचे ओझे जाणवू लागले आहे. त्यामुळे म्यानमारलाही या प्रकल्पातून बाहेर पडायचे आहे. म्यानमारच्या राखाईन भागातील 'क्योकप्पू' या शहराच्या किनाऱ्यावर चीन एक बंदर विकसित करत आहे. या प्रकल्पाचा सुरुवातीचा खर्च ७३० कोटी डॉलर्स एवढा होता. या प्रकल्पाच्या निमित्ताने चीन म्यानमारवर ताबा मिळवण्याचा प्रयत्न करत असल्याची भावनाही देशात प्रबळ होत आहे. म्हणूनच हा प्रकल्प फार मोठा होऊ नये, असा आता म्यानमारचा प्रयत्न आहे. म्यानमार सरकारने २०११ मध्ये ३६० कोटी डॉलरच्या चीनप्रणित 'मित्सोन धरणाचा प्रकल्प रद्द' केला, कारण सामान्य नागरिक आणि विरोधी पक्ष यांच्याकडून त्याला विरोध झाला होता.म्यानमारसोबतही चीनचा सीमावाद सुरू आहे. १२७१ ते १३६८ या काळात चीनच्या युआन राजवंशाची सत्ता म्यानमारवर होती. त्याचा दाखल देत चीन म्यानमारच्या मोठ्या भूभागावर दावा करत आहे.

या भागातल्या संचारस्वातंत्र्याचा मुद्दा अनेक देश मांडत होते. चीनच्या वर्चस्वाला शह देण्यासाठी भारतासह जपान, ऑस्ट्रेलिया आणि अमेरिकेनं हातमिळवणी करून पर्यायी चतुष्कोन साधण्याचे प्रयत्नही याच दरम्यान सुरू झाले आहेत. गेली काही वर्षं भारताचं धोरण अधिकाधिक अमेरिकानुकूल बनतं आहे. मात्र, चीनला शह देण्याच्या अमेरिकी योजनेत भारतानं आपला किती वापर होऊ द्यावा, हा मुद्दा आहे. 'आशिया पॅसिफिक' टापूचा उल्लेख ट्रम्प आणि त्यांचे सहकारी 'इंडो-पॅसिफिक' असा करू लागले आहेत. त्यामागची व्यूहनीती स्पष्ट आहे. ही शब्दयोजना सुखावणारी असली तरी तिचे दीर्घकालीन परिणाम समजूनच वाटचाल करावी लागेल. जगातल्या होऊ घातलेल्या बदलांची, आशियातल्या सत्तासंतुलनासंदर्भातली काही सूत्रं अशा रीतीनं ट्रम्प यांच्या आशिया-दौऱ्यातून समोर येऊ लागली आहेत. चीनचं सामर्थ्य जसं वाढेल, तसे आधी आशियात निर्विवाद सत्ताकेंद्र बनण्याचे आणि नंतर जागतिक स्तरावर प्रभाव टाकण्याचे प्रयत्न जोर धरणार, हे उघडच आहे. या स्थितीत दीर्घ काळातले अमेरिकी संबंध आणि मित्रदेशांचे हितसंबंध राखण्याचं आव्हान आहे.

४ एक देश, एक पक्ष, एकच नेता!

चीनच्या सांस्कृतिक क्रांतीनंतर सुरुवातीचा काळ माओ यांच्या प्रभावाचा, बंदिस्त आर्थिक आणि राजकीय प्रणालीचा होता. त्यानंतर डेंग यांनी चीनमध्ये आर्थिक सुधारणा आणल्या आणि अल्प प्रमाणात का असेना राजकीय बदलही घडवले. शी जिनपिंग यांच्या नेतृत्वाखालील चीन आता तिसऱ्या टप्प्याकडं निघाला आहे. यात आर्थिक आघाडीवर खुलेपणाचे लाभ घेताना सरकारी आणि सार्वजनिक क्षेत्राची नियंत्रणं वाढत राहतील. राजकीय व्यवस्था अधिकाधिक एकाधिकारशाहीकडं झुकेल. जिनपिंग यांना जागतिक व्यवहारांवर निर्णायक प्रभाव टाकणारा चीन हवा आहे. यातही समाजवादी वैशिष्ट्यांसह विकासाचं मॉडेल ते निर्यात करू पाहताहेत. चीनमध्ये आर्थिक आघाडीवर जगाचे डोळे दिपवणारं यश मिळवणाऱ्या कम्युनिस्ट राजवटीनं सध्याचे अध्यक्ष शी जिनपिंग यांच्यात मसीहा पाहायला सुरुवात केली आहे.दुसऱ्या महायुद्धानंतर अमेरिकेच्या पुढाकारानं साकारलेल्या भांडवलदारी लोकशाही व्यवस्थेच्या वर्चस्वापुढं तहहयात अध्यक्ष राहण्याची शक्यता निर्माण झालेले जिनपिंग पर्यायी मॉडेल ठेवू पाहत आहेत. प्रचलित जागतिक व्यवस्थेसमोरचं हे आव्हान असेल.

एखादा नेता कर्तृत्ववान असल्याचा बोलबाला सुरू झाली की नेत्याच्याही ते डोक्यात जाण्याचा धोका असतो. यातून नेता आपल्याला आव्हानच उभं राहणार नाही याची चोख व्यवस्था करायला लागतो. त्यात नेत्याची प्रशासनावर हुकमत असेल आणि विरोधाचा आवाज उठवायची, वेगळं मत मांडायची संधीही उपलब्ध नसेल तर नेत्यातून एकाधिकारशाही जन्माला येण्याचा धोका स्पष्टच असतो. चीनमधल्या घडामोडी आपल्या शेजारी हा धोका तयार होत असल्याचं दाखवणाऱ्या आहेत. चीनचे अध्यक्ष शी जिनपिंग हे जगातलं अत्यंत बलदंड नेतृत्व आहे यात शंकाच नाही. आजमितीला देशावर पोलादी पकड ठेवणाऱ्यांत त्यांचा क्रमांक अव्वलच. चीनमध्ये कम्युनिस्ट राजवट आहे आणि कम्युनिस्ट मूलतः व्यक्तिपूजेच्या विरोधात असल्याचं मानलं जातं. मात्र, सत्तेत आलेले कम्युनिस्ट हा आदर्शवाद मानतीलच याची खात्री नाही. याचे अनेक दाखले सोव्हिएत युनियनच्या वाटचालीत पाहायला मिळतात. तिथं ज्याच्या हाती देशाची सूत्रं तो निरपवाद शासक, इतरांनी त्याची मर्जी मान्य करायची, यापलीकडं अस्तित्व नाही, असाच प्रकार दीर्घ काळ चालला. आर्थिक आघाडीवर सोव्हिएतचा प्रयोग अव्यवहार्य ठरायला लागला तसा तो फसला. मात्र, चीनमध्ये आर्थिक आघाडीवर जगाचे डोळे दिपवणारं यश मिळवणाऱ्या कम्युनिस्ट राजवटीनं सध्याचे अध्यक्ष शी जिनपिंग यांच्यात मसीहा पाहायला सुरुवात केली आहे. चीनला आर्थिक सुधारणांच्या वाटेवर आणणाऱ्या डेंग यांनी घालून दिलेल्या वाटेनं आतापर्यंतचे चीनचे शासक म्हणजे अध्यक्ष-कम-चिनी कम्युनिस्ट पक्षाचे सरचिटणीस चालत आले. जिनपिंग यांना मात्र त्यापलीकडं सत्तेचं केंद्रीकरण हवं आहे आणि ते त्यांनी शांतपणे सुरू ठेवलं आहे. त्याचा एक भाग म्हणजे, चीनच्या घटनेत दुरुस्ती

करून आता अध्यक्ष आणि उपाध्यक्ष कितीही काळ म्हणजे तांत्रिकदृष्ट्या तहहयात राहू शकतो, असा बदल कम्युनिस्ट पक्षानं प्रस्तावित केला आहे. तो प्रत्यक्षात येणं ही आता औपचारिकता आहे. हा बदल शी जिनपिंग यांना डोळ्यासमोर ठेवूनच झाला, हे तर उघडच आहे. चीनच्या शासन आणि समाजव्यवस्थेवर असा संपूर्ण कब्जा केलेले जिनपिंग यांची मुदत २०२३ मध्ये संपली असती आणि त्यांना उत्तराधिकारी नेमावा लागला असता. मात्र, आता घटनेनं त्यांना त्यापुढंही पदावर राहण्याची सोय उपलब्ध करून दिली आहे. चीनमधला हा बदल केवळ त्या देशापुरताच महत्त्वाचा नाही, तर चीनच्या अर्थव्यवस्थेचा वाढता आकार चीनची जागतिक रचनेतली वाढती आक्रमकता पाहता याचा परिणाम जगाच्या पटलावर होईल.

चिनी कम्युनिस्ट पक्षात सामूहिक नेतृत्वाची महती सांगितली जायची. तिथं आता 'एक देश, एक पक्ष, एक नेता' अशी स्थिती तयार झाली आहे. 'माओ यांच्यानंतरचा सर्वात शक्तिमान नेता' असं वर्णन शी जिनपिंग यांचं केलं जातं आणि ज्या रीतीनं त्यांनी चीनची व्यवस्था ताब्यात ठेवली आहे ते पाहता ते सार्थही आहे. असा नेता मनात आणेल तितका काळ देशाची सूत्रं आपल्याकडं ठेवू शकतो. शी जिनपिंग यांची चिनी कम्युनिस्ट पक्षावर आणि देशांतर्गत व्यवहारांवर किती मजबूत पकड आहे, याचं दर्शन अलीकडंच झालेल्या पक्षाच्या १९ व्या अधिवेशनात घडलंच होतं. त्या अधिवेशनात जिनपिंग यांना दुसऱ्यांदा पक्षाचं, पर्यायानं देशाचं, नेतृत्व सोपवण्यावर औपचारिक शिक्कामोर्तब झालं होतं. ते अपेक्षितच होतं. मात्र, जिनपिंग यांना माओ आणि डेंग यांच्या पंगतीत नेऊन बसवणारी घडामोडही त्या अधिवेशनात झाली. त्याबाबत बराच बोलबाला झाला होता. 'नव्या युगासाठी चिनी वैशिष्ट्यांसह समाजवादावरील जिनपिंग यांचे विचार' अशा शब्दात त्यांचे विचार चीनच्या घटनेत समाविष्ट करण्यात आले. नावासह नेत्याचा विचार घटनेत समाविष्ट होणारे जिनपिंग हे माओ आणि डेंग यांच्यानंतरचे तिसरे नेते. त्यातही डेंग यांना हे भाग्य मृत्यूनंतर लाभलं. म्हणजे हयातीत नावासह विचार घटनेत समाविष्ट झालेले जिनपिंग हे पहिलेच चिनी नेते. हे केवळ प्रतीकात्मक नव्हतं. त्यातून स्पष्टपणे जिनपिंग यांचं आजच्या चीनमधलं स्थान अधोरेखित करण्याचा प्रयत्न होता. जिनपिंग यांच्या पूर्वसुरींनी त्यांच्या दुसऱ्या टर्मची घोषणा होतानाच आपले उत्तराधिकारी पक्षासमोर पेश केले होते. याच परंपरेतून जिनपिंग यांचा उदय झाला होता. चीनच्या घटनेतील १९८२ मध्ये झालेल्या तरतुदीनुसार अध्यक्ष आणि उपाध्यक्ष यांना दोन वेळाच हे पद भूषवता येतं. जिनपिंग यांनी दुसरी टर्म स्वीकारताना भविष्यातल्या सामर्थ्यशाली चीनचं स्वप्न जगासमोर मांडलंच; पण उत्तराधिकारी जाहीर

चीन आणि ऑस्ट्रेलिया

अमेरिकेबरोबर व्यापारी युद्ध सुरू झाल्यानंतर आणि चीनने ऑस्ट्रेलियाच्या अंतर्गत बाबींमध्ये हस्तक्षेप करण्याचे प्रयत्न केल्यानंतर ऑस्ट्रेलियाने थोडे आक्रमक धोरण अवलंबले. त्यानुसार, ऑस्ट्रेलियाचे विद्यमान पंतप्रधान आणि तत्कालीन अर्थमंत्री स्कॉट मॉरिसन यांनी २०१६मध्ये चीनची ऑस्ट्रेलियाच्या वीज कंपनीतील १०अब्ज डॉलरची गुंतवणूक रोखली. गेल्या दोन वर्षांमध्ये चीननं ऑस्ट्रेलियातून येणाऱ्या मालावर आयातशुल्क लावण्यास सुरुवात केली. साहजिकच, त्याचा परिणाम ऑस्ट्रेलियाच्या अर्थव्यवस्थेवर होणार आहे. कोरोनाच्या प्रादुर्भावासाठी चीनला जबाबदार धरण्याच्या मोहिमेची सुरुवात ऑस्ट्रेलियाकडूनच झाली आणि करोनाच्या फैलावाची तटस्थपणे चौकशी करण्याची मागणीही ऑस्ट्रेलियाकडून सर्वांत पहिल्यांदा झाली आहे.

चीनच्या विस्तारवादाला रोखण्यासाठी क्वाड गट

चीनच्या विस्तारवादाला रोखण्यासाठी अमेरिका, जपान, ऑस्ट्रेलिया व भारत 'क्वाड'च्या माध्यमातून सर्वप्रथम एकत्र आले. जपानचे तत्कालीन पंतप्रधान शिंझो अॅबे यांनी 'क्वाड'ची संकल्पना मांडली होती. या गटाच्या परराष्ट्रमंत्र्यांची पहिली बैठक जपानमध्ये झाली. 'क्वाड' (The Quadrilateral Security Dialogue - Quad.) सुरक्षाविषयक अनौपचारिक सल्लामसलत करण्यासाठीचा मंच म्हणून या गटाचा प्रस्ताव २००७ मध्ये पुढे आला. प्रारंभी भारत या गटाबाबत फार उत्साही नव्हता. कारण भारताला चीनला व्यापारी दृष्टिकोनातून नाराज करायचे नव्हते. तर २००९ मध्ये ऑस्ट्रेलियानेदेखील 'क्वाड'मधून बाहेर पडण्याचा निर्णय घेतला होता. पुढील काळात शी जिनपिंग चीनचे अध्यक्ष झाल्यानंतर त्यांनी विस्तारवादी धोरणे राबवायला सुरुवात केली. व्यापारासाठी मुसंडी मारत अमेरिका, जपान, ऑस्ट्रेलिया व भारत यांच्यासमोर आव्हान निर्माण केले. त्यातच कोरोनामुळे अनेक देशात चीनच्या भूमिकेबाबत प्रश्नचिन्ह निर्माण झाले. या घटनांमुळे 'क्वाड' गटाच्या स्थापनेला वेग आला. शी जिनपिंग यांचा आक्रमक विस्तारवाद अमेरिकेसारख्या महासत्तेला अधिक धोकादायक वाटत असल्याने तसेच महासत्तेचे दोर आपल्या हाती असावेत या महत्त्वाकांक्षेने या दोन्ही देशात आधीच असलेल्या तणावात भर पडली. तैवान प्रश्नाबाबतची चीनची भूमिका दक्षिण चीन समुद्रावर आपला प्रभाव वाढवणारी असल्याने जपान चीनवर नाराज होता आणि भारताबरोबर चीनने उकरून काढलेला सीमावाद भारत चीनबाबत अधिक सावध झाला. या सर्व घटना घडामोडींचा प्रभाव 'क्वाड' गटासाठी पूरक ठरला.

न करून ते कदाचित पुढंही पदावर राहू इच्छितात, याचंही दर्शन घडवलं होतं. तेव्हापासूनच चीनच्या घटनेत जिनपिंग यांना २०२३ नंतरही अध्यक्षपदी राहता येईल, असा बदल होईल, अशी अटकळ बांधली जात होती. त्यानुसारच आता प्रस्तावित असलेला ताजा बदल जिनपिंग यांना तिसरी टर्म तर देईलच; पण ज्या रीतीनं त्यांनी पक्षावर कब्जा केला आहे, तो पाहता ते तहहयात अध्यक्ष राहू शकतात. माओकालीन अनुभवानंतर डेंग यांनी अमर्याद हुकूमशाहीचा धोका टाळणाऱ्या ज्या काही व्यवस्था तयार केल्या, त्यात अध्यक्षपद दोन वेळाच भूषवता येईल, याचाही समावेश होता. कम्युनिस्ट पक्ष कोणत्याही एका नेत्याहून प्रभावी राहील, असा डेंग यांचा प्रयत्न होता. जिनपिंग यांच्या काळात ही दिशा उलट होईल अशीच चिन्हं आहेत.

जिनपिंग यांनी शांतपणे; पण निर्णायकरीत्या सत्तेचं केंद्रीकरण केलं आहे. ते अध्यक्ष झाल्यानंतरची स्थिती व्यक्तिगत प्रभाव वाढवण्यास पोषक होती. एकतर आधीच्या अध्यक्षांच्या कारकीर्दीत राबवलेली आर्थिक धोरणं फलद्रूप होत होती. चीनची आर्थिक ताकद जगानं दखल घ्यावी, अशी बनत चालली. जगात मंदीचं वातावरण असतानाही चीनची आर्थिक आघाडीवरची वाटचाल सुपरफास्टच होती. स्वस्तातलं मनुष्यबळ, उद्योगस्नेही धोरणं आणि एकदा सरकारी मान्यता मिळाल्यानंतर कोणताही अडथळा येण्याची शक्यताच नाही, अशी व्यवस्था यामुळं चीन जगाचा कारखाना बनला होता. बाजारस्नेही धोरणं कायम ठेवताना जिनपिंग यांनी राजकीय व्यवस्थेवर संपूर्ण वर्चस्व मिळवणारी पावलं टाकायला सुरुवात केली व त्याला तडका दिला तो भ्रष्टाचारविरोधी मोहिमेचा. तो सर्वसामान्य चिनी माणसाला भावणारा होता. प्रशासनातले छोटे-मोठे मासे या मोहिमेत गजाआड तरी गेले किंवा सार्वजनिक जीवनातून कायमचे अस्तंगत तरी झाले. या मोहिमेत जिनपिंग यांनी आपल्याला प्रतिस्पर्धी ठरू शकतील अशा नेत्यांनाही

खड्यासारखं बाजूला केल्याची टीका त्यांच्यावर होते. मात्र, सामान्य माणूस भ्रष्टाचारविरोधी असतो, याचा लाभ घेत आपली प्रतिमा स्वच्छ ठेवतानाच विरोधकांना वळचणीला टाकण्यात जिनपिंग यांना यश आलं, ते त्यांची पकड पोलादी करणारं होतं. याच लोकप्रियतेवर स्वार झालेल्या जिनपिंग यांची कोअर लीडर म्हणून २०१६ मध्ये घोषणा झाली. त्यातून त्यांना अपेक्षित आर्थिक, राजकीय आणि लष्करी सुधारणांचा विरोध मोडीत निघाला. जिनपिंग यांनी चीनमध्ये आक्रमक राष्ट्रवादाला फुंकर घालणारी धोरणं राबवायला सुरुवात केली. याचाच भाग म्हणून आंतरराष्ट्रीय स्तरावर चिनी धोरणं अधिक आक्रमक व्हायला लागली. दक्षिण चीन समुद्रातल्या वादात जिनपिंग यांनी देशाचं वाढतं सामर्थ्य प्रत्ययाला आणून दिलं, जे चिनी माणसाला भावणारं होतं.

चीनच्या आर्थिक आघाडीवरील उदयानंतर आणि आता जिनपिंग यांच्यासारखं सामर्थ्यशाली, तसंच आपल्या भूमिकेवर अत्यंत ठाम असं नेतृत्व दीर्घ काळ तिथं राहणार हे निश्चित झाल्यानंतर नव्या अवतारातला चीन जागाच्या व्यवहारात कसा प्रभाव टाकेल याविषयीचं कुतूहल जगभर आहे. शीतयुद्धानंतरच्या काळात एकेकाळी पाश्चात्य देशांनी विकसित केलेल्या भांडवलदारी, उदारमतवादी आणि लोकशाही व्यवस्थेचे प्रतिस्पर्धी मानले जाणारे देश किंवा देशसमूह उदयाला येणाऱ्या बाजारपेठा मानले जाऊ लागले. पाश्चात्य देशांतल्या भांडवलदारांना उद्योगांचा विस्तार आणि नफ्याचा गुणाकार यांसाठी नव्या बाजारपेठांची गरज होतीच. यातून कम्युनिस्ट चीनही भांडवली व्यवस्थेसाठी आकर्षण ठरायला लागला. या काळात जागतिकीकरण हा अमेरिकेच्या नेतृत्वाखालील भांडवलदारी विस्ताराचा आवडता प्रोजेक्ट होता. यातून होणारा उद्योगांचा विस्तार लोकांच्या हाती पैसा देईल. मूलभूत गरजा भागलेले लोक आणखी काही हवं आहे, अशा आकांक्षा दाखवायला लागतील. त्या लोकशाहीवादी असतील अशी अटकळ बांधली जात असे. भांडवलदारी व्यवस्था आणि लोकशाही हातात हात घालून चालतात, असं सांगितलं जातं. ज्या ज्या देशांत बाजारपेठा मुक्त होतील, सरकारी नियंत्रणं शिथिल होतील, तिथं अर्थकारणाचं पाश्चात्य मॉडेल आणि सोबत प्रशासनाची प्रणालीही येणं अनिवार्य असल्याचं मानलं जायचं. आर्थिक प्रगती नवमध्यमवर्ग निर्माण करतो आणि सुधारणांतून श्रीमंतीचं बाळसं आलेला वर्ग अधिक लोकशाहीवादी, उदारमतवादी आणि जागतिकीकरणवादी असेल, असं सांगितलं जात होतं. चीनमधली समाजवादी चौकट सत्तेपुरतीच आहे. प्रत्यक्षात बाजारपेठीय व्यवस्था तिथं

चीन आणि रशिया

चीनची रशियाशी १,६०,०००वर्ग किलोमीटरची सीमा जोडलेली आहे. या सीमाभागावरही चीनने दावा केला आहे. हा वाद सोडवण्यासाठी दोन्ही देशांत अनेकदा करार झाले आहेत, पण आतापर्यंत कोणताही तोडगा या सीमावादावर निघालेला नाही. वर्तमान स्थितीत अधिकृतरित्या चीनच्या सीमा १४ देशांना लागतात, पण चीन आपल्या सीमा २३ देशांशी लागत असल्याचा दावा करतो. त्यामुळे चीनचा लहान-मोठ्या अशा एकूण २३ देशांशी सीमावाद सुरू आहे. त्यामागे चीनचे जमीन हडपण्याचे साम्राज्यवादी व विस्तारवादी धोरण आहे. परंतु सध्याच्या काळात हे धोरण शक्य नाही. त्यामुळे चीनने आर्थिक व्यवहारालाच शस्त्र बनवले, कारण चीनची गुंतवणूक अनेक देशांत आहे आणि या गुंतवणुकीच्या बळावर अनेक देश आर्थिकरित्या अवलंबून आहेत. याच जोरावर चीन जगभरात दबदबा आणि दमबाजी करू इच्छितो. आपल्या आर्थिक साम्राज्याचा चीनने गेल्या १५ वर्षांत १२५ देशांत विस्तार केला आहे.

प्रस्थापित झाली आहे, असंही मानलं जात होतं. मात्र, चीनच्या बंदिस्त राजकीय व्यवस्थेवर, आर्थिक प्रगती लोकशाही उदारमतवादाकडं नेणारी असते, हा परिणाम दिसला नाही किंबहुना जिनपिंग यांचा चीन राजकीय विचार म्हणून अधिकच बंदिस्त बनत चालला आहे. बाजाराचं महत्त्व मान्य करतानाच राज्यव्यवस्थेनं बाजारावर नियंत्रण ठेवलंच पाहिजे आणि सार्वजनिक क्षेत्राचं महत्त्व निर्विवाद आहे, अशी मांडणी जिनपिंग यांनी पक्षाच्या अधिवेशनात ठामपणे केली होती. पाश्चिमात्य भांडवल, तंत्रज्ञान यावर स्वार होत ताकदवान बनलेल्या चीननं जिनपिंग यांच्या नेतृत्वाखाली स्पष्टपणे आपलं विकासाचं आणि पर्यायानं प्रशासनाचं मॉडेल निर्यात करण्याची तयारी दाखवायला सुरुवात केली आहे. डेंग यांनी चीनची अर्थव्यवस्था खुली करायला सुरुवात केली, तेव्हा त्यांचा भर आपली वाढती क्षमता जगापासून लपवण्यावर होता. जिनपिंग वाढत्या चिनी ताकदीचं जाहीरपणे प्रदर्शन करत आहेत.

चीनमध्ये जिनपिंग यांची एकाधिकारशाही बळकट होत असताना उर्वरित जग कसलीही नकारात्मक प्रतिक्रिया देताना दिसत नाही. याचं कारण चीनशी जोडलेलं अर्थकारण हे आहे, तसंच चीनमध्ये स्थिर आणि अंदाज बांधता येणं शक्य असलेली राजवट; मग ती एकाधिकारशाही का असेना अधिक सोईची आहे. चीनमधलं बळकट सत्ताकेंद्र आर्थिक लष्करी आणि वैचारिकदृष्ट्याही आव्हान ठरू शकतं हे खरं आहे, तसंच ते सध्याच्या स्थितीत उत्तर कोरियामुळं उभी राहत असलेली आव्हानं पाहता तूर्त उपयुक्तही आहे, ही भावना पाश्चात्य धोरणकर्त्यांत आहे. जिनपिंग ज्या नव्या चीनचं स्वप्न दाखवत आहेत, तो चीन जगावर प्रभाव टाकू पाहतो आहे. हा प्रभाव केवळ आर्थिक नाही. 'वन बेल्ट, वन रोड'सारखा महाप्रकल्प हे त्याचं एक दृश्य स्वरूप. यातून जगाच्या मोठ्या भूभागावर चिनी भांडवल गुंतवलं जाणार आहे. व्यापार-उद्योगवाढीच्या संपूर्ण नव्या शक्यता यातून तयार होतील. त्या अर्थातच चीनला लाभदायक असतील. हा प्रकल्प व्यूहात्मकदृष्ट्याही चिनी इरादे स्पष्ट करणारा आहे. याचा काही भाग पाकव्याप्त काश्मीरमधून जात असल्यानं त्याला भारतानं विरोध केला आहे. त्याला न जुमानता चीन प्रकल्प रेटतोच आहे. जिनपिंग अधिक ताकदवान होण्यातून यासारखे प्रयत्न ते आणखी जोमानं करतील. लष्करी आणि तंत्रज्ञानाच्या आघाडीवर चीन गतीनं पुढं जाऊ पाहतो आहे. जगातलं सर्वात सामर्थ्यशाली लष्कर उभारण्याचा जिनपिंग यांचा मनोदय जाहीर आहे. जिनपिंग यांना त्यांच्या अटींवरील जागतिकीकरणाचं नेतृत्व करायचं आहे. एका बाजूला डोनाल्ड

चीन, तैवान आणि जपान

तैवानच्या अखत्यारीत असणाऱ्या बेटावर बळजबरीने ताबा मिळवू, अशी धमकी चीनने दिल्यानंतर दक्षिण चीन समुद्रात अमेरिकी नौदल दाखल झाले. भारतासोबत हिंसाचाराची घटना ताजी असतानाच आता चीनने पूर्व चीन समुद्रातील बेटावर आपला दावा सांगितला आहे. दुसरीकडे, तैवान चीनच्या गणराज्याचा भाग आहे. मात्र, चीनच्या गणराज्यात राहण्यात तैवानचा विरोध आहे.सध्या हे बेट जपानच्या ताब्यात असून 'सेनकाकू' आणि चीनमध्ये 'डियाओस' या नावाने ओळखले जाते. या बेटांचा ताबा १९७२ पासून जपानकडे आहे. हे बेट आपल्या हद्दीत येत असल्याचा दावा चीन करत असून, जपानने या बेटावरील हा दावा सोडण्याची मागणी केली आहे. या बेटासाठी जपानवर सैनिकी कारवाई करण्याची धमकी चीनने दिली आहे.

भारत, तैवान आणि जपान यांच्या विरोधात चीनने घेतलेल्या आक्रमक व विस्तारवादी भूमिकेच्या पार्श्वभूमीवर अलीकडे 'उत्तर अटलांटिक संधी संघटने'ने (नाटो) चीनचा समाचारच घेतला आहे.

ट्रम्प यांची अमेरिका त्यांनीच पुढाकार घेतल्यानं आकाराला आलेल्या जागतिकीकरणापासून फारकत घेणारे निर्णय घेते आहे. पॅरिस करारातून बाहेर पडणं, टीपीपीसारखे बहुराष्ट्रीय समझोते मोडीत काढणं यांसारख्या कृतींतून अमेरिकेची वाटचाल स्पष्ट होत असताना जिनपिंग पर्यायी नेतृत्व म्हणून पुढं येऊ पाहताहेत. ते जागतिकीकरणाचं ठाम समर्थन करू लागले आहेत. चीनचं हे धोरण आता अधिक गतीनं राबवलं जाईल. चीन अमेरिकेनंतरची दुसरी मोठी अर्थव्यवस्था आहे. तो संयुक्त राष्ट्रांनं निधी पुरवठा करणारा तिसऱ्या क्रमांकांचा देश आहे. व्हेटोधारी देशांतील सर्वाधिक शांतिसैनिक पाठवणाराही देश आहे. आर्थिक आणि लष्करी बळापलीकडं सांस्कृतिक प्रभाव वाढवण्याचेही जोरकस प्रयत्न चीन करतो आहे. जिनपिंग यांना आर्थिक आघाडीवर जागतिकीकरणाचे लाभ हवेच आहेत. मात्र, देशांतर्गत खुलेपणाकडं जाण्याची त्यांची अजिबात तयारी नाही; किंबहुना अधिक केंद्रीकरण हेच त्यांच्या कारकीर्दीचं वैशिष्ट्य असेल. हे करतानाच ते आपलं प्रशासकीय राजकीय मॉडेल निर्यात करू पाहतील, ही शक्यताही आहे. पक्षाच्या अधिवेशनात त्यांनी यासाठीचं सूतोवाच केलंच होतं. स्वातंत्र्य टिकवून विकासाची गती वाढवणाऱ्या देशांसाठी चिनी वैशिष्ट्यांसह समाजवाद हा चांगला पर्याय असल्याची मांडणी त्यांनी केली होती. जिनपिंग यांना अमर्याद काळ चिनी नेतृत्वाची संधी मिळण्याचा एक अर्थ ते या आघाडीवरही आक्रमक पावलं टाकू शकतात हा आहे. यातून शीतयुद्धानंतर पहिल्यांदाच भांडवलदारीसह लोकशाहीची निर्यात करू पाहणाऱ्या अमेरिका-युरोपपुढं वैचारिक आव्हान उभं राहील. आंतरराष्ट्रीय स्तरावर जागतिकीकरणाची वकिली करणाऱ्या जिनपिंग यांना देशात मात्र संपूर्ण केंद्रीकरणच हवं आहे. ही वाटचाल हुकूमशाहीकडं जाणारी असू शकते. विरोधाचा अस्पष्टसा हुंकारही सहन करायची त्यांची तयारी नाही. घटनेत बदल प्रस्तावित केला तेव्हा मुळातच इंटरनेट आणि सोशल मीडियावरच्या अभिव्यक्तीवर प्रचंड बंधनं असलेल्या चीनमध्ये विरोधाचा स्वरही उमटू नये, याची पुरेपूर काळजी घेण्यात आली. इतकी की चिनी सोशल मीडियावर या काळात नकार दर्शवणारं 'एन' हे अक्षरच उमटू दिलं जात नव्हतं. 'आय डिसॲग्री', 'लाईफलाँग' यांसारख्या शब्दांवर बंदी आली होती. या प्रकारची नियंत्रण-नियमनव्यवस्था नैसर्गिकरीत्या होणाऱ्या विरोधालाही दडपून 'होय बा' संस्कृतीला जन्म देऊ शकते. असा अतिनियंत्रणाचा सोस हाच कदाचित धोका ठरू शकतो.

५ व्यापारयुद्धाची खुमखुमी...

पोलाद, ॲल्युमिनियमसारख्या धातूंवर आयातकर वाढवण्याचा निर्णय अमेरिकेचे अध्यक्ष डोनाल्ड ट्रम्प यांनी घेतला आहे. हा निर्णय आपण अमेरिकेच्या हितासाठी घेतला असल्याचं त्यांनी नेहमीप्रमाणे म्हटलेलंच आहे. मात्र, अमेरिकेच्या या ताज्या निर्णयानं देशादेशातल्या व्यापारयुद्धाला लगेचच सुरुवात होणार नसली, तरी भविष्यात हा धोका निर्माण होणारच नाही असं नाही. सध्याचे जागतिक व्यापाराचे नियम ठरवण्यात अमेरिकेचा हात निर्विवाद आहे. या देशाचं सामर्थ्य वापरून ही रचना व्यापक अर्थानं अमेरिकेचे हितसंबंध जपणारी राहील याची काळजीही अमेरिकेचे धुरीण घेत आले. भांडवलाचं आणि श्रमाचं मुक्त वहन होऊ देण्यावर आधारलेली आणि अधिकाधिक नफा, त्याची फेरगुंतवणूक यातून अर्थचक्राला गती देऊ पाहणारी जागतिकीकरणाची प्रचलित व्यवस्था पाश्चात्यांच्या पुढाकारानं आणि अमेरिकेच्या नेतृत्वाखालीच प्रत्यक्षात आली आहे.आर्थिक आघाडीवरच्या संरक्षणवादाचाही धोका तज्ज्ञांना ट्रम्प यांच्या या नव्या पवित्र्यातून जाणवत आहे. ट्रम्प यांना मात्र व्यापारयुद्धाची काळजी नाही. 'ते काही अमेरिकेसाठी वाईट नसेल', असं त्यांचं सांगणं आहे. मात्र, व्यापारयुद्धात कुणाचाच विजय होत नाही. १९३०च्या दशकात हा धडा जगानं घेतला होता.

अमेरिकेचे अध्यक्ष डोनाल्ड ट्रम्प त्यांना हवी ती धोरणं राबवताना जगाची फिकीर करण्याची शक्यता नाही, याची चिन्हं ते सत्तेवर येतानाच दिसत होती. त्यांच्या 'अमेरिका फर्स्ट' धोरणाचं सूत्र जगाच्या अर्थव्यवस्थेतल्या सुधारणेपेक्षा आणि स्थैर्यापेक्षा अमेरिकेतल्या त्यांच्यावर फिदा असणाऱ्यांना खूश करत राहणं हेच आहे. आपण अमेरिकेचं हित पाहतो, असं सांगणारं एक पाऊल ट्रम्प यांनी नुकतंच उचललं आहे ते पोलाद, ॲल्युमिनियमसारख्या धातूंवर आयातकर वाढवण्याचं. यामुळं अमेरिकेला पोलाद निर्यात करणाऱ्या देशांची निर्यात महागडी होईल. अमेरिकेतल्या पोलाद-उद्योगाला याचा लाभ होईल, असं सांगितलं जातं, हा झाला वरवरचा भाग. मुद्दा एकदा अमेरिकेसारख्या देशानं जगातल्या प्रचलित व्यापारनियमांना धक्का द्यायला सुरुवात केली तर इतर देश त्याच मार्गानं जातील आणि हे चक्र सुरू करणं सोपं आहे. नंतर त्यावर नियंत्रण कठीण. क्रिया-प्रतिक्रियांची साखळी खुल्या जागतिक व्यापाराच्या कल्पनेवरच उठू शकते. साहजिकच हा केवळ धातूंच्या आयात-निर्यातीपुरता आणि त्यातल्या लाभ-हानीपुरता मुद्दा उरत नाही. तो जागतिक व्यापाराच्या भवितव्याशी जोडला जातो म्हणूनच जग यापुढच्या घडामोडींकडं सजगतेनं पाहत आहे. अमेरिका मोठ्या प्रमाणात लोखंडाची आयात करते आणि ते प्रामुख्यानं चीन आणि कॅनडा यांसारख्या देशातून येतं. त्यांची निर्यात यातून महाग होईल.

अमेरिकेचा जागतिक व्यापारातला हिस्सा सर्वात मोठा आहे. यातल्या आयात-निर्यातीत अमेरिकेला ५०० अब्ज डॉलरहून अधिक तोटा होतो आणि त्याचं कारण सध्याच्या व्यापारनियमांत आहे, असं ट्रम्प यांचं निदान आहे. शीतयुद्धानंतर प्रस्थापित

झालेली रचनाच बदलण्याच्या मार्गानं ट्रम्प निघाले आहेत. यात आंतरराष्ट्रीय पातळीवरच्या राजनैतिक साहसवादाचा समावेश आहे, तसाच आर्थिक आघाडीवर भिंती घालण्याचं समर्थन करणारी धोरणं राबवण्याचाही. अमेरिकेनं जागतिक व्यापारात निर्णायक भूमिका बजावली आहे. सध्याचे जागतिक व्यापाराचे नियम ठरवण्यात अमेरिकेचा हात निर्विवाद आहे. या देशाचं सामर्थ्य वापरून ही रचना व्यापक अर्थानं अमेरिकेचे हितसंबंध जपणारी राहील याची काळजीही अमेरिकेचे धुरीण घेत आले. भांडवलाचं आणि श्रमाचं मुक्त वहन होऊ देण्यावर आधारलेली आणि अधिकाधिक नफा, त्याची फेरगुंतवणूक यातून अर्थचक्राला गती देऊ पाहणारी जागतिकीकरणाची प्रचलित व्यवस्था पाश्चात्यांच्या पुढाकारानं आणि अमेरिकेच्या नेतृत्वाखालीच प्रत्यक्षात आली आहे. आता ट्रम्प यांना जणू जागतिकीकरणाचं चाकच उलटं फिरवायचं आहे की काय, असं वाटण्यासारखी त्यांची धोरणदिशा आहे. धातूंवरच्या आयातशुल्कात वाढ हा त्याचा एक नमुना मानता येईल. अमेरिका मुक्त व्यापारधोरणाची पुरस्कर्ती आहे; किंबहुना जगभरातल्या बंदिस्त अर्थव्यवस्थांनी खुलेपणाकडं जावं, यासाठी प्रत्यक्ष-अप्रत्यक्ष दबाव आणण्याचं धोरण अमेरिका राबवत आली आहे. जागतिक व्यापारात कमीत कमी अडथळे ठेवले तर आणि जमेल तेवढ्या भिंती काढून टाकल्या तर त्यातून होणारी उलाढाल सर्वांच्याच लाभाची ठरते, असं या धोरणातलं गृहीतक आहे. देशातल्या उद्योगांना संरक्षण आणि परकी भांडवल आणि वस्तूंच्या शिरकावास मुक्त वाव यातलं संतुलन साधत राहणं हे या व्यवस्थेतलं आव्हान असतं. ट्रम्प यांच्या मांडणीनुसार, या प्रकारच्या मुक्त व्यापारात अमेरिकेतल्या कमी आयातशुल्काचा लाभ जगातल्या अन्य देशांनाच होतो आणि त्याचा फटकाच अमेरिकेला बसतो. अमेरिकी नोकऱ्या परत आणण्याचं आणि अमेरिकी व्यवसायांना बळ देण्याचं आश्वासन देत ट्रम्प सत्तेवर आले आहेत. अत्यंत जटिल मुद्द्यांवरची सोपी; मात्र दिशाभूल करणारी उत्तरं सांगणं हे ट्रम्प यांच्या प्रचारमोहिमेचं वैशिष्ट्य होतं. साधारणतः निवडणूकप्रचारात कितीही टोकाच्या भूमिका घेतल्या तरी सत्ता शहाणपण देते आणि व्यावहारिक चौकटींची जाणीव सत्तेत व्हायला लागते. ट्रम्प यांच्या बाबतीत मात्र त्यांच्या जगाविषयीच्या धारणा ते जशाच्या तशा लागू करू पाहताहेत. यामुळंच तैवानच्या अध्यक्षांशी बोलणं चीनला खुपणारं आहे, याची त्यांना फिकीर नसते. पाकिस्तानच्या पंतप्रधानांना 'टेरिफिक गाय' म्हणायचं, पाठोपाठ पाकनं लुटल्याचा हल्ला करायचा यात त्यांना विसंगती वाटत नाही. उत्तर कोरियाच्या अध्यक्षाला 'तुमच्यापेक्षा माझं अणुबटण अधिक ताकदवान आहे,' असं गल्लीतल्या भांडणाची याद देणारं उत्तर देणं ट्रम्प यांच्यासाठी खपून जातं. भारतानं हार्ले डेव्हिडसनसारख्या उच्चभ्रू, संपूर्ण परकीय बनावटीच्या मोटारसायकलींवरचं आयातशुल्क कमी केल्यानंतर 'त्यात काय एवढं, हा काही उपकार नव्हे,' असं सुनवायचं, यातला राजनैतिक औचित्यभंगही नजरेआड करायचा, यासारख्या आंतरराष्ट्रीय राजकारणातल्या प्रगल्भतेची वानवा दाखवणाऱ्या बाबी समोर येत आहेत. अमेरिका आणि अन्य महत्त्वाच्या देशांतल्या आयात-निर्यातीतला फरक अमेरिकेच्या अध्यक्षांना डाचत असेल तर त्यात नवल नाही. त्यासाठी अन्य देशांतून आयात होणाऱ्या मालावर मोठ्या प्रमाणात आयातशुल्क लावावं हा ट्रम्प यांनी शोधलेला उपाय आहे. असल्या कथित धाडसी पावलातून समर्थकांचा वर्ग तात्पुरता खूश करता येईलही. मात्र, हा काही अमेरिकेतल्या आर्थिक दुखण्यांवरचा सरसकट उपाय नव्हे. हे जगभरातले अनेक मान्यवर पटवून देताहेत. या प्रकारचे संशोधन-अहवाल कित्येक आकडेवारीसह प्रसिद्ध आहेत. मात्र, ट्रम्प यांना मुळात कोणत्याही मुद्द्यावर खोलात जाण्याचंच वावडं आहे. या प्रकारच्या संरक्षणवादी धोरणांना ट्रम्प यांचे आर्थिक सल्लागार गॅरी कोहेन यांचाही विरोध होता. त्यांनी खुल्या व्यापाराचं

समर्थन करण्याचा प्रयत्न केला, तेव्हा 'कोणत्याही आर्थिक मुद्द्यावर तीन अर्थतज्ज्ञांची तीन वेगळी मतं असतात' असं सांगून ट्रम्प यांनी त्यांना झटकून टाकल्याचं सांगितलं जातं. याचा परिणाम म्हणून कोहेन यांनी राजीनामा दिला. अर्थात सत्तेवर आल्यापासून ४०च्या वर ज्येष्ठ सहकाऱ्यांना नारळ दिलेले ट्रम्प त्याची फिकीर करण्याची शक्यता नाही.

पोलाद आणि ॲल्युमिनियमवर आयातशुल्क वाढवल्यानंतर परदेशातून आयात कमी होईल, त्याप्रमाणात अमेरिकेतल्या उद्योगांना बळ मिळेल, हे यामागचं गृहीतक. मात्र, अमेरिकेनं आयातशुल्क वाढवल्यानंतर उर्वरित जग केवळ पाहत राहील, हे शक्य नाही. चीनपासून युरोपीय संघापर्यंत अनेकांनी प्रत्युत्तराची तयारी केलीच आहे. युरोपीय संघानं मोटारसायकल, जीन्स, आणि ब्रँडेड खाद्यपदार्थांवर आयातशुल्क वाढवण्याचे संकेत दिले आहेत. त्याचा परिणाम या क्षेत्रातल्या अमेरिकी उत्पादकांवर होईल. 'जशास तसं उत्तर देऊ' असं चीननं स्पष्टपणे म्हटलं आहे. पोलादावरच्या आयातशुल्काचा सर्वाधिक फटका बसणाऱ्यांत चीनचा समावेश आहे. साहजिकच चीनही अशाच प्रकारचं उत्तर दिल्याशिवाय राहणार नाही. चीन अमेरिकेतून २१ अब्ज डॉलरची कृषी उत्पादनं आयात करतो. त्यावर परिणाम करणारं शुल्क चीन लावू शकतो. या प्रकारच्या क्रिया-प्रतिक्रिया होत राहिल्यास त्याचा व्यापक परिणाम जगातल्या एकूण व्यापारावर होईल, असं भय अनेक जण बोलून दाखवत आहेत. नवी शुल्कवाढ जाहीर करताना जागतिक व्यापार संघटना आणि अमेरिकी कायद्यातल्या राष्ट्रीय सुरक्षाविषयक तरतुदींचा वापर केला आहे. यामुळं त्याला आव्हान देणं सोपं नाही. मात्र, एकदा अमेरिका या मार्गानं जाऊ लागली तर तोच अन्य देशही वापरू लागतील. पोलादावरच्या नव्या शुल्कानं फार फरक पडणार नसला तरी हा बदल धोरणात्मक ठरल्यास त्याची किंमत जगाला मोजावी लागेल. ट्रम्प यांचं आयातशुल्कवाढीचं धोरण प्रामुख्यानं चीनला डोळ्यांसमोर ठेवून आखण्यात आलं आहे. चीननं केलेलं अतिरिक्त पोलाद-उत्पादन व त्यातून ढासळलेल्या किमती याचा परिणाम जगाला सोसावा लागला आहे. ट्रम्प यांच्या धोरणाला चीन तसंच उत्तर देईल. मात्र, या धोरणाचा अधिक फटका सर्वाधिक पोलादनिर्यात करणाऱ्या कॅनडासारख्या शेजारी आणि अमेरिकेच्या मित्रदेशाला बसेल. यातूनच नव्या शुल्कवाढीतून काही देशांना सवलत देण्याची दुरुस्ती करावी लागत आहे.

आयातशुल्क वाढवून देशी पोलाद-उद्योगाला बळ दिल्यानं तिथं रोजगार वाढेल, हे ट्रम्पपंथीयांचं समर्थन वरवर चोख वाटलं तरी अर्थव्यवस्थेतले व्यवहार याहून गुंतागुंतीचे असतात. म्हणजेच जितके रोजगार या धोरणानं वाढतील, त्यापेक्षा अधिक परिणाम यातून होणाऱ्या महागाईच्या परिणामी बंद होणाऱ्या व्यवसायांमुळं होऊ शकतो. यापूर्वी २००२ मध्ये तत्कालीन अध्यक्ष जॉर्ज बुश यांनी पोलादावर वाढीव आयातशुल्काचं धोरण राबवलं होतं, तेव्हाही धारणा अशीच होती, की अमेरिकेतले रोजगार वाढतील. प्रत्यक्षात याचा अर्थव्यवस्थेला कोट्यवधी डॉलरचा फटकाच बसल्याचं समोर आल्यानंतर बुश यांना ते धोरण मागं घ्यावं लागलं. ट्रम्प यांच्या या करवाढीचा भारतावर काय परिणाम होईल? भारत हा जगातला १४व्या क्रमांकाचा पोलाद निर्यातदार देश आहे. भारतातून ही निर्यात प्रामुख्यानं बेल्जियम, थायलंड, व्हिएतनाम यांसारख्या देशांत होते. अमेरिकेत होणारी निर्यात मर्यादित आहे. त्यामुळे भारतातल्या पोलाद-उद्योगावर थेटपणे फार मोठा परिणाम होण्याची शक्यता नाही. अमेरिकी बाजारात आपल्याकडून पोलाद पाठवण्याचं प्रमाण एकूण व्यापारात लक्षणीय नाही. त्याअर्थानं फार मोठा परिणाम होणार नाही. मात्र, अप्रत्यक्षरीत्या अनेक क्षेत्रांवर याचे परिणाम होतील, तसंच यातून जर व्यापारयुद्धाला चालना मिळाली, तर त्याचे जे दुष्परिणाम जगाला भोगावे लागतील, त्याच्या झळा आपल्यालाही बसल्याशिवाय राहणार नाहीत. ट्रम्प यांचा आक्षेप मुक्त व्यापारापायी अमेरिकेला

सागरकेंद्रित व्यापारयुद्ध, बदलते जागतिक संदर्भ आणि चीन

- *गेल्या दोन दशकांपासून अमेरिका, चीन, भारत, जपान आणि रशिया यांच्या आर्थिक विकास आणि लष्करी ताकदीमध्ये प्रचंड वाढ झाल्याने आशियातील छोट्या देशांनीदेखील आपले सामर्थ्य वाढवायला सुरुवात केली.*
- *या सर्वच देशांनी सागरी शक्तीच आधुनिकीकरणासाठी प्रचंड आर्थिक आणि लष्करी गुंतवणूक केली.*
- *आजच्या घडीला चीन सागरी शक्तीच्या जोरावर बलाढ्य राष्ट्र म्हणून ओळखले जाते.*
- *जहाजबांधणी कार्यक्रमाला राष्ट्रीय धोरणाचा दर्जा, पाणबुडी, विमानवाहू जहाज यांच्या संख्यात्मक तसेच गुणात्मक वाढीवर भर, देशाचे हित साध्य करण्यासाठी नौदलाला सामरिक धोरणांमध्ये सर्वाधिक प्राधान्य आणि परराष्ट्र धोरणामध्ये सागरी सहकार्याला मध्यवर्ती स्थान या अतिशय धोरणी चतुःसुत्रीच्या ताकदीवर हिंद महासागरापासून ते प्रशांत महासागरापर्यंत चीनने आपला प्रभाव वाढवला आहे.*
- *चीनचा हिंदी महासागरात वाढणारा प्रभाव हा भारताच्या सागरी सुरक्षेसमोरील मोठे आव्हान आहे.*
- *पूर्व चिनी समुद्र आणि दक्षिण चीन समुद्राला आपले महत्त्वाचे अस्त्र म्हणूनच या देशाने वापरायला सुरुवात केली आहे.*
- *श्रीलंकेसारख्या अनेक देशांना कर्जबाजारी करून या देशांची मोक्याची बंदरे चीनने भाडेतत्त्वावर आपल्या अंकित केली आहेत.*
- *'जर्मन इन्स्टिट्यूट फॉर इंटरनॅशनल अँड सिक्युरिटी अफेअर्स' या संस्थेच्या अहवालानुसार चीनने रशियाल सागरी शक्तीमध्ये मागे टाकले आहे.*
- *यामुळे २००३ पासून भारत आणि रशिया दोन्ही देश 'इंद्र' या नावाने दर दोन वर्षांनी नौदलाचा संयुक्त सराव करीत आहेत.*
- *'सागरी सहकार्य' या अत्यावश्यक विषयावर भारताचे चेन्नई बंदर आणि रशियाचे व्लाडीवोस्टाक बंदर जोडण्याचा निर्णय हा घेण्यात आला.*
- *२६/११ रोजी भारतावर समुद्रातून झालेल्या दहशतवादी हल्ल्यामुळे हिंदी महासागरावर आपले नियंत्रण प्रस्थापित करणे आणि त्याकरिता नौदलाला अधिक सक्षम करणे आवश्यक बाब आहे.*

तोटा सहन करावा लागतो यावर आहे. अमेरिकेशी व्यापारसंतुलनाचा आग्रह ते धरत आहेत. त्यासाठी आयातशुल्काचा वापर करण्याचा ट्रम्प प्रशासनाचा प्रयत्न आहे. मात्र, विकासाच्या वेगवेगळ्या स्तरांवर असणाऱ्या देशांत समान कर असू शकत नाहीत. भरताविषयीचा ट्रम्प यांचा रोख याच प्रकारे व्यापारसंतुलन राखण्यावर राहिल्यास मोठे परिणाम होऊ शकतात.

ट्रम्प यांच्या या पवित्र्यातून अनेक तज्ज्ञांना खरा धोका दिसतो आहे तो आर्थिक आघाडीवरच्या संरक्षणवादाचा. एकदा या सापळ्यात अडकल्यानंतर त्यातून सुटका कठीण आहे. आपल्या देशातल्या व्यापार-उद्योगाला संरक्षण देताना घातल्या जाणाऱ्या भिंतींना तसाच प्रतिसाद अन्य देशांतून मिळणं स्वाभाविक आहे. तूर्त तरी कुणी अमेरिकेच्या ताज्या निर्णयानं लगेच व्यापारयुद्धाला सुरुवात होईल असं मानत नाही. मात्र, असं झालंच तर त्याचे परिणाम धोकादायक असतील, यावर साधारणतः एकमत आहे. एका मान्यताप्राप्त व्यावसायिक संशोधन संस्थेच्या अंदाजानुसार, अमेरिका आणि चीनमध्ये व्यापारयुद्ध सुरू झालंच तर चीनसह आशियाई देशांतल्या अर्थव्यवस्थेचा वाढीचा दर किमान एक टक्क्यानं खालावेल, तसाच तो अमेरिकेचाही ०.२५ टक्क्यानं खालावेल. याचे परिणाम जगभरातल्या

इंडो-पॅसिफिक क्षेत्रात रशिया-भारत-जपान या नव्या गटाची शक्यता

नुकतीच भारताच्या परराष्ट्र खात्याचे सचिव श्रीहर्ष श्रिंगला यांनी रशियाचे परराष्ट्र उपमंत्री इगोर मर्गुलोव्ह यांची भेट घेऊन इंडो-पॅसिफिक क्षेत्रात रशियाने भारत आणि जपानसोबत प्रवेश करावा अशी अपेक्षा व्यक्त केली. नव्याने निर्माण होणारा 'रशिया-भारत-जपान' हा गट कोणत्याही देशाच्या अथवा संघटनेच्या विरोधात नाही, हे मत या भेटीत मांडण्यात आले. आजच्या घडीला युरो - अटलांटिक क्षेत्राचे अस्तित्त्व नष्ट झाल्याने त्या जागी इन्डो-पॅसिफिक प्रदेश उदयास आला असून याकरिता रशिया व भारत एकत्र आले आहेत. ही बाब या भेटीत स्पष्ट करण्यात आली. भविष्यात जपानला आपल्या सोबत घेऊन इंडो-पॅसिफिक क्षेत्रात नवा गट उभा करण्याचा रशिया व भारताचा मानस आहे. आणि या गटात चीनला दूर ठेवण्याची जाणीवपूर्वक योजना आहे. याचे मुख्य कारण चीनचा आक्रमक विस्तारवाद आणि बाजारपेठांवर मक्तेदारी प्रस्थापित करत महासत्ता होण्याचा मुख्य दृष्टिकोन आहे. इंडो-पॅसिफिक क्षेत्रात तसेच आशिया खंडात चीनच्या धोरणामुळे निर्माण झालेली अस्थिरता दूर करण्याचा आणि चीनमुळे त्रस्त झालेल्या देशांना दिलासा देण्याचा हा गट प्रयत्न करेल.

व्यापारी दृष्टिकोन

इंडो-पॅसिफिक क्षेत्रात रशिया-भारत-जपान या नव्या गटात सामील होण्यामागे सर्वांत महत्त्वाचा भाग हा व्यापारी दृष्टिकोनाचा आहे. पूर्व आशिया, तसेच आग्नेय आशियातील देशांच्या बाजारपेठांत खनिज तेल आणि वायूची विक्री करण्याचा रशियाचा हेतू आहे. जपानकडील याबाबतचे तंत्रज्ञान मिळवून सैबेरिया प्रांतातून खनिज मिळवण्यात रशियाला अधिक रस आहे. आग्नेय व पूर्व आशिया यांच्या जवळ, तसेच मध्य आशिया व रशिया यांच्यात भारताचे भौगोलिक स्थान असल्याने रशियाकरिता हा गट व्यापारीदृष्ट्या फायदेशीर ठरणार आहे.

अर्थकारणावर होतील. अनेक दशकांच्या प्रयत्नांतून नियमांवर आधारलेली व्यापारचौकट साकारली आहे. व्यापरस्पर्धांचं रूपांतर व्यापारयुद्धात होण्यानं ही चौकटच डळमळीत होईल. जागतिकीकरणाच्या प्रवाहात व्यापारातले अडथळे कमीत कमी करण्यावर भर असतो. याच अंगानं जागतिक व्यापार संघटनेतल्या वाटाघाटी होतात. मात्र, त्याकडं पाठ फिरवत पुन्हा आपापल्या देशांतल्या उद्योगांना संरक्षित करण्याच्या नावाखाली भिंती घालण्याकडं झुकणारी धोरणदिशा जगासाठी चिंता करायला लावणारी ठरेल. ट्रम्प यांना व्यापारयुद्धाची काळजी नाही. ते काही अमेरिकेसाठी वाईट नसेल, असं त्यांचं सांगणं आहे.

मात्र, व्यापारयुद्धात कुणाचाच विजय होत नाही. १९३०च्या दशकात हा धडा जगानं घेतला होता.

६ दोस्ती ते व्यवहार

नेपाळचे पंतप्रधान खड्गप्रसाद शर्मा ओली हे भारताच्या दौऱ्यावर नुकतेच येऊन गेले. त्या देशाचे ते दुसऱ्यांदा पंतप्रधान झाल्यानंतरचा हा दौरा होता. नेपाळच्या आधीच्या सगळ्या पंतप्रधानांइतके ओली हे भारतस्नेही नाहीत, हे आजवरच्या त्यांच्या वेगवेगळ्या भूमिकांवरून स्पष्ट झालं आहे. दोस्तीपेक्षा देवाण-घेवाणीच्या व्यवहारांना त्यांच्या लेखी महत्त्व आहे. भारताचे 'होयबा' व्हायला ओली यांचा नकार आहे. शिवाय, ओली यांच्या नेतृत्वातल्या नेपाळनं चीनशीही जवळीक साधण्याचे प्रयत्न चालवलेले आहेत. चीन आणि नेपाळला जोडणारा रेल्वेमार्गही चिनी पुढाकारानं साकारला जाणार आहे. भारताचा आक्षेप असलेल्या चीनच्या वन बेल्ट, वन रूट' या महाप्रकल्पात नेपाळ सहभागी झाला आहे. रस्ते आणि जलविद्युत प्रकल्पांसाठी चीननं ५३ हजार कोटींच्या गुंतवणुकीची तयारी दाखवली आहे. नेपाळमध्ये नवी राज्यघटना लागू करण्यात आल्यावर भारतानं व्यक्त केलेल्या कठोर प्रतिक्रियेनंतर तर हे संबंध जास्तच ताणल्यासारखे झाले होते. या सगळ्या पार्श्वभूमीवर ओली यांच्या ताज्या भारतदौऱ्याकडं पाहायला हवं.

नेपाळ हा भारताचा शेजारी. भारताच्या तुलनेत चिमुकला देश. नेहमीच भारतावर अवलंबून असलेला. भारत-नेपाळ संबंधांत भारताची भूमिका कायमच मोठ्या भावाची राहिली आहे आणि नेपाळनं ती स्वीकारलीही होती. त्याला नेपाळची नवी राज्यघटना लागू करण्यावर भारतानं ज्या रीतीनं नाराजी व्यक्त केली त्यातून तडा गेला, इतका की भारताशिवाय पानही न हलणाऱ्या नेपाळमध्ये पहिल्यांदाच भारतविरोधी स्पष्ट भावना उमटू लागल्या आहेत आणि त्याचं नेतृत्व करणारे खड्गप्रसाद शर्मा ओली हे नेपाळचे पुन्हा पंतप्रधान बनले आहेत. ओली हे त्यांच्या पूर्वसुरींइतके भारतस्नेही नाहीत, हे तर उघड आहे; किंबहुना भारतासोबतच चीनशीही जवळीक वाढवण्याची व्यूहनीती चर्चेपलीकडं प्रत्यक्षात आणण्यात याच ओली यांचा वाटा मोठा आहे. आता नेपाळसंदर्भात चीनही एक भागीदार बनला आहे. या देशातल्या भारताच्या पारंपरिक वर्चस्वाला शह देण्यात चीन संधी सोडण्याची शक्यता नाही. घटना लागू केल्यानंतरच्या नेपाळचे हाल करणाऱ्या नाकेबंदीमुळं रुसलेला हा शेजारी ओली हे पुन्हा पंतप्रधान झाल्यानंतर काय भूमिका घेणार, याकडं निरीक्षकांचं लक्ष होतं. कुणीही नेपाळमध्ये पंतप्रधान झाल्यानंतर पहिला परदेशदौरा भारताचा करावा, हे सूत्र ओली यांनी पाळलं आणि भारताचं महत्त्व मान्य करणारा पहिला संकेत दिला. भारताकडूनही मागचं झालं ते विसरून नव्यानं भारत-नेपाळ मैत्रीचं पान लिहिण्यावर भर देण्याचा प्रयत्न झाला. शेजाऱ्यांसदर्भात सातत्यानं ताठर भूमिका ठेवणाऱ्या सध्याच्या केंद्र सरकारनं स्वीकारलेलं हे व्यावहारिक शहाणपण अनिवार्य आहे. त्याचबरोबर बदलत्या स्थितीत नेपाळलाही गृहीत धरता येत नाही, याची जाणीव करून देणारं आहे. दक्षिण आशियातल्या भारतीय प्रभुत्वाला जमेल तिथं आव्हान देणाऱ्या चीनच्या हा भाग

चीनची विस्तारवादी व आर्थिक शोषणात्मक भूमिका

भारतासोबत सीमावाद, जपानशी वाद, हाँगकाँगमध्ये अत्याचार, कोरोनाचाही चीनवर आरोप, अशा अनेक मुद्यांवरून जवळपास २७ देशांनी चीनच्या विरोधात संयुक्त राष्ट्राच्या मानवी हक्क आयोगाकडे न्याय मागायचा निर्णय घेतला आहे. ज्यांच्यावर प्रत्यक्ष-अप्रत्यक्षपणे चीनचा दबाव आहे, चीनशी सीमावाद आहे, जे चीनवर अवलंबून आहेत किंवा ज्यांची चीनच्या विस्तारवादी व आर्थिक शोषणात्मक भूमिकेमुळे आता आर्थिक, राजनैतिक, सांस्कृतिक व धोरणात्मक कोंडी होऊ लागली आहे.

चीन आणि नेपाळ

प्रत्यक्ष-अप्रत्यक्षपणे चीनच्या विस्तारवादी धोरणाखाली प्रभावित होऊन व दबावात येऊन नेपाळने विस्तावादी धोरण आखले आणि भारताच्या भूभागावर दावा करत स्वतःच्या नकाशात त्या भूभागाला दर्शवले, पण चीनसारख्या शक्तिशाली देशाच्या दबावाखाली नेपाळ आला आहे.नेपाळच्याही मोठ्या भूभागावर चीनने दावा केला आहे. नेपाळ हा तिबेटचा भाग असल्याचा चीनचा दावा आहे. तिबेट हा चीनने बळकावलेलाच भूभाग आहे. त्यामुळे नेपाळचा भूभागही चीनचाच आहे, असा दावा चीनने केला आहे. आधुनिक काळाच्या सुरुवातीला झालेल्या चीन-नेपाळ युद्धापासून (१७८८-९२) दोन्ही देशांत हा वाद आहे.

पंखाखाली ठेवण्याच्या प्रयत्नाला शह द्यायचा तर निव्वळ बलप्रयोगाची भूमिका चालणारी नाही, हेही आता समजून घ्यायला हवं.

नेपाळच्या पंतप्रधानांचा दौरा या देशाशी काहीशा ताणलेल्या संबंधांच्या पार्श्वभूमीवर महत्त्वाचा होता. यात परराष्ट्रव्यवहारात नेपाळ हेही बरोबरीचं राष्ट्र आहे, याची जाणीव करून देतानाच पूर्वग्रह बाजूला ठेवत भारताशी व्यवहार करण्याची समज ओली यांनी दाखवली, तर नाराज शेजाऱ्याला चुचकारताना दिलखुलास स्वागत करण्यात भारताकडून कसूर ठेवली गेली नाही. भारताचे पंतप्रधान नरेंद्र मोदी आणि नेपाळी पंतप्रधान ओली यांच्यात झालेल्या करारमदारांकडं याच दृष्टिकोनातून पाहावं लागेल. एका अर्थानं पुनश्च मैत्रीपर्वाकडं जाण्याचा रस्ता खुला करणारी ही भेट होती. त्याचबरोबर या मैत्रीचे आधारही नवे असतील आणि ते व्यवहारांवर अधिक आधारलेले असतील. नेपाळनं भारतावर निर्धास्त अवलंबून राहावं आणि भारतानं नेपाळला आंतरराष्ट्रीय राजकारणात आपल्या बाजूला गृहीत धरावं हे चित्र कधीकाळी अस्तित्वात होतंही, मात्र आता ते दिवस संपले आहेत. सन २०१४ मध्ये भारतात मोदी सत्तेवर आल्यानंतर आंतरराष्ट्रीय संबंधांत ते भारताच्या लाभाचे मूलभूत बदल करू शकतील, असा आशावाद होता. त्यांची स्थिती बहुमतानं अत्यंत भक्कम केली होती. ओली हे नेपाळमध्ये आता अशीच स्थिती अनुभवत आहेत. टोकाचा राष्ट्रवादी प्रचार आणि जोडीला विकासाची स्वप्नं हे ओली यांच्या नेपाळमधला प्रचंड विजय साकारण्यातले महत्त्वाचे घटक होते. यातला टोकाच्या राष्ट्रवादाला भारतविरोधी भावनेची किनार आहे. ओली हे त्यावरच स्वार झाले आहेत. भारताला काय वाटतं, याला नेपाळच्या राजकारणात कायमच महत्त्व राहिलं. ते राजेशाहीत होतं, तसं नंतरच्या लोकशाहीच्या प्रयोगांतही होतं. नेपाळमधले अंतर्गत प्रश्न सोडवण्यातही भारताची कधी उघड, तर कधी अप्रत्यक्ष भूमिका राहिली आहे. या पार्श्वभूमीवर नेपाळची नवी राज्यघटना लागू झाली, तेव्हा या संबंधांत नवं वळण आलं.

या घटनेचं स्वागत करणं तर सोडाच; भारत सरकारनं त्यावर अत्यंत रुक्ष आणि कठोर प्रतिक्रिया दिली. राज्यघटना लागू करणं थांबवण्याचा प्रयत्न झाला. या देशातला भारताचा आवाज तोवर इतका मोठा होता, की भारतीय राजदूत जाहीरपणे तिथल्या राज्यांची अंतर्गत रचना कशी असावी, यावर भाष्य करायचे. या साऱ्याला आपल्याकडं कणखर म्हणून गौरवलं जाणारं सरकार असतानाही नेपाळनं जुमानलं नाही. यातून नेपाळच्या अंतर्गत बाबीतही भारताच्या निर्विवाद वर्चस्वाला आव्हान मिळायला सुरुवात झाली.

त्या राज्यघटनेत नेपाळमधल्या बिहारलगतच्या तराई म्हणून ओळखल्या जाणाऱ्या पठारी प्रदेशातल्या मधेसी समूहांना दुजाभावाची वागणूक दिल्याचा आक्षेप आहे. हे समूह प्रामुख्यानं भारतातून गेलेले आहेत. नेपाळमधल्या प्रदेशांच्या रचनेपासून ते हक्कांपर्यंत नव्या राज्यघटनेत पहाडी भागाला झुकतं माप मिळालं हा वादाचा मुद्दा होता. यातून मधेसींनी भारताकडून नेपाळकडं जाणारी वाहतूक रोखणारं आंदोलन केलं, याला भारतानं साथ दिली आणि नेपाळची नाकेबंदी केल्याची भावना तिथं पसरली. ही नाकेबंदी १३४ दिवस चालली. त्यानं नेपाळची अर्थव्यवस्था डबघाईला आली. हा देश इंधनापासून ते दैनंदिन वापरातल्या अनेक वस्तूंपर्यंत भारताकडून येणाऱ्या मालवाहतुकीवरच अवलंबून आहे. त्याच्या झळा बसलेल्या लोकांना भारताच्या विरोधात भडकवणं सोपं होतं. ओली यांनी तेच केलं. तेव्हापासून भारताशी घट्ट जोडलेला हा शेजारी फटकून वागायला लागला. त्याआधी नेपाळच्या अंतर्गत प्रश्नांतही अनेकदा निर्णायक हस्तक्षेप झाला होता. सन १९५१ मध्ये नेपाळचे राजे आणि नेपाळी काँग्रेसमध्ये झालेला समझोता भारताच्या पुढाकारानंच झाला होता. माओवाद्यांशी संघर्ष संपवणारा करार भारतानंच घडवला होता. घटना समितीच्या निवडीतही भारताकडून झालेल्या वाटाघाटी निर्णायक होत्या. या स्थितीत घटना लागू करण्यावरून तयार झालेला तणाव दोन देशांच्या ऐतिहासिक मैत्रीपर्वात धोंड बनला होता. 'नेपाळ हा भारताचा मित्र आहे; होयबा नव्हे' असं जाहीरपणे पहिल्यांदाच बोललं गेलं. आता तेच नेपाळचं दोन देशांच्या संबधांतलं धोरणात्मक सूत्र बनलं आहे.

या तणावाचा लाभ घेण्यात अर्थातच चीननं कसलीही कसर सोडली नाही. दक्षिण आशियातला भारताचा प्रभाव चीनला खुपणारा आहेच. संपूर्ण आशियात आपलाच निर्णायक प्रभाव राहिला पाहिजे, हे चीनच्या वाटचालीचं सूत्र आहे. यातून दक्षिण आशियाई देशांत प्रचंड आर्थिक मदतीचं गाजर चीन अनेक देशांना दाखवतो आहे. हे प्रयोग श्रीलंका, म्यानमार, पाकिस्तान यांसारख्या देशांत झाले होतेच; त्याचाच पुढचा अध्याय चीननं नेपाळमध्ये सुरू केला. चीनशी व्यापारमार्ग खुले करण्याचा करार यातूनच झाला. चीननं नेपाळमधल्या अनेक पायाभूत सुविधांच्या प्रकल्पांना अर्थसाह्याची तयारी दाखवली. यातले काही प्रकल्प सुरूही झाले. नेपाळमधली या प्रकारची कामं हा तोवर जवळपास भारतीय कंपन्यांसाठीचा एकाधिकार होता. आता यात चिनी वाटेकरी आले. चीन आणि नेपाळला जोडणारा रेल्वेमार्गही चिनी पुढाकारानं साकारला जाणार आहे. भारताचा आक्षेप असलेल्या चीनच्या 'वन बेल्ट, वन रूट' या महाप्रकल्पात नेपाळ सहभागी झाला आहे. रस्ते आणि जलविद्युत प्रकल्पांसाठी चीननं ५३ हजार कोटींच्या गुंतवणुकीची तयारी दाखवली आहे. हे चिनी आकर्षण असलं तरी नेपाळ भारताला पुरता झिडकारू शकत नाही. मात्र, एकाच वेळी दोन्ही बाजूंच्या महाकाय देशांना चुचकारण्याची आतापर्यंतच्या वाटचालीहून वेगळी वाट नेपाळनं धरली. राज्यघटना लागू झाल्यानंतर ओली हेच पंतप्रधान झाले होते. मात्र, त्यांच्या आघाडीत फूट पडली आणि त्यांना पायउतार व्हाव लागलं. यामागंही भारताचा हात शोधण्याचा प्रयत्न नेपाळमध्ये झाला. आघाडीतून फुटलेल्या पुष्पकमल दहल तथा प्रचंड या माओवादी नेत्यानं ओली यांच्या तुलनेत भारताशी अधिक जुळवून घेण्याचं धोरण ठेवलं होतं. मागच्या वर्षी झालेल्या

चीन आणि श्रीलंका

विद्यमान महिंदा राजपक्षे यांच्या सरकारमध्ये श्रीलंकेने चीनकडून प्रचंड कर्ज घेऊन मागील वर्षी हंबनटोटा बंदर ९९ वर्षांसाठी चीनला भाडेपट्टीवर दिले आहे. सोबतच, श्रीलंकेत विमानतळ, कोळसा प्रकल्प, दोन मोठ्या धरणांसह अनेक प्रकल्पांसाठी चीन ३६ हजार ४८० कोटी रुपयांची गुंतवणूक करत आहे. दरम्यान, चीनकडून घेतलेले १४० कोटी डॉलरचे कर्ज फेडण्यात श्रीलंका अयशस्वी ठरल्याची पार्श्वभूमी हंबनटोटासंबंधीच्या कराराला आहे. एकंदरीत, चीनच्या कंपन्यांनी श्रीलंकेत केलेल्या मोठ्या गुंतवणुकीमुळे आणि जास्त व्याज वसूल केल्याने श्रीलंकेची आर्थिक स्थिती डगमगू लागली आहे. कर्ज परत न शकत नसल्यामुळे चिनी कंपन्यांनी मालकी हक्काची मागणी केली आणि गुंतवणुकीच्या नावावर चीनने काही महत्त्वाकांक्षी प्रकल्प सुरू केले.

सर्वसाधारण निवडणुकीत ओली आणि प्रचंड यांचे कम्युनिस्ट पक्ष एकत्र आले आणि त्यांनी एकतर्फी बहुमत मिळवलं. आताही दोन्ही कम्युनिस्ट पक्षांचं एकत्रीकरण होऊ घातलं आहे आणि त्याचे नेते बनलेले ओली हे देशात सर्वात शक्तिशाली नेतृत्व आहे. एका बाजूला ओली हे चीनकडं झुकलेले मानले जातात. त्याचबरोबर चीननं दक्षिण आशियातल्या अन्य देशांना अर्थसाह्याच्या नादाला लावून त्या त्या देशांत सुरू केलेला हस्तक्षेप दृश्य आहे, तसंच नेपाळ भारताशी अधिक घट्ट जोडलेला आहे. नेपाळी नागरिकांना अनेक बाबतींत भारतीय नागरिकांसारखे अधिकार आपल्याकडं दिले जातात, हे १९५०च्या करारानंच ठरलं आहे. यामुळेच जवळपास ६० लाख नेपाळी भारतात काम करतात. ओली यांना हे वास्तवही विसरता येण्यासारखं नाही. त्यांचा दौरा म्हणजे नेपाळची बदलती भूमिका आणि भारताशी संबंध राखण्याची अनिवार्यता यातून व्यवहार्य मार्ग काढण्याचा प्रयत्न होता.

भारत आणि चीन यांच्यासोबत संतुलन ठेवणं ही नव्या परिस्थितीतली नेपाळी राज्यकर्त्यांची गरज आहे. निवडणुकीत ओली आणि 'प्रचंड' यांनी लोकांच्या अपेक्षा वाढवून ठेवल्या आहेत. देशात पायाभूत सुविधांपासून शेतीपर्यंत अनेक क्षेत्रांत मोठी आव्हानं आहेत. नेपाळमधून रोज सुमारे दीड हजार तरुण रोजगारासाठी देश सोडतात. देशात रोजगार तयार करणं हे मोठंच काम आहे. या सगळ्यात भारताची किमान साथ ही अत्यावश्यक बाब आहे. ओली यांच्या मागच्या भेटीनंतर संयुक्त निवेदनही प्रसिद्ध करता आलं नव्हतं. या वेळी मात्र १२ कलमी निवदेन प्रसिद्ध झालं. नेपाळमधल्या पायाभूत सुविधांसाठी भारत रस दाखवतो आहे, हे या दौऱ्यात अधोरेखित केलं गेलं. बिहारमधल्या रक्सूल आणि काठमांडूदरम्यानच्या रेल्वेमार्गाची उभारणी भारत करणार आहे. तिबेट-काठमांडूला जोडणाऱ्या रेल्वेसाठी चीननं सहकार्य देऊ केल्याच्या पार्श्वभूमीवर भारताचा हा पुढाकार महत्त्वाचा मानला जातो. दोन देशांतल्या मालवाहतुकीसाठी जलमार्ग उपलब्ध करून देण्याचंही या भेटीत ठरवण्यात आलं. सेंद्रिय शेती, पशुपालन, मातीपरीक्षण, कृषिसंशोधन यासाठी परस्परसहकार्याचे करारही या दौऱ्यात झाले. हे दौऱ्यातले जाहीर झालेले तपशील. मात्र, दौऱ्याचा खरा संदेश ओली यांच्या आधीच्या कारकीर्दीतल्या ताणलेल्या संबंधांचं ओझं पुढच्या वाटचालीत बाळगू नये, असा विश्वास एकमेकांना देणं हाच आहे.

ओली यांची भेट नेपाळ-भारत संबंधांतलं नवं वळण ठरू शकते. याचं कारण, दोन्ही देश केवळ भावनेच्या आणि इतिहासाच्या पलीकडं वर्तमान वास्तवावर आधारित व्यवहार करू लागले आहेत. यात नेपाळसाठी भारताचं पूर्वीचं एकमेवाद्वितीय स्थान राहणार नाही. नेपाळलाही केवळ चीन मदत करेल म्हणून भारताकडं दुर्लक्ष करता येणार नाही.

या भेटीनं मैत्रीला उजाळा दिला तरी मैत्रीचे आधार बदलत आहेत, याची जाणीवही दिली. हे करत असताना उभय पंतप्रधानांनी प्रामुख्यानं आर्थिक विषयांवर लक्ष केंद्रित केलं. मतभेदांच्या मुद्द्यांना फारसा हात घातलेला नाही. सन १९५०चा नेपाळशी झालेला शांतता आणि मैत्रीचा करार बदलला पाहिजे असं ओली यांना वाटतं. हा करारच आजवर भारत-नेपाळ संबंधांचा मूळ आधार राहिला आहे. तो भारताच्या बाजूनं झुकला असल्याचं ओली यांचं म्हणणं आहे. त्यांच्या प्रचारात हा एक मुद्दा होता. या करारानुसार, नेपाळनं अन्य कोणत्याही देशाकडून शस्त्रखरेदी करण्यापूर्वी किंवा इतर कोणत्याही देशाशी सुरक्षाविषयक संबंध जोडताना भारताशी सल्लामसलत करणं अनिवार्य आहे. नेपाळमध्ये अनेकांना हे खुपणारं आहे. छोटा असला तरी नेपाळ हा सार्वभौम देश आहे आणि त्यामुळं भारताचं स्थान मान्य करूनही सुरक्षाविषयक धोरणात सल्ला कशासाठी हा तिथला सवाल आहे. ओली हा मुद्दा भारतभेटीत चर्चेत आणतील असा कयास व्यक्त केला जात होता. मात्र, संयुक्त निवेदनात त्याचा उल्लेख नाही, तसंच दोन देशांतल्या सुस्ता आणि कापलानी इथल्या सीमाविवादावरही चर्चा झाली नाही. नोटाबंदीनंतर नेपाळमध्ये असलेलं भारतीय चलन बदलून देण्याचा मुद्दाही अजून संपलेला नाही. या साऱ्या बाबींवर मौन पाळत मैत्रीचा संदेश देणं ही दोन्हीकडच्या सरकारांची सध्याची गरज असेलही. मात्र, या मुद्द्यांना कधीतरी भिडावं लागलेच. तेव्हा दोन्हीकडच्या मुत्सद्देगिरीचा कस लागेल. तोवर वातावरण निवळलं हेच समाधान!

ओली हे भारताशी संबंधांत नेपाळचे पहिले तीन प्राधान्यक्रम कोणते असतील तर ते मैत्री, मैत्री आणि मैत्री' असं त्रिवार सांगत असले, तरी ती राजनैतिक मुत्सद्देगिरीची भाषा आहे. आता हे संबंध दोस्तीपेक्षा देवाण-घेवाणीच्या व्यवहारांकडं झुकले आहेत हाच ओलीभेटीचा संदेश.

चीन आणि म्यानमार

श्रीलंकेप्रमाणेच म्यानमारलासुद्धा चीनच्या कर्जाचे ओझे जाणवू लागले आहे. त्यामुळे म्यानमारलाही या प्रकल्पातून बाहेर पडायचे आहे. म्यानमारच्या राखाईन भागातील 'क्योकप्पू' या शहराच्या किनाऱ्यावर चीन एक बंदर विकसित करत आहे. या प्रकल्पाचा सुरुवातीचा खर्च ७३० कोटी डॉलर्स एवढा होता. या प्रकल्पाच्या निमित्ताने चीन म्यानमारवर ताबा मिळवण्याचा प्रयत्न करत असल्याची भावनाही देशात प्रबळ होत आहे. म्हणूनच हा प्रकल्प फार मोठा होऊ नये, असा आता म्यानमारचा प्रयत्न आहे. म्यानमार सरकारने २०११ मध्ये ३६० कोटी डॉलरच्या चीनप्रणित 'मित्सोन धरणाचा प्रकल्प रद्द' केला, कारण सामान्य नागरिक आणि विरोधी पक्ष यांच्याकडून त्याला विरोध झाला होता. म्यानमारसोबतही चीनचा सीमावाद सुरू आहे. १२७१ ते १३६८ या काळात चीनच्या युआन राजवंशाची सत्ता म्यानमारवर होती. त्याचा दाखल देत चीन म्यानमारच्या मोठ्या भूभागावर दावा करत आहे.

७ हाथ मिलाते रहिए...

कुणी नेता कितीही कणखर असला तरी आंतरराष्ट्रीय संबंध हवे तसे ठरवता येत नाहीत. त्यावर अनेक घटक प्रभाव टाकत असतात. त्यांची दखल घेऊन उभयपक्षी समन्वयाचे मुद्दे शोधत वाटचाल करत राहण्याला अनेकदा पर्याय नसतो, याची जाणीव भारत आणि चीन या दोन्ही बलाढ्य शेजारीदेशांच्या नेत्यांना झाली, हे पंतप्रधान नरेंद्र मोदी आणि चीनचे अध्यक्ष शी जिनपिंग यांच्या अनौपचारिक भेटीतून दिसतं. डोकलामच्या संघर्षात उभय बाजूंनी घेतलेल्या ताठर भूमिका निवळल्या. प्रचंड आर्थिक ताकदीद्वारे भारताभोवती आपल्या प्रभावाचं जाळं विणत भारताची कोंडी करू पाहणाऱ्या चीनला दक्षिण आणि उत्तर कोरियातल्या घडामोडी आणि अमेरिकेशी होऊ शकणारं व्यापारयुद्ध यांची दखल घेत भारताशी सौहार्दाचे संबंध टिकवण्यात शहाणपण असल्याचं उमगलं आहे, तर निवडणूकपूर्व वर्षात चीनसोबतची सीमा खदखदत ठेवण्यापेक्षा संवादातून शांतता राखणं शहाणपणाचं असल्याचं भारतीय राज्यकर्त्यांना जाणवलं आहे. दोन प्रचंड आकाराच्या, लोकसंख्येच्या अण्वस्त्रधारी बलाढ्य देशांत सर्वोच्च पातळीवर किमान संवाद होत राहण्याला सध्याच्या स्थितीत दुसरा पर्यायही नाही. हे केवळ द्विपक्षीय संबंधापुरतं नाही तर आशियाई आणि जागतिक स्तरावरच्या घडामोडी पाहताही संवाद सुरू ठेवणं शहाणपणाचंच..

नरेंद्र मोदी-शी जिनपिंग यांच्यात चीनमधल्या वूहान इथं झालेल्या भेटीनं आणखी एक वास्तव अधोरेखित केलं ते म्हणजे संबंध कितीही ताणले तरी पुनःपुन्हा संवादाकडं वळण्याला पर्याय नसतो. तसं नसतं तर लोकसभा निवडणुकीच्या प्रचारात तत्कालीन राज्यकर्ते म्हणजे यूपीएचं सरकार चीनला धडा शिकवत नसल्याबद्दल हल्लाबोल करणारे मोदी आता चिनी आदरातिथ्यात गुंग कसे झाले असते? सन २०१४ च्या लोकसभा निवडणुकीपूर्वी भारताचे त्या वेळचे परराष्ट्रमंत्री चीनला गेले. औपचारिकता म्हणून त्यांनी चीनमधल्या बीजिंगची स्तुती केली, त्यावर मोदी कडाडले होते : 'चीनला लालबुंद डोळ्यांनी सुनवायचं सोडून स्तुती करणाऱ्यांना शरम वाटायला हवी.' आता कुणी असं विचारलं की मोदी, 'त्याआधी परराष्ट्रमंत्री सुषमा स्वराज चीनला गेल्या तेव्हा 'लाल लाल आँखे कर के' चीनला असा कोणता इशारा दिला गेला?' तर काय उत्तर देणार? खरंतर हाच फरक आहे कोणत्याही प्रश्नासाठी सत्तेवर असणाऱ्यांना आरोपीच्या पिंजऱ्यात उभं करण्याची सोय असलेल्या विरोधकांच्या भूमिकेत आणि राज्यकर्त्यांच्या भूमिकेत. चीन भारताचं काहीच मानत नाही. ना व्यापारतूट कमी होते, ना सीमेवरचा तणाव, ना अजहर मसूदला दहशतवादी घोषित करण्याच्या प्रयत्नांना चीन साथ देतो आहे, ना पाकिस्तानाच्या आगळिकींवर पांघरुण घालायचं थांबवतो आहे. 'चीन-पाक इकॉनॉमिक कॉरिडॉर' या भारताच्या सार्वभौमत्वाशी निगडित मुद्द्यावरही चीन भारताचं ऐकून घ्यायला तयार नाही. तरीही भरपूर तयारी करून भारताच्या पंतप्रधानांनी चीनला जाऊन त्यांच्या अध्यक्षांना भेटताना मुत्सद्देगिरीची

गोड गोड भाषाच बोलावी लागते. पंतप्रधान नरेंद्र मोदी असले आणि त्यांनी निवडणुकीपूर्वी त्यांच्या कणखरपणाचा कितीही गाजावाजा केला, तरी आंतरराष्ट्रीय संबंधांतलं वास्तव बदलत नाही हेच यातून दिसतं. अर्थात प्रचारातल्या भाषणात काहीही बोलले असले तरी देशाचे पंतप्रधान या नात्यानं मोदी यांनी चीनला जाण्यात काहीच चुकीचं नाही आणि दोन प्रचंड आकाराच्या, लोकसंख्येच्या अण्वस्त्रधारी बलाढ्य देशांत सर्वोच्च पातळीवर किमान संवाद होत राहण्याला सध्याच्या स्थितीत दुसरा पर्यायही नाही. हे केवळ द्विपक्षीय संबंधापुरतं नाही तर आशियाई आणि जागतिक स्तरावरच्या घडामोडी पाहताही संवाद सुरू ठेवणं शहाणपणाचंच. त्यामुळं मोदींच्या चीनदौऱ्याचं स्वागतच झालं. यावरचं राजकारण हा आपल्या राजकीय संस्कृतीचा भाग आहे. त्यामुळं मोदी चीनला जात असताना राहुल गांधींनी खिल्ली उडवणं विरोधातल्या रिवाजाला धरूनच. त्याच वेळी राहुल यांना काँग्रेसच्या सत्ताकाळातही चीनविषयीचे आजचे आपले आक्षेप बहुतांश तेच होते, तरीही याहून वेगळं काही घडत नव्हतं, हे विस्मरणात टाकणं राजकारणाच्या सोईपलीकडं काहीही पाहणारं नाही. मोदी काय किंवा राहुल काय, विरोधात आणि सत्तेत असतानाच्या भूमिकांतलं अंतर स्पष्ट आहे. आता लोकांनी ते समजून घेऊनच प्रचारातल्या भाषणबाजीवर किती टाळ्या पिटायच्या हे ठरवायला हवं.

मोदी आणि जिनपिंग यांच्यात आतापर्यंत ११ वेळा चर्चा झाली आहे. या वेळचं वैशिष्ट्य म्हणजे चर्चेला कोणताही ठाशीव अजेंडा नव्हता. साहजिकचं परराष्ट्र व्यवहारातलं प्रोटोकॉलचं जंजाळही नव्हतं. 'चर्चा तर होईल, २४ तासांत तब्बल सहा वेळा दोन नेते भेटतील, मात्र कोणताही करार होणार नाही, चर्चेनंतर माध्यमांना कसलीही माहिती उभय नेते देणार नाहीत. चर्चेच्या वेळी कुणी नोट्स घेणार नाही म्हणजे दोन नेत्यांतल्या शिखरबैठकांमध्ये होतं तसं काहीच होणार नाही...' हे असं आधीच ठरलं होतं. साहजिकच दोन्ही नेते काहीतरी द्विपक्षीय हिताचं बाहेर पडलं पाहिजे आणि त्यासाठी ढीगभर कराराचे कागद फडकवले पाहिजेत, अब्जावधी डॉलरच्या गुंतवणुकीचे आकडे फेकले पाहिजेत, या दबावापासून मुक्त होते. पहिल्यांदाच दोन देशांतल्या नेत्यांमध्ये अशा प्रकारची अनौपचारिक चर्चा होणार होती. अशी चर्चा जिनपिंग यांनी अमेरिकेचे अध्यक्ष डोनाल्ड ट्रम्प यांच्याशीही केली होती. चर्चा अनौपचारिक आणि कोणताच अजेंडा नाही असं असलं, तरी अवघ्या महिन्याभरात 'शांघाय सहकार्य संघटने'च्या परिषदेसाठी चीनमध्येच पुन्हा भेटीची शक्यता असताना हे दोन नेते भेटत असतील तर त्यातून काय बाहेर पडणार, याबद्दल कुतूहल होतंच आणि बहुतेकांचा कयास होता तो, दोन देशांतले डोकलाममधल्या शक्तिप्रदर्शनानंतर ताणलेले संबंध रुळावर आणणारं वातावरण तयार करणं. एका अर्थानं संबंध 'रिसेट' करणं हाच या भेटीचा उद्देश आहे. या भेटीसाठी काळजीपूर्वक तयारी झाली होती. यात उभयबाजूंनी किमान या काळात एकमेकांना दुखावणारं काही घडणार नाही, यावर भर दिला गेला होता. जिनपिंग यांच्या गेल्या भारतदौऱ्याच्या वेळीच चीननं भारतीय हद्दीत चुमारमध्ये घुसखोरी केली होती. तसं काही या वेळी होणार नाही, याची दक्षता घेतली गेली. भारताकडून तर हे काळजी घेणं 'दलाई लामांच्या भारतातल्या आश्रयास ६० वर्षं पूर्ण होणार असल्याच्या कार्यक्रमाला कुणी अधिकाऱ्यांनी जाऊ नये,' असं पत्रक काढण्यापर्यंत गेलं होतं. लाल डोळे करून चीनला जाब विचारणं प्रत्यक्षात वाटतं तेवढं सोपं नाही, हे सरकार पुनः पुन्हा अनुभवत आहे. यापूर्वी मे २०१६मध्ये चिनी बंडखोर उघूर नेता डोल्कून इसा याला भारतात एका परिषदेसाठी दिलेला व्हिसा ऐनवेळी रद्द केला गेला होता. अजहर मसूदला दहशतवादी घोषित करण्यात चीन आडकाठी करतो, त्याला जशास तसं उत्तर म्हणून इसा याला व्हिसा दिल्याचं तेव्हा सांगितलं जातं होतं. मात्र, हा कणखर बाणा टिकवता आला नाही. देशांतर्गत चाहत्यावर्गासाठी कणखरपणाची भाषा बोलता येते; पण व्यवहारात ती टिकत नाही,

एवढं जरी चार वर्षांच्या काळात सरकार शिकलं असेल तरी ते काही कमी नाही. शेवटी निव्वळ बळाच्या जोरावर आंतरराष्ट्रीय संबंध ठरवता येत नाहीत. त्यात समान मुद्दे शोधणं आणि मतभेद कायम ठेवूनही एकमेकांशी व्यवहार करत राहणं यात वावगं काही नसतं; शरम वाटण्यासारखं तर अजिबातच काही नसतं. साहजिकच लोकसभा निवडणुकीतल्या प्रचारातला मोदींचा अभिनिवेश जसा अनाठायी होता, तसाच आताचा राहुल गांधींचा मोदींच्या चीनदौऱ्यावर प्रश्नचिन्ह लावणारा अभिनिवेशही अनाठायी आहे.

मोदी आणि जिनपिंग यांच्यातल्या या अनौपचारिक चर्चेचे अर्थ दीर्घ काळ लावले जातील. त्याची तुलना राजीव गांधींनी डेंग यांच्याशी केलेल्या चर्चेशी केली जाते. अर्थात यापूर्वीच्या अशा सर्व चर्चा- वाटाघाटींनंतर सकारात्मक सूर कितीही आळवला तरी, चीन आपल्या मूळ भूमिकेशी तडजोड करत नाही; दीर्घकालीन उद्दिष्टांशी फारकत घेत नाही, हे यापूर्वी अनेकदा दिसलं आहे. आता नेमकं वेगळं काय घडणार याला महत्त्व आहे. बाकी 'दोन देशांत सौहार्दाचं वातावरण ठेवावं,' अशी सुभाषितं आणि उभय नेत्यांनी किती दिलखुलास गप्पा मारल्या; त्यामुळं दोन देश जवळ येऊन विभागीय आणि जागतिक राजकारणाला कसं वळणं लागू शकतं, यासारखे पतंग उडवणं हा उभयबाजूंचा तात्कालिक गरजेपुरता भाग आहे. यानिमित्तानं दोन देशांची लोकसंख्या, त्यामुळं तयार होणारी बाजारपेठ, दोहोंचा व्यापार, लष्करी ताकद अशा बलस्थानांची बेरीज झाली तर काय बहार येईल, यासारखे आशावादाचे फुगे सोडणंही सुरू होतं. मात्र, भारत आणि चीन हे दोन्ही देश आपापलं प्रभावक्षेत्रं वाढवण्याच्या स्पर्धेतले प्रतिस्पर्धी आहेत आणि त्यापायी दोहोंत अनेक मुद्द्यांवर सहज उत्तरं न सापडण्याइतके जटील प्रश्न आहेत, हे वास्तव विसरायचं कारण नाही. तरीही मोदी आणि जिनपिंग यांच्या भेटीनंतर काही आशा वाटावी, असे संकेत जरूर मिळत आहेत आणि त्यांचं स्वागत केलं पाहिजे. उभयपक्षी विश्वासाचं आणि सौहार्दाचं वातावरण सीमेवर ठेवण्याच्या सूचना सर्वोच्च पातळीवरून दोन्ही देशांच्या लष्करांना दिल्या जातील, हा जाहीर झालेला एक महत्त्वाचा तपशील. डोकलामसारखी प्रतिष्ठा पणाला लावणारी स्थिती उद्भवू नये, यासाठी या प्रकारचा पुढाकार आवश्यक ठरतो. परस्परांत विश्वास वाढवणारी यंत्रणा उभी करणं यासाठी लष्करी मुख्यालयात कायम हॉटलाईनची व्यवस्था करणं यासारखे उपाय यातून योजले जाऊ शकतात. मात्र, यातून सीमेवरच्या तणावाचा मुद्दा संपेलच याची खात्री नाही. सन १९९३, १९९६ आणि २०१३ मध्ये सीमेवरच्या शांततेसाठीचे आणि सौहार्दाचे करार झाले होतेच. चीननं भारतासोबत संयुक्तपणे अफगाणिस्तानात आर्थिक प्रकल्प उभा करण्याच्या कल्पनेलाही वेगळं महत्त्व आहे. अफगाणिस्तानात भारताला कसलीच संधी राहू नये, हा देश कायम आपल्या प्रभावाखाली राहावा हा पाकिस्तानचा उघड प्रयत्न असतो. त्याला न जुमानता चीन तिथं भारतासोबत, प्रतीकात्मक का असेना, सहकार्य करत असेल तर लाभाचंच. डोकलामनंतर चीननं सतलज-ब्रह्मपुत्रेतल्या पाण्याचा डेटा देण्याचं बंद केलं होतं, तसंच लष्करी देवाण-घेवाणही थांबली होती. आता हे पूर्ववत सुरू होईल.

या काही सकारात्मक बाबी असल्या तरी मूळ मतभेदांचे आणि एकमेकांना पिढ्यान्पिढ्या जोखत राहणारे मुद्दे कायम आहेत. ते एका भेटीत संपतील, असं परराष्ट्र व्यवहारातली गुंतागुंत समजणारा कुणीही शहाणा म्हणणार नाही. मात्र, त्यावर किमान चर्चा झाली का हा मुद्दा आहे. चीन आणि भारत यांच्यामधला व्यापार वाढतो आहे, तसाच त्यात भारताला व्यापारतोटाही वाढतो आहे. सरकार कुणाचंही असलं तरी ही स्थिती बदललेली नाही. व्यापारतूट सतत वाढत राहणं, हे भारतासाठी चांगलं लक्षण नाही. उभयपक्षी ८२ अब्ज डॉलरच्या व्यापारात भारताला ५२ अब्ज डॉलरची व्यापारतूट सहन करावी लागते. भारताच्या

भारतीय पंतप्रधान व चिनी राष्ट्रध्यक्षांचे दौरे, भेटीगाठी व राजनैतिक चर्चा

- ***दिवंगत पंतप्रधान अटलबिहारी वाजपेयींचा २००३ सालचा चीन दौरा :*** *सर्वसमावेशक सहकार्य आणि संबंध या तत्त्वांवर उभय देशांत शांतता करार. यातून विशेष प्रतिनिधी पातळीवरील चर्चेला उभय देशांदरम्यान प्रारंभ झाला. यात सीमावादाचा समावेश होता.*
- *आतापर्यंत या पातळीवर दोन्ही देशांत जवळपास २० बैठका झाल्या आहेत.*
- ***६ वर्ष १८ भेटी :*** *पंतप्रधान नरेंद्र मोदी यांच्या कार्यकाळात मागील सहा वर्षांत विविध प्रसंगी आणि निमित्ताने, तसेच विविध स्वरूपात एकूण १८ भेटी झाल्या.*
- *या कालावधीत दोन्ही देशांच्या नेत्यांमध्ये सर्वात पहिली भेट जुलै, २०१४ मध्ये ब्राझीलमध्ये आयोजित ब्रिक्स संमेलनात झाली. (ब्रिक्स देश : ब्राझील, रशिया, भारत, चीन आणि द. आफ्रिका) यापूर्वी, एप्रिल २०१३ मध्ये लडाखच्या देपसांग तराई भागात दोन्ही देशांच्या सैन्यात तणावाची स्थिती निर्माण झाली होती.*
- ***सप्टेंबर, २०१४ :*** *शी जिनपिंग भारताच्या दौऱ्यावर आले. (पहिल्यांदाच भारतोय पंतप्रधानाद्वारे कोणत्याही राष्ट्रध्यक्षांचा स्वागत राजधानी दिल्ली सोडून दुसऱ्या राज्यात करण्यात आले.)*
- *शी जिनपिंग यांनी भारतात व्यापार आणि इतर क्षेत्राला प्रोत्साहन देण्याच्या उद्देशाने पुढील पाच वर्षांत २० खब्ज म्हणजेच, २००० अब्ज डॉलर्सची गुंतवणूक करण्याची घोषणा केली.*
- *दोन्ही देशांमध्ये एकूण १२ करारांवर सह्या झाल्या. मात्र हे करार कार्यान्वित झाले की नाही, याविषयी साशंकता आहे.*
- ***मे, २०१५ चा पंतप्रधान नरेंद्र मोदींचा दौरा :*** *पंतप्रधान मोदी आपल्या पहिल्या चीन दौऱ्यावर गेले. राष्ट्रपती शी जिनपिंगद्वारे त्यांच्या जियान शहरात स्वागत होणारे मोदी जगातील पहिले पंतप्रधान ठरले. परस्पर संवाद, दहशतवाद, सीमा आणि इतर मुद्यांवर दोघांत चर्चा व मतैक्य झाले.*
- ***जुलै, २०१५ :*** *रशियाच्या उफा शहरात आयोजित परिषदेत दोघांची भेट.*
- ***जून, २०१६ :*** *उझबेकीस्तानच्या ताशकंदमध्ये आयोजित 'शांघाय सहकार्य संघटना' परिषद. शी जिनपिंग यांनी यावेळी 'न्यूक्लियर सप्लायर्स ग्रुप'मध्ये (NSG) भारताच्या सदस्यतेविषयी गंभीरतेने विचार करणार असल्याचे म्हटले.*
- ***सप्टेंबर, २०१६ :*** *चीनच्या हांग्जो शहरात आयोजित 'जी-२०' देशांचे संमेलन. यावेळीही मोदी जिनपिंग यांच्यात चर्चा झाली. यावेळी भारताने 'चीन पाकिस्तान आर्थिक मार्गिका'संबंधी (CPEC) चिंता व्यक्त केली.* ***ब्रिक्स संमेलन २०१६, गोवा :*** *यावेळीही दोन्ही राष्ट्रांच्या नेत्यांमध्ये व्यापार आणि संरक्षणाच्या मुद्यावर चर्चा झाली.*

- ***शांघाय संघटना सहकार्य परिषद अस्ताना, कझाकिस्तान, २०१७ :*** *भारत-चीन संबंध आणखी मजबूत कसे होतील यावर दोन्ही नेत्यांत चर्चा झाली.*
- ***जी-२० परिषद २०१७, हॅम्बर्ग, जर्मनी :*** *यावेळी दोन्ही नेते परत भेटले आणि अनेक मुद्यांवर चर्चा झाली. दरम्यान, ही बैठक अनौपचारिक असल्याने दोघांमध्ये कोणत्या मुद्यांवर चर्चा झाली हे उघड झाले नाही.*
- ***सप्टेंबर, २०१७ ब्रिक्स संमेलन :*** *या पार्श्वभूमीवर चीनच्या जियामेन शहरात पंतप्रधान नरेंद्र मोदी आणि शी जिनपिंग यांच्यात भेट झाली. याच काळात पहिल्यांदाच जैश ए मोहम्मद, लश्कर-ए-तय्यबा और हक्कानी गट यांना 'आंतरराष्ट्रीय आतंकवादी संघटना' सूचीमध्ये समाविष्ट करण्याच्या भारताच्या मागणीला चीनने विरोध केला.*
- ***वुहान दौरा, एप्रिल २०१८ (पहिली अनौपचारिक शिखर बैठक) :*** *पंतप्रधान नरेंद्र मोदी आधिकारिकरित्या चीनच्या दौऱ्यावर गेले. यावेळी वुहान शहरात दोन्ही देशांच्या प्रमुखांत चर्चा झाली. चीन भारताची व्यापार तूट कमी करण्यास मदत करेल, असे चिनी राष्ट्राध्यक्ष शी जिनपिंग यांचे आश्वासन.*
- ***जून २०१८ :*** *चीनच्या किंगडाओ शहरात दोन्ही नेत्यांमध्ये द्विपक्षीय चर्चा. या चर्चेत धोरणात्मक, संरक्षणविषयक, व्यापार आदी. विषयांचा समावेश होता.*
- ***चेन्नई संपर्क :*** *चीनचे राष्ट्राध्यक्ष शी जिनपिंग यांचा दोन दिवसीय महाबलीपुरम किंवा मामल्लपुरम दौरा (११-१२ ऑक्टोबर २०१९) (दुसरी अनौपचारिक शिखर बैठक) : दहशतवाद आणि कट्टरवादाशी मिळून सामना करण्याची व द्विपक्षीयसंबंधांना नवे रूप देण्याची प्रतिबद्धता, व्यापार तूट व असंतुलनावर चर्चा, भारताकडून चिनी पर्यटकांसाठी बहुप्रवेश केंद्र व पाच वर्षांचा पर्यटक ई-व्हिसा जाहीर.*
- *मागील ७० वर्षांत पाचवेळा चीनच्या दौऱ्यावर जाणारे नरेंद्र मोदी पहिले पंतप्रधान आहेत.*

एकूण व्यापारतुटीतला चीनशी व्यापाराचा वाटा एक तृतीयांश इतका प्रचंड आहे. यावर काही ठोस घडल्याचं या भेटीतून समोर आलेलं नाही. भारताच्या आंतरराष्ट्रीय पातळीवरील स्थान उंचावणाऱ्या कोणत्याही प्रयत्नांना हाणून पाडण्याचीच चिनी नीती आहे. मोदी सरकार आल्यानंतर अणुपुरवठादार देशांच्या गटात (एनएसजी) भारताचा समावेश आणि संयुक्त राष्ट्रांच्या सुरक्षा परिषदेचं (यूएनएससी) कायम सदस्यत्व भारताला मिळेल, असा प्रचंड आशावाद तयार केला गेला होता. त्यावर आता कुणी बोलत नाही. या दोन्हींतही चीननंच आडकाठी आणली आहे. 'अणुपुरवठादार देशांच्या गटात भारताला घ्यायचं, तर पाकलाही घ्या,' हा चिनी युक्तिवाद भारताला डिवचणारा आहे. सुरक्षा परिषदेतल्या स्थायी सदस्यत्वातही खोडा घालणारा चीन हा एकटा नसला तरी महत्त्वाचा घटक आहे. पाकिस्तानमधून भारताच्या विरोधात उघड दहशतवादी कारवाया करणाऱ्या अजहर मसूदला दहशतवादी घोषित करण्याच्या प्रयत्नांतही चीन हा पाकच्या बाजूनं उभा राहतो. तिबेट असो की तैवान 'वन चीन' धोरणात कसलीही तडजोड न स्वीकारणारा चीन पाकव्याप्त काश्मिरातून 'चीन-पाकिस्तान इकॉनॉमिक कॉरिडॉर'साठी पाकसोबत करार करतो, यासाठी तिथं लष्करही तैनात करतो, हे करताना कायदेशीररीत्या या भागावर भारताचा दावा आहे आणि तिथं भारताशिवाय

परस्पर प्रकल्प राबवणं हा सार्वभौमत्वाशी संबधित मुद्दा आहे, याचीही पत्रास बाळगत नाही. याला अर्थातच भारतानं कडाडून विरोध केला आहे. यासाठी चीनच्या' बेल्ट अँड रोड (वन बेल्ट वन रूट)' यांसारख्या महाप्रकल्पातही भारत सहभागी होत नाही. मात्र. त्यामुळं चीननं आपली भूमिका बदललेली नाही. ती बदलत असल्याचं कोणतंही चिन्ह उभयनेत्यांच्या ताज्या अनौपचारिक भेटीत दिसलं नाही. अफगाणिस्तानातल्या दोन देशांच्या सहकार्यानं होणारा प्रकल्प चीनच्या 'बेल्ट अँड रोड'ची पुरवणी आहे का, हे तपासावं लागेल. भेटीच्या जाहीर झालेल्या तपशिलातून उभयदेशांत जागतिक महत्त्वाच्या काही मुद्द्यांवर चर्चा झाल्याचं दिसत नाही. चीनला भारताच्या परड्यात दक्षिण आशियात आपलं अस्तित्व वाढवायचं आहे. तिथं भारतासोबत सह-अस्तित्व मान्य करायचं, इतर ठिकाणी भारताची तुलना पाकशी करत राहायची, हे चिनी धोरण आहे. त्यात मूलभूत बदल झाल्याचं कोणतंही चिन्ह या भेटीत दिसलेलं नाही. टोकाचे मतभेद असणारे मुद्दे चर्चेला न घेता एकमेकांत विश्वास तयार करण्यावर, त्यासाठीच्या व्हिजनवर भर द्यायचा, हे या भेटीचं उद्दिष्ट असू शकतं. मात्र, या मुळातल्या मतभेदांच्या मुद्द्यांना कधी तरी भिडावं लागलेच.

हे मुद्दे कायम ठेवून गळ्यात गळे घालण्याच्या प्रयत्नांतून तणाव कमी करणं कदाचित साधू शकतं. सध्याच्या स्थितीत ही उभयपक्षी गरजही आहे. या शतकात जगाच्या व्यवहारांवर प्रभुत्व ठेवण्याचं चिनी स्वप्नं पाहणाऱ्या जिनपिंग यांना 'सगळं आपण ठरवू तसंच होत नाही,' याची जाणीव अमेरिकेच्या बदलत्या धोरणांनी करून दिली आहे. चीनचा प्रभाव वाढतो आहे, तो प्रामुख्यानं आर्थिक आघाडीवर. तिथं अमेरिकेनं चिनी मालावर निर्बंध आणायला केलेली सुरुवात व त्यातून कदाचित भडकू शकणारं व्यापारयुद्ध चीनला पर्यायी मांडणी शोधायला भाग पाडणारं ठरू शकतं. यात भारताशी संघर्षापेक्षा संवाद लाभाचा हे जिनपिंग ओळखतात. जागतिक व्यापारक्षेत्रातल्या घडामोडींचा असा प्रभावही या भेटीमागं असल्याचं सांगितलं जातं. भारत वर्षभरात लोकसभा निवडणुकीला सामोरा जाणार आहे. त्याआधीच्या वर्षात चीनच्या आघाडीवर शांतता राहणं, हे सत्तारूढ पक्षासाठी आवश्यक आहे.

भारत-चीन संबंधांत अनेक सलणारे विषय आहेत, जे लगेच संपणारे नाहीत. मात्र, त्यासाठी बेटकुळ्या दाखवणारी शक्तिप्रदर्शनाची भाषा करून काही साधतही नाही. तेव्हा 'दिल मिले या न मिले, हाथ मिलाते रहिए...' हे सूत्र अवलंबणंही चांगलंच. भले ते सत्ता राबवताना आलेलं शहाणपण म्हणून का असेना!

८ 'शांघाय'चा सांगावा

नरेंद्र मोदी यांनी दुसऱ्यांदा पंतप्रधानपदाची धुरा हाती घेतल्यानंतर लगेचच त्यांच्या परदेश दौऱ्यांची धामधूम सुरू झाली ती अपेक्षितच. पहिल्या खेपेस ज्या रीतीनं त्यांचा प्रत्येक दौरा गाजवला जात होता तसं या वेळी होताना दिसलं नाही. बहुदा परराष्ट्रव्यवहार आणि त्यातल्या घडामोडींत तात्कालिक दाखवेगिरीपेक्षा शांतपणे दीर्घकालीन उद्दिष्टांकडं जाणं शहाणपणाचं असतं याची जाणीवही झाली असावी. ताज्या दौऱ्यांमध्ये सर्वाधिक लक्षवेधी भाग होता तो 'शांघाय सहकार्य परिषदे'च्या निमित्तानं झालेली मोदी यांची चीनचे अध्यक्ष शी जिनपिंग आणि रशियाचे अध्यक्ष पुतिन यांच्यातील भेट-चर्चा. अर्थातच यात जिनपिंग यांच्यासोबतच्या चर्चेला अंमळ अधिकच महत्त्व. मोदी आणि शी जिनपिंग या दोघांनाही आपापल्या देशांत दुसऱ्यांदा नेतृत्वाची संधी मिळाली आहे. दोघांचीही देशातील राजकारणावर कमालीची पकड आहे. या दोघांच्या धोरणांवर जगातील दोन प्रचंड आकाराच्या आणि लोकसंख्येच्या देशातील संबंधांची वाटचाल ठरणार आहे. या चर्चेतून उभय देशांनी 'एकमेकांबद्दल सदिच्छा व्यक्त करत बोलत राहू' हा संदेश देण्यापलीकडं ठोस काही बाहेर पडलेलं नाही. मात्र, सध्याच्या जागतिक वातावरणात बोलत राहणंही महत्त्वाचं आहे आणि त्याची गरज उभय बाजूंनी आहे. खासकरून अमेरिकेनं ज्या प्रकारची व्यापार-संरक्षणाची धोरणं राबवायला सुरवात केली आहे ती पाहता भारत-चीननं फटकून राहणं उभयपक्षी हिताचं नाही.

डोकलामच्या संघर्षानंतर चीनमध्ये वुहान इथं झालेल्या नरेंद्र मोदी-शी जिनपिंग यांच्यातील अनौपचारिक बैठकीनं, संबंध कितीही ताणले गेले तरी जागतिक व्यवहारात संवादाला पर्याय नाही, हेच अधोरेखित केलं होतं. चीनची प्रचंड सामरिक, आर्थिक ताकद हे वास्तव बदलू शकत नाही आणि कणखरपणाची जाहिरातबाजी देशांतर्गत ठीक असली तरी जागतिक व्यवहारात 'हाथ मिलाते रहिए' हेच शहाणपणाचं असतं हे आपल्याकडंही उमगल्याचं ते लक्षण होतं. उभयपक्षी संबंधांत आलेलं गोठलेपण संपवण्यासाठीची कृती म्हणून त्या अनौपचारिक चर्चेकडं पाहिलं गेलं. आता शांघाय सहकार्य संघटनेच्या परिषदेच्या निमित्तानं दोन्ही देशांच्या नेत्यांनी हीच वाट पुढं चालायचं ठरवलं असल्याचं दिसतं. ते अमेरिकी धोरणांनी होऊ घातलेल्या उलथापालथीत व्यवहार्यही आहे. किरगिझिस्तानमध्ये झालेल्या शांघाय सहकार्य संघटनेच्या परिषदेच्या वेळी मोदी आणि जिनपिंग यांच्यात चर्चा झाली. या परिषदेला पाकिस्तानचे पंतप्रधान इम्रान खानही उपस्थित होते. त्यांची उपस्थिती गाजली ती त्यांच्या संकेत सोडून वागण्यानं. मोदी आणि इम्रान यांच्यात कसलाही संवाद झाला नाही आणि उभय देशांतील सध्याचं वातावरण पाहता ती शक्यताही नव्हती. भारतानं चर्चा करावी यासाठी पाककडून सातत्यानं प्रयत्न सुरू आहेत ते मुख्यत्वे 'आम्ही चर्चेला तयार आहोत, भारतच अडून बसला आहे' हे जगाला दाखवण्यासाठीच. त्यावरची भारतीय भूमिका 'आधी दहशतवादी कारवाया थांबवा; मग चर्चा करू' अशी आहे. या प्रकारची भूमिका भारतानं अनेक वेळा घेतली आणि गरजेनुसार चर्चेची तयारीही दाखवली. मात्र, अलीकडं ज्या

रीतीनं केंद्र सरकार पाकविषयी आक्रमक भूमिका घेत आहे ती पाहता पुन्हा चर्चेच्या टेबलवर परतणं सोपं नाही. काश्मिरात कारवाया सुरूच ठेवायच्या आणि चर्चा करू या म्हणायचं हा शहाजोगपणा पाकलाही करता येणार नाही. हे वातावरण इतकं ताणलं गेलं आहे की मोदी यांनी शांघाय सहकार्य संघटनेच्या परिषदेसाठी जाताना पाकच्या हवाईक्षेत्रातून जाणंही टाळलं. या स्थितीत जिनपिंग यांच्याशी मोदी यांची चर्चा होताना त्यात पाक डोकावणं स्वाभाविक होतं. पाकला जागतिक स्तरावर सातत्यानं चीनच पाठीशी घालतो आहे. अगदी शांघाय संघटनेत भारताला सहभागी करून घेण्यासाठी रशिया आग्रह धरत असताना चीननं भारतासोबत पाकिस्तानलाही यात आणलं होतं. पाकवर निर्णायक दबाव आणण्यात चीनची भूमिकाच मोलाची आहे. अर्थात पाकमधील अंतर्गत स्थिती आणि चीनचे तिथले हितसंबंध पाहता चीन तातडीनं काही ठोस करेल याची शक्यता कमीच. चर्चेसाठी अनुकूल वातावरण बनवणं ही पाकचीच जबाबदारी असल्याचं आणि भारत-पाक संबंधांत तिसऱ्या पक्षाचा सहभाग मान्य नसल्याचं या चर्चेदरम्यान भारताकडून स्पष्ट करण्यात आलं. त्याच्या आपल्याकडं माध्यमांतून हेडलाईन झाल्या. मात्र, पाकपलीकडं अधिक महत्त्वाचं होतं ते अर्थकारणाच्या आघाडीवरचं बोलणं. मोदी यांच्या जिनपिंग आणि पुतिन यांच्यासोबतच्या भेटीकडं जगाचं लक्ष होतं ते यासंदर्भात. यातूनच भारत-चीन आणि रशिया-चीन या देशांच्या नेत्यांची त्रिपक्षीय शिखर बैठक होऊ घातली आहे. हे सारं प्रामुख्यानं अमेरिकेच्या व्यापार-संरक्षणाच्या धोरणांचा जगाला बसत असलेला फटका अधोरेखित करणारं आहे. अमेरिकाकेंद्री जागतिक व्यवस्थेकडून ज्या बहुध्रुवीय व्यवस्थेचा पुरस्कार केला जातो त्याकडं जाण्याच्या दिशेनं चीन-रशिया-भारत यांच्यातील सहकार्य-प्रयत्नांकडं पाहिलं जात आहे. बिश्केकमधील शांघाय सहकार्य संघटनेची परिषद आणि पाठोपाठ श्रीलंकेत झालेली २७ आशियाई आणि युरेशियन देशांची बैठक यातून हेच समान सूत्र शोधलं जात आहे.

मोदी आणि जिनपिंग यांची भेट होत असताना अमेरिकेचे अध्यक्ष डोनाल्ड ट्रम्प हे 'अमेरिका फर्स्ट' या धोरणाच्या नावाखाली ज्या प्रकारची दादागिरी चालवू पाहत आहेत ती पार्श्वभूमी लक्षात घेतली पाहिजे. आयातशुल्काला हत्यार बनवून अमेरिकेनं व्यापारतोटा कमी करणारी बंधनं जगभर लादायला सुरवात केली आहे. अमेरिकेच्या व्यापारविषयक खुलेपणाचा गैरफायदा चीननं घेतला हा अमेरिकेतील समज नवा नाही. त्याबद्दल ट्रम्प यांच्या आधीही बोललं जात होतं. मात्र, ट्रम्प यांनी 'अमेरिकेला सारेच लुटतात आणि ही लूट आपण बंद करू' असा आविर्भाव आणत व्यापारयुद्धाची स्थिती तयार करायला सुरवात केली. त्यात सर्वाधिक टोकाची स्पर्धा आहे ती चीन आणि अमेरिकेत. अमेरिकेनं चिनी आयातीवर जबर आयातशुल्क लावायला सुरवात केली आहे. सुमारे २०० अब्ज डॉलरच्या चिनी आयातीवरील शुल्क ट्रम्प प्रशासनानं वाढवलं आहे. आता अशा प्रकारच्या डावपेचांना तसंच उत्तर दिलं जातं. त्यानुसार चीननंही अमेरिकेतून होणाऱ्या आयातावरील शुल्क वाढवलं, हेच भारताबाबतही घडतं आहे. भारतीय मालाच्या आयातीवर अमेरिकनं अतिरिक्त शुल्क लादलं तेव्हा आठ महिने चालढकल करत अखेर भारतानंही 'जशास तसे' हा पवित्रा घेतला. खरंतर या प्रकारच्या व्यापारसंघर्षात अंतिमतः सरशी कुणाचीच होण्याची शक्यता नसते. त्यातून जागतिक व्यापारातील अडथळे वाढत जाऊन एकूण व्यापाराचं, पर्यायानं त्यात सहभागी सर्वच अर्थव्यवस्थांचं नुकसानच होण्याचा धोका असतो. मात्र, ट्रम्प यांना हे मान्य नाही. त्यांच्या मते झालंच व्यापारयुद्ध तर अमेरिकाच ते जिंकेल. व्यापारातील तात्कालिक नफा-तोटा हे त्यांच्यासाठी अत्यंत महत्त्वाचं प्रकरण बनलं आहे. यासाठी आजवर अमेरिकेनं जागतिकीकरणात निभावलेली नेतृत्वाची भूमिकाही ते सोडून देऊ लागले आहेत. दाव्होसच्या वर्ल्ड इकॉनॉमिक फोरमच्या बैठकीत चीनचे अध्यक्ष, भारताचे पंतप्रधान खुल्या व्यापाराचं, जागतिकीकरणाचं समर्थन करत होते तेव्हा ट्रम्प हे मेक्सिकोच्या सीमेवर भिंत घालायचं बोलत होते. अमेरिकेची जागतिक व्यवहारातील भूमिका बदलते आहे याचं हे एक निदर्शक. ट्रम्प यांची कारकीर्द जशी पुढं जाईल तसं ते स्पष्टपणे पुढं येत आहे. यातूनच

गेल्या २७ वर्षांत भारत आणि चीन यांच्यामध्ये प्रत्यक्ष ताबा रेषेवर शांती कायम ठेवण्यासाठी झालेले ५ करार :

१) १९९३ चा करार

- *चीनबरोबरच्या चर्चेला ९० च्या दशकात सुरुवात झाली होती. १९८८ मध्ये तत्कालीन पंतप्रधान राजीव गांधींनी चीनचा दौरा केला होता. १९९३ मध्ये तत्कालीन पंतप्रधान पी.व्ही. नरसिंह राव चीनच्या दौऱ्यावर होते. त्यावेळी प्रत्यक्ष ताबा रेषेवर शांती ठेवण्याबाबत करारावर सह्या करण्यात आल्या. त्यानुसार -*
  1. *दोन्ही सैन्यांनी ताबा रेषा पार केल्यास त्यांना सावध केल्यानंतर दोन्ही सैन्य मागे हटेल. प्रत्यक्षात चिनी सैन्याने याच्या उलट केले.*
  2. *तणावाची स्थिती निर्माण झाल्यास दोन्ही सैन्य ताबा रेषेवर एकत्र येऊन त्यावर मार्ग शोधतील. प्रत्यक्षात चिनी सैन्याने भारतीय जवानांवर हल्ला केला.*

२) १९९६ चा करार

या करारामध्ये आधीचा करार अधिक व्यापक केला गेला.

१९९६ मध्ये चीनचे राष्ट्रपती जियांग जेमिन आणि तत्कालीन पंतप्रधान एच. डी. देवेगौडा यांनी त्यावर सह्या केल्या होत्या. त्यानुसार

- *कोणत्याही कारणांनी दोन्ही सैन्य समोरासमोर आल्यास ते संयम ठेवतील. वाद थांबवतील.*
- *शस्त्रांच्या आधारे एकमेकांना धमकी दिली जाणार नाही.*
- *प्रत्यक्ष ताबा रेषेच्या दोन किलोमीटर परिसरात फायरिंग होणार नाही.*
- *आग, विस्फोट आणि घातक रसायनांचा वापर करणार नाही.*
- *दोन्ही देश ताबा रेषेवर सैन्याचा वापर करणार नाहीत आणि तशी धमकी देणार नाहीत.*

३) २००५, २०१२, २०१३ मध्ये पुन्हा करार

२००३ मध्ये तत्कालीन पंतप्रधान अटल बिहारी वाजपेयी सरकारने प्रतिनिधी स्तरावरील एक विशेष यंत्रणा तयार केली.

त्यानंतर २००५, २०१२ आणि २०१३ मध्ये पंतप्रधान मनमोहन सिंह यांच्या कार्यकाळात सीमावादावरून तीन करार झाले. त्यावेळी परराष्ट्रमंत्री एस. जयशंकर चीनमध्ये भारताचे राजदूत होते. प्रतिनिधी स्तरावर चर्चा बाजूला ठेवून चीनने या कराराचाही भंग केला.

मग इराणसोबतचा अणुकरार मोडताना 'इराणचं तेल कुणीही घेऊ नये' यासाठी दादागिरी वाटावी असे निर्बंध अमेरिका लादते आणि ते भारतासह साऱ्यांना मान्य करावे लागत आहेत. रशियाकडून घ्यायच्या एस-४०० क्षेपणास्त्रप्रणालीबाबतही अमेरिका अशीच धमकीची भाषा बोलत आहे. मुक्त व्यापार आणि लोकशाहीच्या निर्यातीसाठी प्रसंगी झळ सोसायची तयारी असणारी अमेरिका आता कुंपण घालण्याच्या मानसिकतेत आणि त्यासाठी इतरांना झळा लावण्याच्या धोरणांकडं वळते आहे. हे अमेरिकी धोरण चीन आणि भारत दोहोंनाही त्रासदायक ठरणारं आहे. अलीकडंच अनेक भारतीय उत्पादनांना अमेरिकेशी व्यापारात जीएसपी योजनेद्वारे करमुक्त निर्यातीचा मिळत असलेला लाभ अमेरिकेनं काढून घेतला. याचा परिणाम भारतातून होणाऱ्या जवळपास साडेपाच अब्ज डॉलरच्या निर्यातीवर होणार आहे. जपानमध्ये होऊ घातलेल्या जी-२० देशांच्या परिषदेत चीनच्या अध्यक्षांनी अमेरिकी अध्यक्षांची भेट घेऊन व्यापारतंट्यावर सकारात्मक बोलणी केली नाहीत तर आणखी कठोर पावलं उचलण्याचे

संकेत अमेरिकेकडून दिले जात आहेत. अलीकडंच भारताचा उल्लेख तर ट्रम्प यांनी 'टेरिफ किंग' असा केला आहे. या पार्श्वभूमीवर चीन आणि भारतानं एकत्र येण्याचं महत्त्व आहे. भूराजकीय संदर्भात चीनचं आव्हान स्पष्ट आहे. चीनसोबतचा सीमातंटा सुटलेला नाही आणि तो तातडीनं सुटण्याची कसलीही शक्यता नाही. डोकलाममधील सुमारे ७० दिवसांच्या संघर्षानंतर उभय देशांनी घेतलेली शांततेची भूमिका व्यवहार्यच होती. चीनचे इरादे बदलतील हेही फार घडण्याची शक्यता नाही. चीन पाकिस्तानला साथ देतो आहे आणि दहशतवादविरोधी लढ्यातही चीनची ही पाकमैत्री भारतासाठी तापदायक ठरते आहे. चीनची महत्त्वाकांक्षा जागतिक व्यवहारात अमेरिका रिकामी करत असलेली जागा व्यापण्याची आहे. रोड अँड बेल्ट महाप्रकल्पाची आखणी, त्यात प्रचंड गुंतवणूक करत चीन वाढवत असलेला दबदबा हा त्या प्रयत्नांचाच भाग आहे. हे करताना आशियात चीनला निर्विवाद वर्चस्व हवं आहे. याच भूमिकेतून भारताचं स्पष्ट वर्चस्व असलेल्या दक्षिण आशियातही चीन लुडबूड करतो आहे. हे सारं खरं असलं आणि चीन दीर्घकालीन योजना निर्दयीपणे राबवतो हा इतिहास असला तरी आजघडीला अमेरिकेनं व्यापारात आणलेलं आव्हान पेलताना चीन-भारताचा सनन्वय मोलाचाच ठरतो हेच भान उभय नेत्यांनी शांघाय संघटनेच्या परिषदेच्या निमित्तानं दाखवल्याचं दिसतं.

या परिषदेच्या वेळी भारतानं पाकविषयी भूमिका ठोसपणे जगासमोर मांडण्याची आणखी एक संधी साधली. दहशतवादाची पाठराखण करणाऱ्या देशांना उत्तरदायी ठरवलंच पाहिजे यावर भर राहिला. चीनला बेल्ट अँड रोड प्रकल्पात भारताचा सहभाग हवा आहे. या प्रकल्पाविषयी बहुतेक देशांना शंका आहेत. मात्र, ते सहभाग नाकारत नाहीत. भारतानं मात्र पाकव्याप्त काश्मिरातून जाणाऱ्या प्रकल्पाच्या भागावर 'हा सार्वभौमत्वाचा अधिक्षेप आहे,' असा आक्षेप घेत त्यापासून लांब राहणं पसंत केलं आहे. या परिषदेतही भारताकडून सर्व देशांच्या भौगोलिक हक्कांचा सन्मान केला पाहिजे असा आग्रह धरत मूळ भूमिका कायम ठेवली गेली. मात्र, परिषदेतील निवेदनात अन्य सहभागी देशांनी म्हणजे रशिया, पाकिस्तान, किर्गिझस्तान, ताजिकीस्तान, कझाकिस्तान आणि उझबेकिस्तान यांनी चीनच्या बेल्ट अँड रोड प्रकल्पाला पाठिंबा दर्शवत त्याची प्रशंसा केली आहे.

उभय देशांतील सीमावादावर उच्चस्तरीय अधिकाऱ्यांच्या वाटाघाटी सुरू करण्याचं मान्य करण्यात आलं. मोदी यांच्या दौऱ्यातील मोठं फलित म्हणून हे दाखवलं जात असलं तरी सीमावादाचं स्वरूप पाहता त्यातून काही निष्पन्न व्हायची शक्यता नाही. चीनशी संबंधांत केवळ संरक्षण, सीमावाद किंवा पाकविषयक भूमिका इतकेच मुद्दे नाहीत.

चीन हा भारताचा सर्वात मोठा व्यापारविषयक भागीदार आहे. यात भारताला ५०अब्ज डॉलरहून अधिक तोटा होतो. भारताच्या एकूण व्यापारतुटीतील तिसरा हिस्सा चीनसोबत व्यापारात होतो. बीआरआयवरील भारताचे आक्षेप असोत, व्यापारतोटा असो किंवा आंतरराष्ट्रीय व्यासपीठांवरील भारतीय सहभागात आडकाठी आणण्याचे उद्योग असोत यातलं काहीही चीन सोडत नाही. म्हणजेच मुळातले मतभेदाचे सारे मुद्दे कायम तसेच राहूनही बोलत राहण्याला प्राधान्य देण्याचं 'वुहान स्पिरिट' पुढं नेणं एवढंच खरंतर या वेळच्या चर्चेतून घडलं आहे. अर्थात तणावापेक्षा असं 'बोलत राहू' हे धोरणही शहाणपणाचंच. चीनला लाल लाल आँखे दाखवण्याच्या प्रचारी भूमिकेशी विसंगत असलं तरीही! मोदी यांच्या पहिल्या टर्मच्या सुरवातीला पाकशी चर्चेसाठी पुढाकार आणि अमेरिकेशी अधिक जवळिकीचा माहौल होता, तो दुसरी टर्म सुरू होताना पुरता बदलला असल्याचं या परिषदेच्या निमित्तानं दिसतं आहे. एका बाजूला संरक्षणात, व्यापारात चीनला रोखताना अमेरिकेचं सहकार्य हवं आहे, तर दुसरीकडं ट्रम्प यांच्या धोरणातून येत असलेल्या आव्हानांवर मात करताना चीन - रशियासारख्या देशांशी जवळीक ठेवण्याचीही आवश्यकता आहे. हा तोल साधत भारताचे हितसंबंध राखणं ही लगतच्या भविष्यातली कसोटी असेल.

१ व्यापारयुद्धाला अर्धविराम

जपानच्या ओसाका इथं भर पावसात यंदाची जी-२० परिषद पार पडली ती अनेक प्रश्नांनी झाकोळलेली होती. मात्र, जगातील सत्तास्पर्धेचं स्वरूप बदलत असल्याचं या परिषदेनं आणखी ठोसपणे पुढं आणलं. डोनाल्ड ट्रम्प आणि शी जिनपिंग यांनी व्यापारयुद्धाच्या कडेलोटाकडं निघालेल्या जगाला परिषदेदरम्यानच्या चर्चेतून तूर्त दिलासा दिला. व्यापारयुद्धाला अर्धविराम हे जी-२०चं जगासाठी महत्त्वाचं फलित. परिषदेपेक्षा त्यानिमित्तानं झालेल्या नेत्यांमधील भेटी-गाठीही अधिक गाजल्या. ट्रम्प यांची अधिक समजूतदार भूमिकाही लक्षवेधी ठरली. 'टेरिफ किंग' असा भारताचा उल्लेख करणारे ट्रम्प या परिषदेत पंतप्रधान नरेंद्र मोदी यांच्याशी चर्चा झाल्यानंतर मोठं डील करायची भाषा बोलायला लागले. डेटा-साठवणुकीच्या मुद्द्यावर भारत या परिषदेत एकाकी पडलेला दिसला तरी भारतानं मांडलेली याबाबतची भूमिका महत्त्वाची ठरली. सर्व प्रश्नांवर बैठकीतून ठोस मार्ग निघाला नसला तरी प्रश्न आणखी बिकट होणार नाहीत याचं भान नेत्यांनी दाखवलं. सध्याच्या जागतिक वातावरणात हेही नसे थोडके. म्हणूनच, जपानचे पंतप्रधान शिंझो ॲबे यांनी परिषद यशस्वी झाल्याचा पुकारा केला. अर्थातच तो यजमानांच्या भूमिकेला धरूनच होता..

जगातील लष्करीदृष्ट्या, आर्थिकदृष्ट्या बड्या देशांचं एकत्रीकरण असलेल्या 'जी-२०' गटाच्या बैठकीला जगासमोरचे प्रश्न गांभीर्यानं समजून घेऊन काही ठोस तोडगा काढण्यापेक्षा 'जगाच्या कल्याणाची भाषा बोलणारं, तोंडपाटीलकीची संधी देणारं आणखी एक व्यासपीठ' असं स्वरूप येत असल्याची टीका गेली काही वर्षं होत आहे. त्या पार्श्वभूमीवर जपानच्या ओसाका इथं भर पावसात यंदाची जी-२० परिषद पार पडली ती अनेक प्रश्नांनी झाकोळलेली होती. सर्व प्रश्नांवर बैठकीतून ठोस मार्ग निघाला नसला तरी प्रश्न आणखी बिकट होणार नाहीत याचं भान नेत्यांनी दाखवलं. सध्याच्या जागतिक वातावरणात हेही नसे थोडके. म्हणूनच, जपानचे पंतप्रधान शिंझो ॲबे यांनी परिषद यशस्वी झाल्याचा पुकारा केला. अर्थातच तो यजमानांच्या भूमिकेला धरूनच होता. या परिषदेनं जगातील सत्तास्पर्धेचं स्वरूप बदलत असल्याचं आणखी ठोसपणे पुढं आणलं. जगाच्या एकत्रित भल्यापेक्षा आपापल्या देशांचं भलं पाहावं, दीर्घकालीन धोरणापेक्षा आज काय मिळणार याला महत्त्व द्यावं या प्रकारची वाटचाल ट्रम्प यांच्या उदयासोबत सुरू झाली आहे. ती पुढं सुरूच राहील हेच या परिषदेतून अधोरेखित झालं.

राजनयाच्या गुळगुळीत भाषेपेक्षा थेट, आपला स्वार्थ आणि इतरांविषयीचा द्वेष स्पष्टपणे मांडणारी भाषा आता जागतिक व्यवहारात रूढ होत असल्याचंही दिसून आलं. 'मुक्त व्यापार हवा' असं तर म्हणायचं; पण जमेल तिथं कुंपणं घालायचाही प्रयत्न करायचा हा दुटप्पीपणा कायम राहिला. हवामानबदलासारख्या विषयात काही नवं घडताना दिसलं नाही.

जी-२० हा गट १९ देश आणि युरोपीय महासंघांचा मिळून बनलेला आहे. या देशांचं जगाच्या व्यवहारातील महत्त्व अनन्य आहे. या

देशांचा जागतिक व्यापारातील वाटा ८० टक्के, तर सकल उत्पादनातील वाटा ८५ टक्के इतका आहे. जगातील दोन तृतीयांश लोकसंख्या या समूहांतील देशांत राहते. लष्करीदृष्ट्याही हेच सर्वांत समर्थ देश आहेत. या समूहाच्या प्रशासनाची स्थायी व्यवस्था नाही. परिषद भरवणाऱ्या यजमानदेशात कार्यालय असतं. परिषदेतील निर्णयांवर अंमलबजावणीची सक्ती करणारी कोणतीही व्यवस्था नाही, तरीही या गटाचा जागतिक व्यवहारांवर मोठा परिणाम आहे. सन २००८ च्या जागतिक मंदीतून जगाला बाहेर काढताना या गटानं मोलाची भूमिका बजावली होती. जगासमोर आताही आर्थिक कटकटी वाढत असताना ते सामंजस्य उरलेलं नाही. या वेळी परिषदेच्या आधी अमेरिकेचे अध्यक्ष डोनाल्ड ट्रम्प यांनी जणू जगाशी भांडण ओढवून घेतलं होतं. अमेरिका आणि चीन यांच्यातील ताणलेले व्यापारीसंबंध हा परिषदेसमोरचा सर्वात मोठा चिंतेचा मुद्दा होता. तसंच अमेरिकेची इराणविषयक भूमिका, तिचा चीन-रशिया-भारतासह अनेक देशांना सोसावा लागणारा भुर्दंड, सौदी राजपुत्रावरील आरोप, जागतिक हवामानबदलाविषयीच्या पॅरिस करारावरची अमेरिकी भूमिका यांसारख्या प्रश्नांवर परिषदेदरम्यान काय घडतं याकडं जगाचं लक्ष असणं स्वाभाविक होतं. त्यातच परिषदेला जाता जाता रशियाचे अध्यक्ष व्लादिमीर पुतीन यांनी उदारमतवाद कालबाह्य झाल्याचं निदान ऐकवून तमाम पाश्चात्य उदारमतवाद्यांचा रोष ओढवून घेतला होता. यावरची तात्त्विक आणि व्यावहारिक पातळीवरची चर्चा, वाद दीर्घ काळ होत राहतील. असं एखादा राष्ट्रप्रमुख उघडपणे सांगू लागतो यातच पाश्चात्य शैलीच्या उदारमतवादासमोर राष्ट्रवादाचा आक्रमक अवतार धारण करत आणि कणखरतेचं वलय घेऊन लोकानुनयावर स्वार होत असलेल्या नेत्यांचं आणि त्यांना मिळणाऱ्या प्रतिसादाचं आव्हान स्पष्ट दिसतं. डोनाल्ड ट्रम्प आणि शी जिनपिंग यांनी व्यापारयुद्धाच्या कडेलोटाकडं

आंतरराष्ट्रीय व्यापार व राजकारण

- *अमेरिकेचे नवे आयात दर चीनच्या निर्यातीला लक्ष्य करून आहेत आणि अमेरिकेच्या नव्या निर्यातबंदीमुळे चीनच्या उच्च तंत्रज्ञान उद्योगांवर मोठा परिणाम पडतो आहे. २०२५ ते २०४९ या काळात चीन या क्षेत्रात अग्रेसर असण्याची अपेक्षा आहे. मात्र, अमेरिकेचे नवे नियम यात मोठा अडथळा आहे.*
- *दुसरीकडे, चीनच्या मोठ्या संस्थांना वैश्विक व्यापार मिळण्यात अमेरिका प्रतिबंधक म्हणून उभा आहे, हे चीनला मोठे आव्हान आहे.*
- *अमेरिकेची व्यापारी तूटसुद्धा चीनसोबत सुमारे ४०० अब्ज डॉलर्सपर्यंत पोहचली आहे.*
- *चीन भारताचे हिंद महासागर क्षेत्रातील (IOR : Indian Ocean Region) व दक्षिण आशियातील धोरणात्मक स्थान कमी करू इच्छितो.*
- *दक्षिण आशियायी देश आणि हिंद महासागर क्षेत्रात चीनच्या वाढत्या गुंतवणूक व प्रभावाविषयी भारत चिंतीत आहे.*
- *चीन आणि पाकिस्तान यांमधील धोरणात्मक हातमिळवणी भारताच्या सुरक्षेसमोर नवे आव्हान बनली आहे.*
- *'सिपेक' (China-Pakistan Economic Corridor) व्यतिरिक्त (China Pakistan Economic Corridor) 'बेल्ट अँड रोड इनिशिएटिव्ह' (Belt and Road Initiative) मुख्यत्वाने चीनचे शेजारी देश आणि त्याही पलीकडील देशांवर प्रभाव टाकणारा धोरणात्मक महाप्रकल्प ठरतो आहे.*

निघालेल्या जगाला परिषदेदरम्यानच्या चर्चेतून तूर्त दिलासा दिला हे परिषदेचं मोठं फलित. परिषदेला जाताना आक्रमक दिसणारे ट्रम्प प्रत्यक्ष परिषदेत डील जमवण्यात व्यग्र राहिले. हवामानबदलावर बाकी सारे देश एका बाजूला आणि अमेरिका एका बाजूला हे चित्र यंदाही कायम होतं. मागच्या परिषदेच्या वेळी प्रामुख्यानं याच मुद्द्यावरून जी-२० चा अजेंडा नेहमीच ठरवणारी अमेरिका एकाकी पडली होती. मधल्या काळात अमेरिकेनं काहीही भूमिका घेतल्या तरी टीका करत का असेना जमवून घ्यावं लागतं हे दिसू लागलं. हीच स्थिती या परिषदेत अधोरेखित झाली. भारतासाठी नरेंद्र मोदी यांच्या अनेक द्विपक्षीय, त्रिपक्षीय चर्चा झडल्या. अमेरिकेशी व्यापाराच्या आघाडीवर निदान नवे तणाव तूर्त तयार होणार नाहीत आणि रशियाची क्षेपणास्त्रप्रणाली घेऊ नये यासाठी अमेरिका दबाव आणणार नाही. दुसरीकडं भारत अमेरिकेकडून १० अब्ज डॉलरची शस्त्रं घेईल अशा प्रकारचं डील अप्रत्यक्षपणे समोर आलं. पाठोपाठ अमेरिकेकडून भारताला नाटो सदस्यांसारखा दर्जा देण्याचं जाहीर झालं. हा याच प्रक्रियेचा भाग. संरक्षणात अमेरिका भारताच्या अधिक जवळ येण्यातला हा टप्पा मानला जातो. अमेरिकेशी अतिनिकटता आणि अन्य नाटो देशांप्रमाणं अवलंबित्व दीर्घ काळात मान्य करायचं का हा मात्र पुढील वाटचालीतील मुद्दा असेल. डेटा स्थानिकीकरणाच्या मुद्द्यावर भारत आणि अमेरिका, जपानसारख्या प्रगत देशांतील मतभेद कायम राहिले तर ५-जी तंत्रज्ञानात चिनी ह्युवेई कंपनीला भारतात वाव द्यावा की नाही हा पेच स्पष्टपणे समोर आला आहे. अमेरिकेनं या कंपनीला सुरक्षेच्या कारणावरून दरवाजे बंद केल्यानं कंपनीचं मोठं नुकसान झालं आहे. भारतातील सुमारे १०० कोटींची मोबाईलची बाजारपेठ ५-जी तंत्रज्ञानासाठी सर्वांनाच खुणावते आहे. यात ह्युवेईला भारतानं संधी देऊ नये हा अमेरिकेचा आग्रह असेल तर ती द्यावी असा चीनचा. यातून मार्ग काढावा लागणार आहे. अमेरिकेनं 'या कंपनीला अमेरिकेत शिरकाव नाही, मात्र अमेरिकी कंपन्यांना ह्युवेईला सुटे भाग विकता येतील' अशी सवलतही याच दरम्यान जाहीर केली.

जी-२० परिषदेला जाण्याआधी डोनाल्ड ट्रम्प यांनी जाहीरपणे घेतलेली भूमिका आणि प्रत्यक्ष परिषदेच्या वेळी बहुतेक नेत्यांशी साधलेला संवाद यांत लक्षणीय अंतर होतं. दीर्घकालीन मित्र असलेल्या जपानपासून ते व्यापारयुद्धाच्या कड्यावर येऊन ठेपलेल्या चीनपर्यंत सर्वांशी दटावणीच्या भाषेत ते बोलत होते. चीननं अमेरिकेशी समझोता केला नाही तर २०० अब्ज डॉलरच्या व्यापारावर जबर आयातशुल्क लादायची धमकी देणारे ट्रम्प जपानमध्ये शी जिनपिंग यांना भेटल्यानंतर सामोपचाराचीच भाषा बोलताना दिसले. तूर्त हा समझोता चीनच्या हिताचा आहे. परिषदेआधी शी यांनी उत्तर कोरियात दिलेली भेट हे यामागचं एक कारण असल्याचं मानलं जातं. भारताचा 'टेरिफ किंग' असा उल्लेख करणारे ट्रम्प हे पंतप्रधान नरेंद्र मोदी यांच्याशी चर्चेनंतर मोठं डील करायची भाषा बोलायला लागले. जपानच्या सुरक्षेची हमी दुसऱ्या महायुद्धानंतर अमेरिकेनं स्वीकारली आहे. नाटो देशांशी अमेरिकेचे संबंध अशाच हमीवर आधारलेले आहेत. नाटो सदस्यदेश संरक्षणासाठी आवश्यक तो आर्थिक वाटा उचलत नाहीत आणि सारा भार अमेरिकेच्या करदात्यांवर पडतो असं ट्रम्प यांना वाटतं. त्यातून त्यांनी अनेकदा नाटो देशांना फटकारलं आहे. जपानबद्दल जी-२० परिषदेला जाण्यापूर्वी त्यांनी 'जपानवर हल्ला झाल्यास अमेरिका संरक्षणासाठी येईल; पण अमेरिकेवर हल्ला झाला तर जपान तो हल्ला 'सोनी टीव्ही'वर पाहत राहील' असं फटकारलं होतं. या पार्श्वभूमीवर जी-२० परिषदेत मात्र ते सामोपचाराचं बोलत होते. ट्रम्प यांची एक शैली आता जगासमोर आली आहे. पारंपरिक राजनैतिक संकेतांना ते कवडीची किंमत देत नाहीत. इतर देशांच्या धोरणांवर आक्षेप असले तरी ते शर्करावगुंठित भाषेत मांडण्याची पद्धत त्यांना मान्य नाही; किंबहुना जगाच्या व्यवहारातच हा बदल होऊ घातला आहे. ते ताडकन आपलं म्हणणं मांडतात. त्यासाठी ते आंतरराष्ट्रीय

राजनयात न शोभणाऱ्या भाषेचा बेलगामपणे वापर करतात. मात्र, असं केल्यानं ज्यांच्याविषयी आपण कडवटपणे बोलतो त्यांच्याशी वाटाघाटी करताना त्यांना कसलीही अडचण वाटत नाही की लगेचच स्तुतिसुमनं उधळतानाही काही वाटत नाही. म्हणूनच चीनला धमक्या दिल्यानंतर शी जिनपिंग यांच्याशी ते वाटाघाटी करत होते. उत्तर कोरियाच्या किम जोंग उन यांची 'लिटिल रॉकेट मॅन' अशी संभावना केल्यानंतर प्रत्यक्ष भेटीत त्यांच्यावर स्तुतिसुमनांची उधळण ते करतात. तुर्कस्तानवर व्यापक निर्बंध लादण्याच्या गोष्टी करणाऱ्या ट्रम्प यांना एर्दोगान यांच्याशी वाटाघाटी करताना 'तुर्कस्तानचे प्रश्न गुंतागुंतीचे आहेत त्यासाठी निर्बंध हा मार्ग नाही,' असा साक्षात्कार होतो. हे सारं आंतरराष्ट्रीय व्यवहाराचा बाज बदलणारं आहे. त्यात व्यूहात्मक उद्दिष्टांपेक्षा तातडीनं काय हाती लागेल याला महत्त्व आहे. पत्रकार जमाल खाशोगी यांच्या हत्याप्रकरणात हात असल्याचा आरोप सौदी राजपुत्रावर होत असल्याच्या पार्श्वभूमीवर ट्रम्प यांनी स्पष्टपणे या राजपुत्राची बाजू घेतली. सौदीनं या प्रकरणात ठोस कारवाई केल्याचं त्यांनी मान्य केलं आहे. लोकशाही मूल्यांच्या मुस्कटदाबीपेक्षा अमेरिकेला सौदीशी संबंध अधिक महत्त्वाचे आहेत असा स्पष्ट संकेत यातून दिला जातो आहे.

भारताच्या संदर्भात जी-२० परिषदेचं फलित म्हणजे प्रामुख्यानं मोदी यांच्याशी भेटीनंतर अमेरिकेनं भारतीय मालावर आयातशुल्क लादण्यातून तूर्त घेतलेला सामोपचाराचा पवित्रा. परिषदेपूर्वी ट्रम्प यांनी भारताचं आयातशुल्क धोरण अमान्य असल्याचं ट्विट केलं होतं. त्या पार्श्वभूमीवर मोदी-ट्रम्प भेटीतून काय बाहेर पडेल याविषयी कुतूहल होतं. मात्र, अन्य बहुतेक टोकाच्या आग्रहांप्रमाणं यातही ट्रम्प यांनी दोन पावलं मागं येण्याचीच भूमिका स्वीकारलेली दिसते. ट्रम्प अध्यक्ष झाले तेव्हा अमेरिका-भारत संबंध मैत्रीच्या एका उंचीवर होते. ट्रम्प यांच्या सुरवातीच्या काळातही भारत हा अमेरिकेच्या अधिकाधिक जवळ जात असल्याचं चित्र तयार झालं होतं. खासकरून लिओमासारख्या करारावर भारतानं स्वाक्षरी केल्यानंतर अमेरिकेच्या भारत जवळ जातो आहे आणि अमेरिका हा भारताचा वापर चीनविरोधातील व्यूहनीतीत करून घेऊ पाहतो आहे, असं सांगितलं जात होतं. मात्र, ट्रम्प यांच्या कारकीर्दीत कोणत्याच एका मार्गानं धडपणे हे संबंध जाऊ शकले नाहीत. व्यापारतोटा हाच ट्रम्प यांचा प्राधान्यक्रम राहिला आणि ते चीनला यासाठी झोडत होते तसेच भारतालाही. त्याचबरोबर ट्रम्प यांची आंतरराष्ट्रीय व्यवहारातील भूमिका विक्षिप्त वाटावी अशीच राहिली आहे. ते उत्तर कोरियाच्या किमशी जुळवून घ्यायचा प्रयत्न करतात. मात्र, अमेरिकेसह अन्य युरोपीय देशांनी प्रयासानं घडवून आणलेल्या इराणसोबतच्या अणुकरारातून पटकन माघार घेतात. ओबामाकालीन कोणतंही धोरण त्यांना मान्य नाही. याचा थेट फटका भारताला बसतो आहे. इराणशी कोणताही व्यवहार अन्य जगानं करू नये, अशी अमेरिकेची दटावणी सुरू आहे.

खासकरून इराणमधून तेलाची आयात करू नये यासाठी अमेरिकेनं आपलं सारं सामर्थ्य पणाला लावलं आहे. भारतासाठी हे संकटच आहे. अमेरिकेची ही दादागिरी मान्य करण्याशिवाय सध्या तरी पर्याय नाही. अशा स्थितीत भारतानं टप्प्याटप्प्यानं आपल्या लाभाची असलेली इराणमधून तेलखेरदी कमी करत नेली. भारतानं रशियाकडून एस ४०० ही क्षेपणास्त्रविरोधी प्रणाली घेऊ नये असंही अमेरिकेला वाटतं. रशियाकडून अशी हत्यारं घेणाऱ्यांवर निर्बंध घालण्याची अमेरिकेची भूमिका आहे. भारतानं रशियाशी याआधीच करार केला आहे. अमेरिका-भारत संबंधात हा एक पेच तयार झाला आहे. या स्थितीत मोदी आणि ट्रम्प यांची भेट महत्त्वाची होती. यात रशियन क्षेपणास्त्रप्रणालीवर कोणतीही चर्चा झाली नसल्यानं तो मुद्दा अनिर्णित राहिला. मात्र, नंतरच्या घडामोडी पाहता अमेरिकेनं आपला आग्रह ताणायचा नाही असं ठरवलेलं दिसतं. दुसरीकडं, भारत हा अमेरिकेकडून आणखी शस्त्रं खरेदी करणार असल्याचं स्पष्ट होत आहे. व्यापाराच्या आघाडीवर मात्र अमेरिकेचा आक्रमक बाज तूर्त मावळला ही जमेचीच बाजू. अर्थात ट्रम्प

भारत-चीन : व्यापार करार

- ऑक्टोबर, १९५४ मध्ये भारत आणि चीन गणराज्य यांच्यात पहिल्यांदा उघडपणे 'समानता व परस्पर हित' (Equality and Mutual Benefit) तत्त्वावर 'व्यापार करार' (Trade Agreement) अस्तित्वात आला. यावेळी दोन्ही देश औद्योगिकीकरणाची योजना तयार करत होते.
- भारतात पहिली पंचवार्षिक योजना १९५१ साली कार्यान्वित झाली, तर चीनमध्ये १९५३ साली.
- याअंतर्गत, चीनला भारतात अन्नधान्ये, यंत्रे, खनिजे, रेशीम व रेशीम वस्तू, प्राणीजन्य उत्पादन, पेपर आणि स्टेशनरी, रसायने, तेल व संमिश्र वस्तू निर्यात करण्याची परवानगी मिळाली. तर, भारत चीनला हरभरा, तांदूळ, डाळी, कॅनाईट, कच्चे तंबाखू, कच्चा माल व विनानिर्मित अयस्क, इमारती लाकूड, प्राण्यांचे कातडे, रसायने, वाहने व संमिश्र वस्तू इत्यादी वस्तू निर्यात करण्यास मोकळा झाला.
- वर्तमान स्थितीत भारताने चीनकडून होणाऱ्या प्रत्यक्ष विदेशी गुंतवणुकीला 'अगोदर शासन मान्यता' (Prior Government Approval Category) घेण्याच्या श्रेणीत टाकले आहे. चीनने भारताच्या या धोरणास जागतिक व्यापार संघटनेच्या 'अविभेदी' (Nondiscrimination) तत्त्वाचे उल्लंघन असल्याचे म्हटले आहे.
- चीनच्या एकूण गुंतवणुकीपैकी दोन-तृतीयांश गुंतवणूक भारतीय स्टार्ट-अप्स कंपन्यांमध्ये झाली आहे. चिनी कंपनी अलीबाबाने पेटीएम, बिग बास्केट, झोमॅटोमध्ये गुंतवणूक केली आहे, तर टेनसेंटने बायजू, फ्लिपकार्ट आणि ओला या स्टार्टअप्समध्ये गुंतवणूक केली आहे.
- वाणिज्य मंत्रालयाच्या आकडेवारीनुसार, मागील पाच वर्षांत चीनने भारतीय ऑटोमोबाईल क्षेत्रात ८७६.७३ अब्ज डॉलर्सची गुंतवणूक केली आहे.
- तसेच, विद्युत आणि सेवा क्षेत्रातही चीन गुंतवणूक करून आहे. मात्र, चीनने केलेल्या आश्वासनाच्या तुलनेत ही गुंतवणूक खूपच कमी आहे.
- चीनने भारताकडून फक्त साखर व तांदूळच्या आयातीत वाढ केली आहे. पण भारतीय औषधांसाठी चिनी बाजार हव्या त्या तुलनेत अजूनही खुललेले नाही. दुसरीकडे, चीनची भारतात वस्तू व सेवांच्या आयातीशिवाय दुसरी मोठी गुंतवणूक नाही.
- दोन्ही देशांच्या वाढत्या व्यापारात औषधांचा वाटा सर्वाधिक आहे. गेल्या दशकभरात चीनकडून औषधांच्या आयातीचे प्रमाण २८ टक्क्यांनी वाढले आहे.
- भारतीय वाणिज्य मंत्रालयाच्या २०१९-२०च्या आकडेवारीनुसार, भारत चीनकडून सुमारे १,१५० कोटी रुपयांचे फार्मा प्रॉडक्ट्स आयात करतो. चीनकडून भारतात झालेल्या आयातीचे एकूण मूल्य १५,००० कोटी रुपये इतके.
- दुसरीकडे, जेनरिक औषधांच्या निर्मितीत भारताचा अव्वल क्रमांक आहे. २०१९ मध्ये भारताने जवळपास २०० देशांना जेनेरिक औषधे विकली आणि अब्जावधी रुपयांची कमाई केली. मात्र, यात चीनच्या बाजारपेठेचा योगदान खूप कमी आहे.
- चिनी वृत्तपत्र ग्लोबल टाइम्समधील एका लेखानुसार, दोन्ही देशांमधील तणाव वाढल्याचा परिणाम व्यापारावरही होत आहे. 'कोव्हिड-१९'चा संसर्ग आणि दोन्ही देशांतील विद्यमान तणावामुळे सुमारे ३० टक्के व्यापार घटण्याचा अंदाज आहे. भारताने २२ जूनपासूनच चीनमधून येणाऱ्या मालावर अतिरिक्त कस्टम शुल्क लागू केले आहे. त्यामुळे अॅपल, सिस्को, डेलसारख्या मोठ्या कंपन्यांना याचे नुकसान होणार आहे.

यांना गृहीत धरून कोणतंही धोरण ठरवण्यात अर्थ नाही, याची जाणीव जगाला एव्हाना झालीच आहे. चीन, रशिया, जपान यांच्या नेत्यांशी मोदी यांच्या भेटी यादरम्यान झाल्या. त्यातून नवं फार काही निष्पन्न झालं नसलं तरी या देशांसोबतचे संबंध कायम ठेवण्यात त्यांचं महत्त्व आहेच. जी२० या व्यासपीठाचा वापर भारताकडून सातत्यानं दहशतवादाचा मुद्दा जगासमोर मांडण्यासाठी, त्यात सर्वांनी समान धोरण आखावं यावर सहमती घडवण्यासाठी केला जातो. तसाच आपला आणखी एक आवडीचा विषय म्हणजे काळा पैसा. दहशतवादावर या वेळीही मोदी यांनी बोट ठेवलं. अर्थात अशा प्रश्नांची झळ जेव्हा अमेरिकेला किंवा पाश्चात्य देशांना लागलेली असते तेव्हा ते प्रश्न अधिक व्यापक चर्चेचे बनतात. आता व्यापारयुद्ध आणि जागतिक हवामानबदल हेच प्रमुख मुद्दे असल्यानं दहशतवादावर फार चर्चा झडली नाही. 'दहशतवाद संपला पाहिजे' हा सुविचार सांगायला तसंही कुणाचं काही बिघडत नाही. असं म्हणायचं आणि दहशतवाद्यांत आपलं-परकं करत राहायचं ही बड्या देशांची दुटप्पी भूमिका संपलेली नाही. या परिषदेतून त्यावर काही नवं घडताना दिसलं नाही. मोदी पंतप्रधान झाल्यानंतर जी-२० परिषदेत काळा पैसा हा मुद्दा बनवला गेला होता. त्या वेळी सारं जग कसं काळ्या पैशाच्या विरोधात भारताला सहकार्य करायला तयार आहे याचा गाजावाजा केला जात होता. पाच वर्षांनी जग फारसं हललेलं नाही. या वेळी काळा पैसा हा मुद्दा फरसा चर्चेत नव्हता.

जी२०चा भर सुरवातीपासून प्रामुख्यानं आर्थिक बाबींवर राहिला आहे. व्यापार, उद्योग त्यासाठीचे बहुपक्षीय संबंध हा त्यांचा आधार. मात्र, पुढं त्यात जगासमोरच्या साऱ्या समस्यांचा विचार सुरू झाला. आता तंत्रज्ञानानं काही नवे प्रश्न, वाद जगासमोर येऊ घातले आहेत. यातलाच एक म्हणजे जगभरातली माहितीची साठवणूक किती मुक्त असावी, या माहितीची किंवा डेटाची साठवणूक कशी कुठं करावी हा. अमेरिकेसारख्या प्रगत देशांना यात संपूर्ण मुक्तता हवी आहे. जी-२०चे या वेळचे यजमान असलेल्या जपाननं त्यासाठी एक ठरावच आणला होता. याला भारताचा विरोध आहे. अलीकडंच रिझर्व्ह बँकेनं आर्थिक व्यवहारांसंबंधातील माहिती भारतातच साठवण्यासाठी आग्रही भूमिका घेतली होती. 'डेटा-साठवणुकीचं स्थानिकीकरण विरुद्ध मुक्त परवाना' असा हा वाद आहे. यात भारत स्थानिकीकरणाच्या बाजूचा आहे. जी-२० परिषदेत या मुद्द्यावर भारत एकाकी पडल्याचं चित्र होतं. मात्र, त्यावर 'काही नियम ठरवायचे तर ते जागतिक व्यापार संघटनेच्या व्यासपीठावर ठरायला हवेत, जी२० च्या नव्हे,' अशी भूमिका भारताकडून घेतली गेली. ती मुद्दा तात्पुरता पुढं ढकलणारी आहे. डेटा-साठवणूक हा या क्षेत्रातील बहुराष्ट्रीय आणि महाप्रचंड कंपन्यांसाठीचा महत्त्वाचा मुद्दा आहे. निरनिराळ्या देशांत अशी साठवणूक करायची तर त्यासाठीच्या सुविधा आणि गुंतवणूक वाढवावी लागते हे त्यांचं दुखणं, तर देशातील नागरिकांचा डेटा देशातच राहिला पाहिजे, तसा तो न राहिल्यानं अनेक कटकटी तयार होऊ शकतात हा भारतासारख्या स्थानिकीकरणवाद्यांचा युक्तिवाद आहे.

व्यापारयुद्धाला अर्धविराम हे जी२०चं जगासाठी महत्त्वाचं फलित. परिषदेपेक्षा त्यानिमित्तानं झालेल्या नेत्यांमधील भेटीगाठी अधिक गाजल्या. ट्रम्प यांची अधिक समजूतदार भूमिकाही लक्षवेधी ठरली. ती येऊ घातलेल्या अमेरिकी अध्यक्षपदाच्या निवडणुकीच्या पार्श्वभूमीवर असल्याचं त्या देशात मानलं जातं. इराणशी युद्धजन्य स्थिती, उत्तर कोरियासोबतचा तणाव, चीनसोबत व्यापारयुद्ध हे वातावरण देशात निवडणुकीची तयारी सुरू झाली असताना लाभाचं नाही याची जाणीव ट्रम्प यांना झाल्याचं निदान अनेकजण करताहेत. कशानंही का असेना, अमेरिका अधिक व्यवहार्य होत असेल तर जगासाठी बरंच!

१० आणखी काही हवं आहे!

हाँगकाँग सध्या खदखदत आहे...निमित्त ठरलं आहे ते आरोपीच्या प्रत्यार्पणासाठीच्या विधेयकाचं. विधेयकाचं हे तात्कालिक निमित्त बाजूला ठेवलं तरी आता सुरू झालेलं आंदोलन थांबायचं नाव घेत नाही. आर्थिक प्रगती, सुबत्ता खऱ्या किंवा दाखवल्या जाणाऱ्या शत्रूपासून सुरक्षेची खात्री या सगळ्यासोबत माणसाला व्यक्तिगत स्वातंत्र्य हे मूल्य हवं असतं. त्याची आस आर्थिक प्रगतीच्या झुलीखाली दडपता येत नाही, असं हाँगकाँग ओरडून सांगतो आहे. भारतातल्या प्रश्नात लक्ष घालताना, काश्मिरात लोकांच्या हक्कांची वकिली करणाऱ्या चीनची हाँगकाँगमधील त्यांच्या निदर्शकांना सांभाळताना मात्र त्रेधा उडाली आहे! चीनचं प्रचंड लष्करी बळ, तशीच आर्थिक ताकद, जगातलं वजन, आपल्याच नागरिकांवर नजर ठेवण्याची अफाट क्षमता आणि तसं करायची तयारी हे सारं असूनही हाँगकाँगमधील निदर्शक दाद देत नाहीत, त्यांच्यावर नियंत्रण ठेवता येत नाही, त्यांना चिरडताही येत नाही. अशी ही कोंडी आहे. ती चीनची आहे. तिथल्या कम्युनिस्ट सरकारची आहे.

काश्मिरात लोकांच्या हक्कांची वकिली करणाऱ्या चीनची हाँगकाँगमधील निदर्शकांना सांभाळताना मात्र त्रेधा उडाली आहे. चीनचं प्रचंड लष्करी बळ, तशीच आर्थिक ताकद, जगातलं वजन, आपल्याच नागरिकांवर नजर ठेवण्याची अफाट क्षमता आणि तसं करायची तयारी हे सारं असूनही हाँगकाँगमधील निदर्शक दाद देत नाहीत, त्यांच्यावर नियंत्रण ठेवता येत नाही, त्यांना चिरडताही येत नाही. अशी ही कोंडी आहे. ती चीनची आहे. तिथल्या कम्युनिस्ट सरकारची आहे. 'आमचा देश वेगळा, आमची संस्कृती वेगळी इथं पाश्चात्य शैलीच्या लोकशाहीचं काही काम नाही,' असं सांगता सांगता आपण सिद्ध केलेली राज्यपद्धती जगभर एक्स्पोर्ट करता येईल अशा थाटात वावरणाऱ्या शी जिनपिंग यांना हा मोठाच धडा आहे. लोकांना आर्थिक प्रगतीची फळं मिळाली, सुरक्षितता मिळाली आणि त्याला राष्ट्रवादाचा तडका दिला की बाकी अभिव्यक्तिस्वातंत्र्य वगैरे गौण असतं, या साऱ्या कल्पना मुळातच उदारमतवाद्यांचं फॅड आहे, असं सांगणाऱ्यांची जगात अनेक ठिकाणी चलती सुरू झाली आहे. कणखर नेता, सांस्कृतिक धारणांवर आधारलेला राष्ट्रवाद यांची वकिली करता करता त्यापायी व्यक्त व्हायच्या मूलभूत मोकळेपणाशी तडजोडीकडं सहजपणे जायची तयारी दाखवली जाते. या साऱ्याला हाँगकाँगमधील निदर्शनं उत्तर देतात. आर्थिक प्रगती, सुबत्ता खऱ्या किंवा दाखवल्या जाणाऱ्या शत्रूपासून सुरक्षेची खात्री या सगळ्यासोबत व्यक्तिगत स्वातंत्र्य हे मूल्य हवं असतं. त्याची आस आर्थिक प्रगतीच्या झुलीखाली दडपता येत नाही, असं हाँगकाँग ओरडून सांगतो आहे. त्यावर चीन काय उत्तर शोधणार, चीनचं अंतिम स्वप्न अर्थातच चिनी मुख्य भूमीहून वेगळेपण ठेवणाऱ्या आणि अभिमानानं मिरवणाऱ्या हाँगकाँगला अन्य चीनसारखं बनवणं हेच आहे. त्या दिशेनं पावलं अधिक गतीनं पडणार की संपन्न

माणसाला राज्यव्यवस्थेचा काच वाटायला लागतो तेव्हा अधिक मोकळेपणाकडंजाणं हाच शहाणपणाचा मार्ग असतो हे स्वीकारलं जाणार हे लक्षवेधी असेल. हे फक्त चीनपुरतं महत्त्वाचं नाही तर जगभर या मूल्यांमधील संघर्षासाठीही ते महत्त्वाचं आहे. याच आंदोलनात तंत्रज्ञानाच्या वापरातून आंदोलनावर नियंत्रण मिळवणं आणि त्याच तंत्रज्ञानाचा वापर करून राज्ययंत्रणेच्या दमनचक्राला हुलकावणी देणं याचा जो झगडा उभा राहिला आहे तो बदलत्या काळाची नवी सूत्रं सांगणारा, नवं आंदोलनशास्त्र विकसित करू पाहणारा म्हणून दखलपात्र आहे.

हाँगकाँगमधील सध्याच्या आंदोलनाचं तात्कालिक कारण जगाच्या लेखी फार महत्त्वाचं नाही. मुद्दा ज्या चीनमध्ये आंदोलनं झाल्याचं बाहेरच्या जगात ऐकूही येत नाही; किंबहुना 'पाहा, तिथं कसे लोक शिस्तीत काम करतात; त्यामुळेच तर चीननं भरभराट केली,' असले सल्ले जगभरातील, खासकरून तिसऱ्या जगातील भांडवलदार देत असतात त्या चीनच्या एका भागात सर्वशक्तिमान समजल्या जाणाऱ्या चिनी व्यवस्थेला न आटोपणारं आंदोलन उभं राहतं हे नवलाईचं आहे. याचं कारण 'हाँगकाँगचा चीनहून वेगळेपणा' यात आहे. या प्रदेशानं मुक्ततेची चव अनुभवलेली आहे म्हणूनच 'नियंत्रणाचा कोणताही जाच नको' ही तिथली भावना आहे. मूळ मुद्दा होता तो हाँगकाँगमधील आरोपीचं चीनमध्ये प्रत्यार्पण करण्यासाठीच्या विधेयकाचा. हाँगकाँगच्या एका नागरिकानं आपल्या प्रेयसीचा तैवानमध्ये खून केला, खटला भरण्यासाठी त्याला चीनच्या मुख्य भूमीत नेण्याच्या निमित्तानं हे प्रकरण सुरू झालं. यात त्या आरोपीच्या पाठराखणीपेक्षा एकदा असं हाँगकाँगमधून उचलून गुन्ह्यासाठी चीनमध्ये नेण्याचा प्रघात मान्य झाला तर पुढं कुणालाही, कोणत्याही कारणासाठी गुन्हे दाखल करून चीनच्या मुख्य भूमीत नेलं जाईल, एकदा तिथं गेल्यानंतर सारंच सरकारस्वाधीन असेल ही खरी भीती हाँगकाँगच्या नागरिकांमध्ये आहे. तिथं हाँगकाँगला अधिक जोडून

चीन आणि हाँगकाँग

हाँगकाँगमध्ये एक वर्षापासून स्वातंत्र्यासाठी निदर्शने केली जात आहेत. चीनने आता हाँगकाँगसाठी नवा राष्ट्रीय सुरक्षा कायदा बनवला आहे. त्यामुळे हाँगकाँगच्या लोकांचे सर्व विशेषाधिकार संपुष्टात येणार आहेत. परिणामी, हाँगकाँगमध्ये चीनला थेट विरोध करता येणार नाही, शिवाय निदर्शनेदेखील करता येणार नाहीत. चीनच्या या कृत्याला अमेरिका, ब्रिटनने कडाडून विरोध केला आहे. सोबतच, जगभरात 'हाँगकाँगची स्वायत्तता' हा सर्वांत चर्चेचा मुद्दा ठरला आहे.

घेण्याच्या चीनच्या प्रयत्नांना विरोध करण्याची परंपरा आहेच. यासाठी आवाज उठवणाऱ्या, आंदोलन करणाऱ्या, म्हणूनच चिनी यंत्रणांच्या विरोधात दंड थोपटणाऱ्या कुणालाही चीनमध्ये नेऊन कारवाई होऊ नये हा यातला गाभ्याचा भाग. आंदोलन दिवसांतून आठवड्यांत चालत गेलं तसा त्याला चीनच्या विरोधातील लोकशाहीवाद्यांच्या आवाजाचा सूर लाभला. हे घडू शकलं याचं कारण हाँगकाँगचं चीनमध्ये असूनही राहिलेलं वेगळेपण, जे ब्रिटिश वसाहतीच्या वारशातून तयार झालं आहे. हाँगकाँगचा इतिहास चीनहून वेगळा आहे. सन १८४२मध्ये ब्रिटिश फौजांनी हाँगकाँगवर ताबा मिळवला. नंतर झालेल्या करारात ब्रिटनला हाँगकाँग आणि लगतचा भाग ९९वर्षांच्या करारानं देण्यात आला. तेव्हापासून हाँगकाँग आणि चीनची मुख्य भूमी यांची वाटचाल निरनिराळ्या दिशेनंच सुरू राहिली. आधी हे बंदर आंतरराष्ट्रीय व्यापारात नावारूपाला आलं. सन १९६०च्या दशकापासून ते व्यापारी व्यवहारांपलीकडं एक महत्त्वाचं उत्पादनकेंद्रही बनलं. उद्योगांची झपाट्यानं झालेली वाढ हाँगकाँगला श्रीमंती थाट देणारी होती. समृद्धीसोबतच स्थलांतरितांना आश्रय देणारं

ठिकाणही ते बनलं. खासकरून चीनच्या मुख्य भूमीतून पलायन करणारे हाँगकाँगमध्ये आश्रय शोधत असत. हाँगकाँग बंदर करारानं ब्रिटनकडं असल्यानं करार संपल्यानंतर ते चीनला द्यावं यासाठीच्या ज्या वाटाघाटी सुरू होत्या त्या ८०च्या दशकात संपल्या आणि १९९७पासून हाँगकाँगचा ताबा चीनकडं जाईल हे निश्चित झालं. तोवर उर्वरित अवाढव्य चीनहून पूर्णतः वेगळं असं सामाजिक वास्तव तिथं आकारलं होतं. मोकळेपणाची संस्कृती विकसित झाली होती. हे मोकळेपण केवळ आर्थिक बाबीतलं नव्हतं तर ते सामाजिक, राजकीय बाबतींतही होतं. व्यक्तिस्वातंत्र्याला महत्त्व देणारं होतं. ज्याची तोवर विकसित होण्याकडं वाटचाल करू लागलेल्या चीनमध्ये वानवाच होती. सन १९८४ मध्ये हाँगकाँग हस्तांतरणाचा करार झाला तेव्हा हे वेगळेपण लक्षात घेऊनच चीनमध्ये 'एक देश, दोन व्यवस्था' हे सूत्र स्वीकारलं गेलं. याचा व्यवहारातील अर्थ होता, हाँगकाँग हा चीनचा अविभाज्य वगैरे भाग असेल, मात्र तिथली स्वायत्तता कायम असेल, चीनचा अधिकार संरक्षण आणि परराष्ट्रव्यवहार यांतच केवळ राहील, उरलेल्या बाबतींत हाँगकाँगवासी आपलं काय करायचं ते ठरवायला मुखत्यार असतील. ही व्यवस्था सन १९९७नंतर पुढची ५०वर्षं लागू राहील हेही तेव्हाच ठरलं. म्हणजेच सन २०४७ पर्यंत चीनमध्ये हाँगकाँगला स्वायत्त दर्जा कायम असेल याची करारानं निश्चिती झाली.

याचाच परिणाम म्हणून हाँगकाँगमध्ये स्वतंत्र कायदेशीर व्यवस्था आहे. लोकप्रतिनिधी निवडायचं मर्यादित स्वातंत्र्य आहे. अभिव्यक्तिस्वातंत्र्य किंवा विचारस्वातंत्र्य अबाधित आहे. चीननं तिआनमेन चौकात निदर्शकांवर रणगाडे घालून, राज्यव्यवस्था कोणतंही आंदोलन बळानं चिरडू पाहते, याचं कुख्यात उदाहरण घालून दिलं होतं. या चिनी सरकारच्या कारवाईच्या विरोधात तिआनमेन घटनेची स्मृती जागवणारे कार्यक्रम हाँगकाँगमध्येच होऊ शकतात, ते चीनमध्ये शक्य नाही. 'एक देश, दोन व्यवस्था' या सूत्रामुळचं हे घडू शकतं. असं मोकळेपण अनुभवलेल्या हाँगकाँगवासियांसाठी चीनकडून कोणताही अधिकार कमी करणारी कृती संशयास्पद नजरेनं पाहिली जाते. सन २०४७ पर्यंत तरी चीनला हे स्वातंत्र्य मान्य करण्याशिवाय गत्यंतर नाही. मात्र, चीनसारखी कोणतीही बलाढ्य व्यवस्था हे सारं मुकाट सहन करेल ही शक्यता नसतेच. यातूनच अप्रत्यक्षपणे हाँगकाँगमधील स्वातंत्र्यावर गदा आणण्याचे खेळ तिथं सुरू झाले. यातला संघर्ष प्रामुख्यानं लोकशाहीवादी आणि चिनी राज्यप्रणाली अधिकाधिक ठोसपणे लागू करण्यातला आहे. अधिकृतपणे निर्बंध न लावताही लोकांनी कसं व्यक्त व्हावं यावर नियंत्रण ठेवण्याचा प्रयत्न करता येतो हे जगभर दिसत आहे. चीननं तोच मार्ग अवलंबत कलाकार, स्वतंत्रपणे विचार करणारे, व्यक्त होणारे अशांना स्वनियंत्रणात ठेवावं असं वातावरण उभं करण्यावर भर दिला. अशा तक्रारी हाँगकाँगमध्ये अनेकदा झाल्या. सत्ताधाऱ्यांशी सुसंगत विचार मांडण्याची मुभा म्हणजेच, स्वातंत्र्य आहे...विरोधात विचार मांडायला बंदीही नाही; मात्र ते मांडायची इच्छा, धाडस होऊ नये असं वातावरण तयार करता येतं हा लोकशाहीवाद्यांच्या वाटचालीतला नवा अडथळा आहे. तो परंपरेनं लोकशाही असणाऱ्या देशांतही जिथं दिसू लागला आहे तिथं चीननं ती दिशा पकडली तर नवलाईचं उरत नाही. हाँगकाँगमध्ये लघुघटना किंवा मूलभूत कायदा नावाचं एक प्रकरण आहे. ते तिथले व्यवहार नियंत्रित करतं. लोकांना आपले प्रतिनिधी निवडायचे अधिकार तर आहेत; पण चीनच्या सरकारनं सन २०१४ मध्ये जाहीर केलं की त्यांचे हे अधिकार अबाधित ठेवताना कुणाला निवडावं यासाठीची यादी जाहीर केली जाईल, तीतून निवडीचं स्वातंत्र्य लोकांना असेल. त्याला हाँगकाँगच्या कायदेमंडळानं विरोध केला. या कायदेमंडळातही चीन सरकार थेट नियुक्त्या करतं. शिवाय, जे फारच विरोधातील दिसतात त्यांना अपात्र ठरवण्याचं हत्यार उचललं जातं. तरीही या साऱ्याला लोकशाही म्हटलं जातं. कायदेमंडळाचे लोकशाहीवादी सदस्य अपात्र

ठरतात. अचानक कुणी गायब होतं; मग पुढं कधीतरी उघड होतं की ते सरकारी कोठडीत बंद आहेत. असं सारं काही घडत असलं तरी चीनच्या मुख्य भूमीहून हाँगकाँग अधिक मुक्त, स्वतंत्र आणि स्वायत्त अशी शासनप्रणाली राबवतो आहे.

हाँगकाँगमधील बहुतेक रहिवासी चिनी वंशाचेच आहेत. मात्र, ते स्वतःला चिनी म्हणवून घ्यायला तयार नाहीत, हे अनेक सर्व्हेक्षणांतून पुढं आलं आहे. हाँगकाँग विद्यापीठाच्या पाहणीनुसार, ११ टक्के लोकच चिनी म्हणवून घेतात, तर ७१टक्के लोकांना चिनी असण्यात अभिमान बाळगण्यासारखं काही वाटत नाही. चीनमध्ये राहायचं आणि 'चिनी असण्याचा अभिमान नाही' असं म्हणायचं हे कोणत्याही चिनी राष्ट्रवाद्याला संताप आणणारं असू शकतं. मात्र, ती लोकभावना आहे हे कसं नाकारणार आणि ती निव्वळ बळानं बदलता येईल काय? वंश, धर्म एक असणं आणि आकांक्षा, सामाजिक-राजकीय धारणा समान असणं यांत फरक असू शकतो हे हाँगकाँगमध्ये अधोरेखित होत आहे. हाँगकाँग हे चीनचं आणखी एक शहर बनू नये असं आंदोलकांना वाटतं. प्रत्यार्पणासाठीचं विधेयक रोषाचं कारण ठरलं ते यामुळचं. हे विधेयक बाजूला ठेवलं तरी आता सुरू झालेलं आंदोलन थांबायचं नाव घेत नाही. याचं कारण, त्यात चीनच्या वर्चस्वावादाविरोधातील तरुणांचा भरणा आहे. चीनसाठीही हा केवळ एका विधेयकाचा मुद्दा नाही. या प्रकारच्या असंतोषाला बळ मिळणं किंवा त्यापुढं मान तुकवावी लागणं हे दीर्घकालीन वाटचालीत चीनला घातक वाटत आहे. यातूनच आंदोलकांवर नियंत्रण मिळवण्याचे प्रयत्न आणि सरकारी प्रयत्न उधळून लावत नवनवी तंत्रं वापरणारे आंदोलक यांच्यातला सामना रंगला आहे. मागच्या आठवड्यात आंदोलकांच्या दाव्यानुसार, सुमारे १७ लाख लोकांनी रस्त्यावर उतरून केलेली निदर्शनं आंदोलनाची व्याप्ती दाखवणारी होती, तसंच ते दडपणं सोपं नसल्याची जाणीव करून देणारीही होती.

हाँगकाँगमधील आंदोलक आणि सरकार यांच्या संघर्षात उभय बाजूनं होणारा तंत्रज्ञानाचा आणि माहितीयुद्धाचा वापर लक्षणीय ठरला आहे. सन २०१४मध्ये जेव्हा हाँगकाँगमध्ये असेच लाखो आंदोलकांनी सारे चौक, महत्त्वाचे मार्ग ताब्यात घेणारं 'अम्ब्रेला मूव्हमेंट' म्हणून ओळखलं जाणारं आंदोलन केलं तेव्हाही आंदोलकांचा आवाज पोचू नये यासाठी माहितीच्या वहनावर कडेकोट निर्बंध आणले गेले होते, तरीही ते आंदोलन समाजमाध्यमांच्या प्रभावी वापरानं गाजलं. या वेळीही आंदोलनाची धार वाढवताना हीच नवमाध्यमं अधिक चलाखीनं वापरली जात आहेत. त्यातूनच मिळणाऱ्या माहितीच्या आधारे सरकारी यंत्रणेचा वरवंटा फिरवला जातो हा अनुभव लक्षात घेऊन आंदोलक आपली ओळख स्पष्ट होऊ नये याची काळजी घेत आहेत. नवं तंत्रज्ञान मतभेद ताकदीनं मांडायला मदत करतं, तसंच मतभेद मांडताच येऊ नयेत यासाठी दमनचक्र फिरवायलाही उपयुक्त ठरू शकतं. यातला हाँगकाँगच्या रस्त्यावरचा संघर्ष अभ्यासण्यासारखा आहे. आंदोलक पाठिंबा वाढवण्यासाठी एकजूट टिकवण्यासाठी या साधनांचा वापर करतात, तसं सरकारी यंत्रणांनी चेहऱ्यांची ओळख पटवण्यासारख्या तंत्राचा वापर करत आंदोलकांची कोंडी करायचा प्रयत्न सुरू केला आहे. चीननं हे तंत्र वापरणं नवं नाही. आंदोलनाच्या काळातील व्हिडिओंच्या आधारे सहभागी लोकांना शोधण्याचं तंत्र उघूर बंडखोरांच्या विरोधात वापरताना चीननं दहा लाखांच्या वर आंदोलकांना कोठडी दाखवली होती. कृत्रिम बुद्धिमत्तेचा वापर जमावनियंत्रणासाठी करण्याचा हा प्रकार होता. पोलिसांचे कॅमेरे केवळ फोटोच घेत नाहीत तर त्यातील लोकांची ओळख पटवून त्यांचं समाजमाध्यमांतील वर्तन तपासलं जातं, त्यातून संबंधित किती टोकाचा विरोधक आहे याचा अंदाज घेता येतो. त्यानुसार कारवाईही करता येते. ही नव्या जमान्याची आयुधं आंदोलनंच मुश्किल बनवणारी ठरू शकतात. सन २०१४च्या

आंदोलनात हाँगकाँगमध्ये फेसबुकसारख्या माध्यमांचा प्रचंड वापर झाला. त्याचा परिणाम म्हणून आंदोलकांनीच प्रसिद्ध केलेल्या फोटोंच्या आधारे यंत्रणांना शोधमोहीम राबवता आली. या वेळी आंदोलक अधिक काळजी घेत आहेत. कुणीही फोटो अपलोड करत नाही. सेल्फी घेत नाही. जमेल तिथल्या सीसीटीव्ही कॅमेऱ्यांवर रंग फासला जात आहे. आंदोलकांनी आपली समाजमाध्यमांतील खाती बदलून टाकायची मोहीम सुरू केली आहे. आंदोलनासाठी जमण्याची ठिकाणं, पद्धत यासाठी रोज बदलते कोडवर्ड वापरले जातात. यंत्रणांचा पकडण्यासाठीचा आणि आंदोलकांचा गुंगारा देण्याचा आटापिटा नव्या तंत्रज्ञानाच्या जमान्यात कुठं नेतो आहे याचं दर्शन हाँगकाँगच्या रस्त्यांवर घडतं आहे. चेहरे ओळखण्याच्या तंत्राचा वापर हाँगकाँगमधील आंदोलनाच्या वेळीही होण्याची शक्यता लक्षता घेऊन आंदोलकांनी चेहरे ओळखण्याच्या तंत्रात आडकाठी आणणाऱ्या लेसर बीमचा वापर सुरू केला. तो पोलिसांसाठी डोकेदुखी बनला. ट्विटरवरून असंच युद्ध सुरू झालं आहे. ट्विटरवर मुख्य चिनी भूमीत बंदी आहे. मात्र, जसा आंदोलकांचा जोर वाढायला लागला तशी चिनी बाजू मांडणाऱ्या आंदोलकांना विरोध करणाऱ्या ट्विटरधारकांची संख्या अचानक वाढायला लागली. हे इतक्या गतीनं सुरू होतं की अखेर ट्विटरनं सुमारे दोन लाख खाती गोठवून टाकली. आंदोलकांमध्येच पोलिस घुसवून त्यांचं नियोजन समजून घेण्याचे, आंदोलनाची दिशा बदलण्याचे प्रयत्न समोर येताहेत. हाँगकाँगमधील प्रवाशांचे मोबाईल तपासले जात आहेत. त्यावर आंदोलनाचे फोटो दिसल्यास संबंधितांची अधिक कसून माहिती घेतली जाते.

तब्बल ११ आठवडे सुरू असलेल्या या आंदोलनाचं भवितव्य काय हा जगभरच्या

चीन आणि आशिया

'कोविड १९'मुळे चीनच्या सामर्थ्यात फरक पडलेला नाही, हा महत्त्वाचा संदेश सर्व शेजारी देशांना चीनला द्यायचा आहे. चीनच्या सीमेवरील सर्व भूभाग एकत्र करून चीनला जागतिक राजकारणातील एकमेव महासत्ताधारी देश म्हणून ओळख निर्माण करायची आहे.

याकरिता कोणतीच सीमा शांत ठेवायची नाही, असा चीनचा प्रयत्न आहे. विविध देशांना प्रथम कर्ज स्वरूपात आर्थिक मदत करायची आणि नंतर या कर्जबाजारी देशांच्या मोक्याच्या बंदरांवर ताबा मिळवायचा असा चीनचा प्रयत्न आहे. काही वर्षांपासून चीनने आपल्या शेजारी सर्वच देशांशी सीमाप्रश्नावरून वाद उकरून काढला आहे. यात भारत व जपानसारख्या देशांशी संघर्ष करत राहणे, पाकिस्तान, बांगलादेश, श्रीलंका, नेपाळ या भारताच्या शेजारी देशांना आपल्या बाजूने वळवणे, पाकिस्तान व उत्तर कोरियासारख्या मित्रांना सातत्याने मदत करणे ही डिप्लोमसी चीन करत आहे. यात गिलगिट-बाल्टिस्तानात मोठे धरण बांधण्यासाठी पाकिस्तानला साह्य करणे, दक्षिण चिनी सागरात व्हिएतनामी मच्छिमारांच्या नौका बुडवणे, तैवानच्या विरुद्ध जागतिक संघटनांमध्ये मोर्चेबांधणी करणे, नेपाळ-भारत सीमावाद प्रश्न नव्याने उभा करणे, हाँगकाँग प्रश्नात सातत्याने दडपशाहीची भूमिका घेणे, मलेशिया, व्हिएतनाम इत्यादी देशांसमोर सातत्याने नवी आव्हाने निर्माण करणे, दक्षिण चीन समुद्रात कृत्रिम बेटे तयार करण्याची व स्वतःसाठी मोठ्या बाजारपेठा तयार करण्याचा प्रयत्न करणे, विवादास्पद सागरी प्रदेशांतील बेटांवर कागदोपत्री दोन प्रशासकीय जिल्हे तयार करणे, भारत आणि चीन सीमेला लागून असलेल्या त्राशीगँग जिल्ह्यातील साकतेंग अभयारण्याला भूतान सरकारने मान्यता दिल्याने भूतानशी सीमावाद निर्माण करणे या प्रकारच्या राजकारणाचा समावेश आहे.

लोकशाहीवाद्यांसाठी कुतूहलाचा विषय आहे. हे आंदोलन चिघळावं असे प्रयत्न केले जात आहेत. तसं घडलं तर आंदोलन मोडणं सोपं असतं. चिनी लष्कर सीमेवर तयारीत ठेवण्यात आलं आहे. ते कारवाई करून आंदोलन मोडू शकतं. या प्रकारची कारवाई किती भयानक असू शकते याविषयीचे कथित दंगलविरोधी सरावाचे व्हिडिओ प्रसारित केले जात आहेत. हे सारंच दहशत बसवण्यासाठी होत आहे. या आंदोलनाचे पडसाद जगभर उमटत आहेत. नेहमीप्रमाणे पाश्चात्य देश चीनला सबुरीचे सल्ले देत आहेत. याचा फटका चीन आणि शी जिनपिंग यांना बसला तरी याच स्थितीचा लाभ मुख्य चीन भूमीत आपली पकड घट्ट करताना ते घेत आहेत. हाँगकाँगच्या आंदोलकांनी दोन चिनी प्रवाशांवर केलेला हल्ला चीनमध्ये इतक्या वेळा सरकारी माध्यमं दाखवत राहिली, तसंच आंदोलकांच्या हिंसेचे खरे-खोटे व्हिडिओ प्रसारित करत राहिली की आंदोलन हा चीनच्या विरोधातील कट वाटला पाहिजे. यातून चीनला आव्हान दिलं जात आहे, असं वातावरण तयार करून देशभक्तीचा तडका देतो येतो. एका आंदोलकानं चिनी झेंडा समुद्रात टाकला. त्यावर चीनच्या अधिकृत सरकारी माध्यमांनी, सगळ्या देशानं झेंडा शेअर करावा आणि चिनी झेंड्यासाठी १४० कोटी लोक सज्ज असल्याचं दाखवावं असं आवाहन केलं. असली भावनिक आवाहनं सहजपणे पसरतात, त्यांचा वापर सत्तेवर बसलेल्यांचं स्थान बळकट करण्यासाठीच केला जातो. हाँगकाँगमधील घटनांवरून जगभर टीकेचा सूर लावला जात असला तरी नेमका त्याचाच लाभ देशात चीनचे सत्ताधारी उठवत आहेत. आंदोलकांच्या मागण्या, प्रत्यार्पणाचा कायदा रद्दच करावा याखेरीज हाँगकाँगच्या मुख्याधिकारी कॅरी लाम यांनी राजीनामा द्यावा आणि लोकशाही अधिक सक्षम करणारी धोरणं राबवावीत असं सांगणाऱ्या आहेत. विधेयक स्थगित ठेवून आंदोलकांना शांत करायचे प्रयत्न तूर्त तरी फसले आहेत. मुद्दा अशा आंदोलनांतील लोकांच्या सहनशक्तीचा असतो. दोन्ही बाजूंनी सहनशीलतेचा डाव मांडला गेला आहे. कोण आधी हिंसक मार्गानं जातो याची ही परीक्षा असेल. आंदोलनाचं तात्पुरतं काहीही होवो, हाँगकाँगमधील लोकशाहीवादी भावना ठसठशीतपणे समोर आली आहे. ती चिनी सार्वभौमत्वाला आव्हान देत नाही. मात्र, स्वायत्ततेसाठी आग्रही आहे, चीनच्या एकाधिकारशाहीच्या विरोधातील आहे. मागचं आंदोलन संपताना 'आम्ही पुन्हा येऊ' असं तेव्हाचे आंदोलक सांगत होते. त्यानुसार आता ते पुन्हा घडतं आहे. आताही आंदोलन साऱ्या मागण्या मान्य होऊन संपेल किंवा चिरडलं जाईल किंवा मधला मार्ग निघेल. मात्र श्रीमंती, समृद्धी, लष्करी ताकद, प्रखर राष्ट्रवाद असल्या कशानंही माणसाच्या मूलतः मुक्त अभिव्यक्तीच्या प्रेरणा कायमस्वरूपी दडपता येत नाहीत हा धडा हे आंदोलन देत आहे. अर्थात 'रोटी प्यारी खरी, आणखी काही हवं आहे' असं म्हणणाऱ्यांची ही वाट खडतर आहे. हाँगकाँगमध्ये आणि इतरत्रही!

११ वुहान ते महाबलीपुरम... बात से बात चले!

चीनचे अध्यक्ष शी जिनपिंग यांनी महाबलीपुरम किंवा मामल्लपुरम इथं दिलेली भेट आणि पंतप्रधान नरेंद्र मोदी यांच्यासोबत केलेली अनौपचारिक चर्चा हे दोन देशांतील ऐतिहासिक वगैरे वळण असल्याचं नेहमीप्रमाणं सांगितलं जातं आहे. कोणतेच मतभेद न सोडवता; किंबहुना त्यासाठी काहीही ठोस न करता ही भेट पार पडली. त्यानंतर लगेचच शी जिनपिंग नेपाळच्या दौऱ्यावर गेले. तिथं मात्र ५०० दशलक्ष डॉलरच्या मदतीपासून डझनभर करार आणि चीनमधून काठमांडूपर्यंत थेट रेल्वेचं सूतोवाच असं सारं काही घडलं. मोदी आणि जिनपिंग यांनी सहा तास मुक्त संवादात एकत्र घालवल्यानंतर 'आर्थिक बाबींवरील चर्चेसाठी उच्चस्तरीय व्यवस्था तयार करावी' यापलीकडं काही ठोस घडलं नाही. अनौपचारिक चर्चा असल्यानं असं ठोस काही व्हायलाच हवं असं नाही, हे खरं असलं तरी चर्चेनंतर पाकिस्तानपासून ते 'रोड अँड बेल्ट'पर्यंत उभय देशांच्या भूमिका कायमच आहेत. त्या एकमेकांच्या विरोधात आहेत. त्या मतभेदांची धार किंचितही कमी होत नाही. फार तर या मतभेदांमुळं अन्य क्षेत्रांतील सहकार्य थांबू नये एवढा व्यवहार उभय बाजूंना कळतो. अर्थात आंतरराष्ट्रीय संबंधात 'बात से बात चले' म्हणत संवाद सुरू ठेवणं यालाही महत्त्व असतंच. कायम कणखरपणाचं आवरण पांघरू इच्छिणाऱ्यांसाठी हे सत्तेतले धडेच आहेत.

भारत आणि चीन यांच्या संबंधांत अनेक चढ-उतार आले आहेत. गळ्यात गळे घालणाऱ्या 'हिंदी-चिनी भाई भाई' पासून ते सन १९६२ मध्ये चीननं लादलेल्या युद्धापर्यंतची वळणं तर आहेतच. मात्र, त्यानंतरही उभय देशांत संपूर्ण सौहार्दाचं वातावरण कधी तयार झालं नाही. भारतात अनेक नेते 'पाकिस्तानपेक्षाही चीनचंच खरं आव्हान आहे' असं सांगत राहिले. नरेंद्र मोदी पंतप्रधान झाल्यानंतर त्यांनी आंतरराष्ट्रीय संबंधांत व्यक्तिशः मोठ्या प्रमाणात वेळ देऊन त्यात नवी ऊर्जा आणायचा प्रयत्न सुरू केला आहे. परराष्ट्रधोरण प्रामुख्यानं पंतप्रधान कार्यालयातच ठरतं हे आता स्पष्ट झालं आहे. त्यात फारसं वावगं काही नसलं तरी या कार्यपद्धतीचे परिणाम काय, त्यातून भारताचं हित कसं आणि किती साधतं यावर चर्चा होणं स्वाभाविक आहे. त्यातच मोदींचं परराष्ट्रधोरण हे पारंपरिक मुत्सद्देगिरीचं रुक्ष वातावरण आणि रटाळ भाषेतील निवदेनं यापलीकडं झगमगाटी इव्हेंट, काळजीपूर्वक केलेली प्रतिमानिर्मिती या बाबींकडं झुकणारं आहे. साहजिकच त्यातून काही ना काही ठोस बाहेर पडावं अशी अपेक्षा प्रत्येक मोठ्या जागतिक नेत्यांशी भेटीच्या वेळी तयार होते. ते अर्थातच जग ज्या रीतीनं चालतं त्यात अनाठायी आहे. हे साधत नसेल तर मग शब्दखेळ सुरू होतात. 'नव्या युगाची सुरुवात' वगैरे शब्दपेरणी हा त्याचाच भाग. चीनशी संबंधांत हेच घडतं आहे. चीन आणि भारत यांच्यातील कोणतेही मतभेदाचे मुद्दे सोडवणं तर सोडाच; किमान त्यावर काही पावलंही पुढं पडत नाहीत हे वास्तव आहे. उभय देशांच्या काही ठाम धारणा आहेत. त्या बदलण्याची

तयारी दोन्हीकडूनही नाही. दोन्ही देश आर्थिक आणि व्यूहात्मक आघाडीवर स्पर्धक असल्याचं चित्र तयार केलं जातं. आशियातही भारताचं स्थान चीननंतरच राहील असे डावपेच चीन आखत असतो आणि भारताचा वरचष्मा नैसर्गिक असलेल्या दक्षिण आशियातही जमेल तिथं शह देण्याचा प्रयत्न चीन करत राहतो. श्रीलंकेतील प्रचंड गुंतवणूक, नेपाळशी वाढती जवळीक, पाकिस्तानला बळ देणं हा त्याचाच भाग, तर पाकिस्तानपुरस्कृत दहशतवाद ही भारताची नेहमीची डोकेदुखी बनली आहे. चीनच्या आर्थिक विस्तारवादानंही भारताभोवती जाळं विणण्याचे प्रयत्न सुरू ठेवले आहेत. 'बेल्ट अँड रोड' प्रकल्पापासून ते अलीकडेपर्यंत पूर्णतः भारतावर अवलंबून असलेल्या नेपाळला कह्यात घेण्याच्या प्रयत्नांपर्यंत सारं काही सुरू आहे. सुमारे तीन दशकांत चीननं कमावलेली आर्थिक ताकद आणि लष्करी सज्जता यामुळं चीनला या खेळी करता येतात. चीनचं सकल राष्ट्रीय उत्पन्न भारताच्या पाचपट आहे, तर लष्करावरचा खर्च जवळपास चौपट आहे. चीनला पुढची काही दशकं अमेरिकेसोबत जगावर वर्चस्व ठेवणारी महाशक्ती बनायचं आहे. अंतिम लक्ष्य नवी चीनकेंद्री जागतिक व्यवस्था साकारण्याचं आहे. या प्रयत्नांत भारत आव्हान ठरू शकतो. एका बाजूला लष्करी ताकद वाढवताना आर्थिक आघाडीवर निर्विवाद जागतिक शक्ती बनायचं तर अजून काही काळ द्यावाच लागेल याचं भान चीनला आहे. खासकरून ट्रम्प यांची अमेरिका चिनी आयातीवर मोठा कर लादते तेव्हा चीनपुढं संकट उभं राहतं हे दिसलं आहे. या काळात भारताला घेरतानाच भारत चीनच्या विरोधात जाणार नाही याची किमान दक्षता घेणं ही चीनची गरज बनते. दुसरीकडं चीनच्या महत्त्वाकांक्षी 'रोड अँड बेल्ट' या प्रकल्पात सहभागी न होणारा, त्याविषयी संशय व्यक्त करणारा भारत हाच मोठा देश आहे. इंडोपॅसिफिक भागात अमेरिका-जपानसोबत चिनी वर्चस्वाला शह देण्यासाठी भारत सरसावत असल्याचं चीनला वाटतं. अमेरिकेशी अणुकरारानंतर सरकारं बदलली तरी अमेरिका आणि भारत अधिकाधिक जवळ येत आहेत. त्यात अलीकडं वाढत असलेल्या संरक्षणक्षेत्रातील सहकार्याची भर पडते आहे. याकडं चीन साशंकतेनं पाहतो. उभय देशांतील सीमेवरून असलेले वाद तर आहेतच. यासाठी बैठकांच्या २१ फेऱ्या झाल्या असल्या तरी यात ठोसपणे तोडग्यापर्यंत येण्याची चीनची इच्छा नाही. या स्थितीत उभय देशांच्या नेत्यांपुढं संवाद सुरू ठेवणं एवढंच खरं तर उरतं. किमान तणाव वाढू नये यासाठी तेही गरजेचं असतं. मोदी आणि जिनपिंग यांच्या महाबलीपुरम इथल्या भेटीत हेच अधोरेखित झालं. बाकी, उभय देशांनी शर्करावगुंठित भाषेत, भेट किती सार्थक ठरली, याची वर्णनं केली आहेतच. ती सदिच्छांपलीकडं काहीही दाखवत नाहीत. मग उरतो तो आतिथ्यशीलतेचा वर्षाव, इव्हेंटबाजीचा झगमगाट. तो इथंही भरपूर दिसला. महाबलीपुरम हे ठिकाण जाणीवपूर्वक निवडलं गेलं होतं. हे प्राचीन वारसास्थळ आहे. या भागातून इतिहासात कधीतरी चीनशी व्यापार सुरू होता. सकारात्मक वातावरणनिर्मितीसाठी या प्रतीकात्मकतेचा वापर करण्याचा प्रयत्न झाला.

चीननं महाबलीपूरमच्या जिनपिंग यांच्या भेटीपूर्वी चीनमध्ये पाकिस्तानी पंतप्रधान इम्रान खान यांचं स्वागत केलं होतं. त्यांच्यासोबत पाकचे लष्करप्रमुखही होते. मोदी यांच्याशी भेटीनंतर जिनपिंग यांनी नेपाळला भेट दिली, यातून चीननं आपलं धोरण कायम असल्याचे पुरेसे संकेत दिले आहेत. अशा अनौपचारिक चर्चांमधून टोकाचे मतभेद असलेले मुद्दे निकालात निघण्याची शक्यता कमीच. तशी कुणी अपेक्षाही ठेवली नसेल. मात्र, मतभेद आहेत म्हणून बोलणंच टाळायचं काही कारण नाही. अनेकदा मतभेद कायम ठेवून किमान संवाद होत राहणंही आंतरराष्ट्रीय मुत्सद्देगिरीत आवश्यक असतं. मोदी आणि जिनपिंग यांच्यातील भेटीकडं याच दृष्टिकोनातून पाहणं योग्य ठरतं. त्याचसोबत केवळ चर्चा झाली म्हणून सारं सुरळीत होईल अशा प्रकारच्या दिखाऊ प्रचारालाही बळी

भारत-चीन : व्यापार, गुंतवणूक आणि आर्थिक वर्तुळ

- *चीन सुमारे १३.६ ट्रिलियन डॉलर्स स्थूल राष्ट्रीय उत्पन्नासह (GDP) आशियाची सर्वांत मोठी व जगातील दुसऱ्या क्रमांकाची अर्थव्यवस्था आहे. दुसरीकडे, भारत एकूण २.७ ट्रिलियन डॉलर्स स्थूल राष्ट्रीय उत्पन्नासह आशियात तिसऱ्या स्थानी आहे.*
- *विविध उद्योगांसाठी लागणारी उपकरणे व कच्च्या मालाचा पुरवठा, भारतातील तंत्रज्ञान कंपन्या व स्टार्टअप्समधील गुंतवणुकीसह चीन अमेरिकेनंतर भारताचा सर्वांत मोठा व्यापार भागीदार आहे.*
- *'इन्व्हेस्ट इंडिया'च्या अहवालानुसार, भारत चिनी उत्पादनांचा सातवा सर्वांत मोठा आयतक देश आहे.*
- *दोन्ही देशांत अनेक वर्षांपासून वेळोवेळी व्यापारविषयक चर्चा होऊनही भारत-चीन यांच्यातील व्यापार तूट वाढतच चालली आहे. या तफावतीला चीन अल्पावधीत सुधारता येणार नाही अशी 'संरचनात्मक समस्या' मानतो, तर भारत यास चिनी 'बाजार प्रवेशा'चा गंभीर प्रश्न समजतो.*
- *जागतिक व्यापार संघटनेत चीनला पाठिंबा देण्याच्या निर्णयास भारताने द्विपक्षीय व्यापारात वृद्धी करण्यासाठीची संधी म्हणून पाहिले होते. परिणामी, सन २००० मध्ये उभय देशांत असलेला द्विपक्षीय व्यापार २ अब्ज डॉलरवरून २०१७ मध्ये ८४.४ अब्ज डॉलर्सपर्यंत पोहोचला. त्यावेळी या व्यापारवृद्धीकडे उभय देशांतील विश्वासवृद्धीचे पाऊल म्हणून पाहिले गेले.*
- *गेल्या दोन दशकांत भारत आणि चीनमधील द्विपक्षीय व्यापार ३० पटींनी वाढला आहे. २००१ मध्ये भारत-चीन व्यापार ३ अब्ज डॉलर इतकाच होता. २०१९च्या अखेरपर्यंत भारत-चीन व्यापार ९० अब्ज डॉलर्सपर्यंत पोहचला आहे.*
- *सन २०१८-१९ या आर्थिक वर्षात भारताची एकूण व्यापार तूट १७६ अब्ज डॉलर्स इतकी होती. यापैकी ५३ अब्ज डॉलर्सच्या तुटीसाठी चीन जबाबदार होता. अर्थात, भारतीय निर्यातीला सर्वात मोठे नुकसान चीनकडून आहे.*
- *भारताच्या व्यापार तुटीसाठी (Trade Deficit) चीन प्रत्यक्ष-अप्रत्यक्षरित्या कारणीभूत आहे. भारतीय बाजारपेठेत वाढत्या चिनी वस्तूंची आयात भारताची व्यापार तूट अजून वाढवते. याचा थेट परिणाम भारतीय उद्योगांवर, कृषी क्षेत्रावर व इतर क्षेत्रांवरही होतो.*
- *वाणिज्य मंत्रालयाच्या माहितीनुसार, चीन भारताला करत असलेल्या निर्यातीत प्रामुख्याने स्मार्टफोन्स, विद्युत उपकरणे, ऊर्जा प्रकल्प उभारण्यासाठीची साधने, खते, वाहनांचे सुटे भाग, स्टीलच्या तयार वस्तू, भांडवली वस्तू, जसे की, ऊर्जा प्रकल्प, दूरसंचार उपकरणे, मेट्रो रेल्वेच्या बोगी, लोह आणि स्टील उत्पादने, औषधोत्पादनसाठीचे साहित्य, रसायने आणि प्लास्टिक, अभियांत्रिकी साहित्य इत्यादींचा समावेश होतो.*

पडायचं कारण नाही. 'मोदी है तो मुमकीन है' असं सांगणाऱ्यांच्या अपेक्षा जिनपिंग भारतात आले म्हणजे चीनच्या भारताशी संबंधित भूमिका बदलतील अशा असतील, तर त्या मुळातच चुकीच्या. अर्थात आपल्या नेत्यांविषयी अशा प्रचंड अपेक्षा वाढवून ठेवल्या जाणं हा नेत्यांच्याच प्रतिमानिर्मितीचा परिणाम...म्हणूनच डोकलाममध्ये दोन्ही देशांचं सैन्य एकमेकांसमोर उभं ठाकलं तरी तो तणाव संपवण्यासाठी अनौपचारिक चर्चा हाच मार्ग उभय नेत्यांनी पसंत केला. तो रास्तच होता. वुहानमधील ती मोदी यांची अनौपचारिक भेट असो किंवा आता जिनपिंग यांनी महाबलीपुरम इथं

दिलेली अनौपचारिक भेट असो, किमान 'बोलत राहू, जमेल तितके मुद्दे सोडवायचा प्रयत्न करू' इतकाच काय तो संदेश दिला गेला. दोन्ही देशांच्या काही मुद्द्यांवरच्या भूमिका ठाम आहेत. दोन देशांत सन १९६२च्या युद्धानंतर थेट लष्करी संघर्ष झाला नाही. मात्र, सीमांवरचा वाद कायम आहे. पाकिस्तान हा दोन देशांतला एक अडचणीचा मुद्दा. चीन उघडपणे पाकिस्तानला पाठीशी घालतो आहे. भारतातील दहशतवादी कारवायांमधला पाकिस्तानी हात लपलेला नाही. दहशतवादाला बळ देणं हा पाकिस्ताननं जणू परराष्ट्रधोरणाचा भाग बनवला आहे. याविरोधात आंतरराष्ट्रीय व्यासपीठांवर आवाज उठवण्याचं काम भारत करतो आहे. यात सातत्यानं खोडा घालायचं काम चीनकडून सुरू आहे. जिनपिंग यांच्या दौऱ्यात पाकिस्तान डोकावतो का आणि त्यावर चिनी अध्यक्षांची भूमिका काय असेल हे लक्षवेधी होतं. खासकरून केंद्र सरकारनं जम्मू आणि काश्मीरला असलेलं घटनात्मक वेगळेपण देणारं ३७०वं कलम व्यवहारात अस्तित्वहीन करून संपवलं. या निर्णयावरची मत-मतांतरं हा भारताचा अंतर्गत मामला आहे, त्यावर पाकिस्तानला काही भूमिका असू शकत नाही. मात्र, पाकिस्तान जमेल त्या आंतरराष्ट्रीय मंचावर हे प्रकरण लावून धरायचा प्रयत्न करतो आहे. बहुतेक जगानं ३७०वं कलम रद्द करणं ही काही हस्तक्षेप करावा अशी कृती मानली नाही. यात चीननं मात्र वेगळा सूर कायम ठेवला. तुर्कस्तान आणि मलेशियानंही संयुक्त राष्ट्रांत भारताच्या कृतीला आक्षेप घेतला होता. यातील चीननं 'काश्मिरात 'जैसे थे' स्थिती ठेवावी' असं सांगून ३७०वं कलम रद्द करण्यावर अप्रत्यक्ष आक्षेप घेतला होता. जिनपिंग यांच्या भारतदौऱ्यात काश्मीरवर कोणतीही चर्चा झाली नाही ते, भारताच्या या प्रश्नात तिसऱ्या कुणाचा संबंधच नाही, या भूमिकेशी सुसंगत होतं. मात्र, चीनची यावरची पाकधार्जिणी भूमिका कायम आहे. पाकिस्तानसाठी सर्वात मोठं आव्हान आर्थिक आघाडीवर आहे. देश डबघाईला आल्याचं चित्र आहे. यातच पाकच्या दहशतवाद्यांना आर्थिक रसद पुरवण्यास मदत होईल अशा धोरणांच्या विरोधात फायनान्शिअल ॲक्शन टास्क फोर्सनं (एफएटीए) कारवाई सुरू केली आहे. या गटाच्या सूचना अमलात न आणल्यास पाकवर गंभीर आर्थिक निर्बंध येऊ शकतात आणि ते पाकची कोंडी करणारे असतील. पाकिस्तानला या गटानं करड्या रंगाच्या यादीत ठेवलं आहे. काळ्या यादीत टाकू नये यासाठी चीन हाच पाकला आधार आहे. पाकच्या 'कथनी आणि करणी'तलं अंतर दाखवत भारतानं पाकला काळ्या यादीत टाकण्याचा आग्रह धरला आहे. मात्र, जिनपिंग यांच्या भेटीनंतरही चीननं पाकची पाठराखण कायम ठेवल्यानं पाकला आणखी चार महिन्यांची मुदत मिळणार आहे.

चीनच्या 'रोड अँड बेल्ट' प्रकल्पात भारतानं सहभागी व्हावं असं चीनला वाटतं. हा जिनपिंग यांचा ड्रीम प्रोजेक्ट आहे. या प्रकल्पावरची दुसरी परिषद होऊ घातली आहे. पहिल्या परिषदेकडं भारतानं पाठ फिरवली होती. यामागं भारताची भूमिका पाकव्याप्त काश्मीरमधून जाणाऱ्या प्रकल्पाच्या भागाला आक्षेप घेणारी आहे. प्रकल्पाचा भाग असलेल्या 'चीन-पाकिस्तान इकॉनॉमिक कॉरिडॉर'मधील रस्ते पाकव्याप्त काश्मिरातून जातात. हा प्रदेश अधिकृतरीत्या भारताचा आहे. साहजिकच त्यासाठी परस्पर पाकनं चीनशी व्यवहार करणं भारताला मान्य नाही. हा सार्वभौमत्वाशी संबंधित मुद्दा असल्याची भारतीय भूमिका आहे. यावरील चीनशी मतभेद आणि 'बेल्ट अँड रोड'वरचे आक्षेप महाबलीपुरमच्या बैठकीनंतर कायमच आहेत. या बैठकीचं फलित म्हणून ज्या मुद्द्याचा उल्लेख केला जातो तो आहे आर्थिक बाबींवर उच्चस्तरीय संवादव्यवस्थेसाठी उभयपक्षी तयारी. चीनशी व्यापारतोटा हे भारताचं एक मोठंच दुखणं आहे. व्यापार चीनकडं झुकलेला आहे. चीनकडून भारतात ६० अब्ज डॉलरची निर्यात होते, तर भारतातून चीनमध्ये होणारी निर्यात १७ अब्ज डॉलरची आहे. साहजिकच मोठा व्यापारतोटा भारताला सहन करावा लागतो आहे. हे

चित्र बदलायचं तर त्यासाठी चिकाटीनं दीर्घ काळ प्रयत्न करावे लागतील. भारतातून प्रामुख्यानं कच्चा माल निर्यात होतो, तर चीनमधून तयार उत्पादनं. हे बदलायचं तर स्पर्धेत टिकून राहता येईल अशी किंमत आणि त्या दर्जाची उत्पादनं वाढवावी लागतात. इथं सरकारी धोरणांचा कस लागतो. ते केवळ घोषणाबाजीनं किंवा आली दिवाळी की चिनी मालावर बहिष्कार टाकायच्या समाजमाध्यमी मोहिमांनी साधत नाही. जिनपिंग यांच्या भेटीचा एक न उच्चारलेला भाग ५जी तंत्रज्ञानासाठी 'ह्युवेई' या चिनी कंपनीला भारतात परवानगी देण्यासाठीचं वातावरण तयार करण्याचा असल्याचं मानलं जातं. अमेरिकेचा या कंपनीला विरोध आहे. त्यासाठी या कंपनीच्या उत्पादनांद्वारे चीन हेरगिरी करत असल्याचाही आक्षेप आहे. 'इतर देशांनीही या 'ह्युवेई'ला उभं करून घेऊ नये' हा अमेरिकी आग्रह आहे. येणाऱ्या काळात यावरचा निर्णय घेताना सरकारची कसोटी लागेल. मात्र, जिनपिंग यांच्या दौऱ्याच्या मागं-पुढं 'ह्युवेई'साठी सकारात्मक बातम्या तरी यायला लागल्या आहेत. असाच एक लक्षवेधी भाग आहे तो चीनच्या पुढाकारानं आकाराला येत असलेल्या 'रिजनल कॉम्प्रिहेन्सिव्ह इकॉनॉमिक पार्टनरशिप' (आरसीईपी) या बहुदेशीय व्यापार समझोत्याचा. यात भारतानं सहभागी व्हावं यासाठी दबाव वाढतो आहे. हा मुक्त व्यापाराला बळ देणारा करार असेल. त्यात सहभागी झाल्यानं तुलनेत स्वस्त चिनी मालाचा भारतीय बाजारपेठेत मोठा शिरकाव होऊ शकतो. यात सहभागी १५ देशांशी भारताचा व्यापारतोटा सतत वाढतोच आहे. सन २०१३ -१४ मध्ये तो ५४अब्ज डॉलर होता. आता तो १०५अब्ज डॉलरवर पोचला आहे. जिनपिंग यांच्या भेटीतील या नव्या व्यापारव्यवस्थेत सहभागासाठी भारताला राजी करण्याचाही समावेश असल्याचं सांगितलं जातं.

अनौपचारिक भेटीतून काही ठोस बाहेर पडलंच पाहिजे, करारमदारांच्या याद्या जगापुढं ठेवल्या पाहिजेत असला दबाव नेत्यांवर नसतो. औपचारिक चर्चांमध्ये जे शांतपणे मांडता येत नाही ते एकमेकांशी बोलता येतं. मात्र, दुसरीकडं या प्रकारच्या आता रूढ होत चाललेल्या मुत्सद्देगिरीत व्यक्तिगत संबंध, एकमेकांवर स्तुतिसुमनांची उधळण यालाच महत्त्व येतं. या भेटींचं महत्त्व कितीही मान्य केलं तरी औपचारिक चौकटीत उभयपक्षी मुद्दे सोडवण्यासाठी काही पावलं पुढं पडत नसतील तर त्यातून फार काही हाती लागत नाही. चीनमध्ये वुहान इथं मोदी यांनी जिनपिंग यांची जी अशीच अनौपचारिक भेट घेतली होती तिचा खूप गाजावाजा झाला होता. ती भेट डोकलामचा तणाव संपवण्याला उपयोगाची ठरली तरी त्यानंतर दीड वर्षाच्या काळात दोन देशांत कोणताही लक्षणीय बदल नाही. त्या भेटीनंतर 'वुहान स्पिरिट'चं कौतुक होतं. आता 'चेन्नई कनेक्ट'चा बोलबाला सुरू आहे. वुहानच्या भेटीनंतर मोदी यांनी 'उभयदेशांतील संबंधांचं नवं पर्व सुरू होत आहे,' असं सांगितलं होतं. आता महाबलीपुरमनंतर जिनपिंग यांनी 'उभय देशांतील नव्या युगाची सुरुवात झाली आहे,' असं सांगितलं. यात हेडलाईन मॅनेजमेंटच्या शब्दभ्रमापलीकडं आहेच काय!

दौरा संपवताना जिनपिंग यांनी मोदी यांना अशाच अनौपचारिक भेटीचं निमंत्रण दिलं आहे. ते मोदींनी स्वीकारलंही आहे. कदाचित त्या भेटीनंतर पुन्हा नव्या युगाची सुरुवात आणि संबंध नव्या उंचीवर गेल्याचं नव्या उत्साहानं सांगितलं जाईल. या अखंड उत्साहाचं स्वागत करतानाच व्यापारतोट्यापासून सीमातंट्यापर्यंतच्या खऱ्या प्रश्नांना कधी भिडलं जाणार हा मुद्दा उरतोच.

१२ 'डब्ल्यूएचओ'च्या आजाराचं निदान

कोरोनासंदर्भात जागतिक आरोग्य संघटनेवर आक्षेप घेण्यासाठी तसे अनेक मुद्दे आहेत. या संघटनेनं कोरोनाच्या साथीकडं सुरुवातीला पुरेशा गांभीर्यानं पाहिलं नव्हतं हे खरं आहे. या पार्श्वभूमीवर, संघटनेच्या कामकाजात मोठे बदल होण्याची गरजही स्पष्ट आहे. असे बदल प्रत्यक्षात आणण्यावर आता भर द्यायला हवा. कोरोनाचा प्रसार रोखण्यासंदर्भात संघटनेनं पुरेसं गांभीर्य आणि जबाबदारपणा दाखवला नाही असा आरोप करत, संघटनेला दिली जाणारी अमेरिकी आर्थिक मदतच अमेरिकेचे अध्यक्ष डोनाल्ड ट्रम्प यांनी रोखून धरली आहे. सध्याच्या 'आरोग्य-आणीबाणी'च्या काळात असं टोकाचं पाऊल उचलणंही अयोग्य आहे. खरं तर 'हा विषाणू अमेरिकेत धुमाकूळ घालू शकतो आणि अमेरिकेच्या अर्थव्यवस्थेवर प्रचंड ताण आणू शकतो,' हे ट्रम्प प्रशासनातील आर्थिक सल्लागारानं दाखवून दिलं होतं. मात्र, त्याकडं दुर्लक्ष केलं गेलं, हेही विसरून चालणार नाही. अमेरिकेच्या पुढाकारानं साकारलेल्या जागतिक व्यवस्थेचा आणि आंतरराष्ट्रीय संस्थांचा चलाखीनं वापर चीन करतो आहे. यात तथ्य आहे. मात्र, म्हणून या व्यवस्थेला नाकारण्याकडे कल वाढणं म्हणजे चीनला आणखी मोकळं रान देण्यासारखंच असेल.

सगळं जग कोरोनाच्या विषाणूशी लढतं आहे. हा विषाणू आणि त्यापासून होणारा कोविड-१९ हा आजार आता जगातल्या बहुतांश देशात पसरला आहे. मागच्या शतकातील 'स्पॅनिश फ्लू'च्या महामारीची भयंकर वर्णनंही फार न वाचलेल्या, ऐकलेल्या पिढीसाठी हे या शतकातलं सर्वात मोठं आव्हान आहे. या आव्हानाचं स्वरूप जगाला व्यापणारं आहे. म्हणूनच त्याचा मुकाबला करण्यातही किमान जगभरातला समन्वय महत्त्वाचा ठरतो. असा सर्वंकष प्रतिसाद कसा द्यावा हे ठरवणं, त्यासाठी जगाला एका सूत्रात बांधायचा प्रयत्न करणं हे जागतिक आरोग्य संघटनेचं (डब्ल्यूएचओ किंवा हू) प्रमुख काम आहे. सात दशकांहून अधिक काळ जगातील सार्वजनिक आरोग्याची काळजी घेणं, त्यासाठी आवश्यक सल्ला देणं, साधनं उपलब्ध करून देणं, संशोधनाला बळ देणं यांसारखी काम करणारी आणि त्यासाठी नावाजली गेलेली ही संघटना कोरोनाच्या संकटाचा मुकाबला करताना मात्र लडखडते आहे. जागतिक आरोग्य संघटनेच्या असं संकट समजून घेण्याच्या आणि त्याला प्रतिसाद देण्याच्या क्षमतेवरच प्रश्नचिन्ह उभं केलं जात आहे. शिवाय, यात जागतिक राजकारणाचे रंग मिसळलेले आहेत ते वेगळेच. पहिल्यांदाच जागतिक आरोग्य संघटनेला अकार्यक्षमतेबद्दल आरोपीच्या पिंजऱ्यात उभं केलं जात आहे. कोरोनानं जागतिक व्यवहारात काही बदल येत असल्याचे संकेत तर दिले आहेतच. त्यात अनेक बहुराष्ट्रीय यंत्रणा आणि व्यवस्थांचं आजचं स्वरूप तरी बदलेल किंवा त्यांना पर्याय तरी शोधले जातील हे स्पष्ट होतं आहे. त्यात जागतिक आरोग्य संघटनेवर सुरू झालेल्या टीकेनं भर टाकली आहे. या संघटनेवर सर्वाधिक भडकले आहेत ते अमेरिकेचे अध्यक्ष

डोनाल्ड ट्रम्प. त्यांच्या कार्यशैलीबद्दल अनेकांचे आक्षेप आहेत. कोरोनाच्या संकटातही मनमानी कारभार हे त्याचं वैशिष्ट्य कायम आहे. त्याची किंमत अमेरिका मोजते आहे. त्या देशात यावर टीकेचं काहूर माजल्यानं ट्रम्प यांना काही फरक पडत नाही. मात्र, जागतिक आरोग्य संघटनेच्या प्रतिसादाबद्दल ते उपस्थित करत असलेले मुद्दे अगदीच दुर्लक्षिण्यासारखे नाहीत. 'कोरोनाच्या संकटाचा पुरेसा अंदाज या संघटनेला आला तरी नाही किंवा येऊनही दुर्लक्ष झालं,' या आक्षेपाला उत्तर देण्यासारखं फार काही संघटनेच्या हाती नाही. यावरचा मार्ग म्हणून ट्रम्प यांनी या संघटनेला अमेरिका देत असलेला अर्थपुरवठा बंद करण्याचा घेतलेला निर्णय 'रोगापेक्षा इलाज भयंकर' अशा थाटाचाच आहे. त्यावर टीका करताना, जागतिक आरोग्य संघटनेनं कोरोनाच्या धोक्याकडं केलेलं दुर्लक्ष समर्थनीय ठरत नाही.

कोणत्याही देशात पसरणाऱ्या साथीत जागतिक आरोग्य संघटनेच्या मार्गदर्शक सूचना महत्त्वाच्या मानल्या जातात. कोरोनाची साथ चीनमध्ये सुरू झाली आणि किमान सुरुवातीला तरी चीननं या साथीकडे दुर्लक्ष केलं आणि 'कोरोनाचा फारसा परिणाम होणार नाही,' हा चीनचा युक्तिवाद मान्य करत जागतिक आरोग्य संघटना गाफील राहिली. जगभरातील अनेक नेत्यांवर आता, कोरोनाच्या लढाईत योग्य वेळी पावलं न उचलल्याबद्दल टीका होते आहे. या साऱ्या नेत्यांचाही चीनप्रमाणेच 'या साथीचा आपल्या देशावर फार परिणाम होणार नाही,' असा समज झाला असावा आणि तसा तो व्हावा यात जागतिक आरोग्य संघटना पुरेशा गांभीर्यानं पाहत नव्हती याचाही वाटा होता. डिसेंबरमध्येच चीनमधील एक डॉक्टर ली वेनलिंग यांनी कोरोनाचा धोका दाखवण्याचा प्रयत्न केला तेव्हा चीननं त्या डॉक्टरांचीच चौकशी सुरू केली. सन २००३मध्ये पसरलेल्या 'सार्स'सारख्या साथींची शंका त्यांनी व्यक्त केली होती. श्वसनाशी संबंधित साथीचा हा धोका त्यांनी दाखवला तेव्हा ली यांच्यावर सार्वजनिक व्यवस्था बिघडवणाऱ्या अफवा परसवत असल्याचा आक्षेप घेतला गेला. चीननं अशा प्रकारच्या माहितीला अफवा ठरवत कारवाईचं सत्र उघडलं. अगदी तैवाननंही, चीनमधून कोरोनाची साथ पसरण्याचा धोका दाखवला होताच. याकडे खरं तर जागतिक आरोग्य संघटनेचं लक्ष वेधलं जाणं गरजेचं होतं. मात्र, संघटना निवांत राहिली. चीन अधिकृतपणे देत असलेल्या माहितीवर डोळे झाकून विश्वास ठेवत राहिली. चीनमध्ये साथ परसत असताना संघटना सांगत होती, 'माणसातून कोरोना पसरण्याचा कोणताही पुरावा नाही.'

ता. १४ जानेवारीला संघटना हा दावा करत असताना कोरोनाचा प्रसार चीनबाहेर थायलंडमध्ये समोरही आला होता. हे सारं जागतिक आरोग्य संघटनेच्या विद्यमान धुरिणांचा भोंगळपणा दाखवणारं तरी आहे किंवा थेटपणे चीनकडे झुकल्याचा, चीनवर डोळे झाकून विश्वास ठेवल्याचा परिणाम तरी आहे. यातलं काहीही खरं असलं तरी त्याचा त्रास साऱ्या जगाला भोगावा लागत असल्यानं संघटनेच्या कार्यपद्धतीवर बोट

जागतिक आरोग्य संघटना

- *स्थापना : जिनिव्हा, (स्वित्झर्लंड)*
- *मुख्यालय : ७ एप्रिल १९४८*
- *युनोची एक शाखा : आरोग्याच्या संदर्भात*
- *प्रमुख/महासंचालक : टेड्रोस एधानोम गेब्रेयेसुस (Tedros Adhanom Ghebreyesus)*
- *पालकत्व : युनो आर्थिक आणि सामाजिक परिषद*
- *जागतिक आरोग्य दिन : ७ एप्रिल*

World Health Organization

कोरोना विषाणू (Corona Virus) :

- *दि. ३० जानेवारी २०२० रोजी चीनमध्ये कोरोना जातीच्या नव्या विषाणूमुळे झालेल्या जीवितहानीमुळे जागतिक आरोग्यसंघटनेकडून जागतिक आरोग्य आणीबाणी घोषित करण्यात आली.*
- *यापूर्वी २००२-०३ मध्ये कोरोना समूहातील 'सार्स' (Severe Active Respiratory Syndrome) विषाणूमुळे जगभरात ७०० पेक्षा अधिक लोकांचा मृत्यू झाला होता.*
- *२०१२ मध्ये याच गटातील 'मर्स' (MERS : Middle East Respiratory Syndrome) विषाणू सौदी अरेबियामध्ये आढळला होता.*
- *कोरोना विषाणूचा प्रसार, चीन, जपान, थायलंड, सिंगापूर, भारत, ऑस्ट्रेलिया, फ्रान्स, जर्मनी, मलेशिया, दक्षिण कोरिया, अमेरिका, इंग्लंड व इतर देशांमध्ये झाला आहे.*
- *मानवामध्ये या विषाणूचा पहिला आढळ १९६०च्या दरम्यान दिसून आला. ताप येणे, श्वास घेण्यास अडचण, फ्लू, न्यूमोनिया अशी लक्षणे या विषाणूमुळे दिसतात.*
- *गोलाकार आकाराच्या या विषाणूभोवती प्रथिनांचे उंचवटे असल्यामुळे तो राजमुकुट (Crown) या प्राण्यांमध्ये वाढतो, तसेच तो मानवामध्येही संक्रमित होतो. इलेक्ट्रॉन मायक्रोस्कोपखाली हा विषाणू सूर्याच्या कोरोनासारखा दिसतो.*
- *चीनमधील शास्त्रज्ञांच्या मते खवल्या मांजरामधून (Pangolin) हा विषाणू मानवात पसरला असण्याची शक्यता आहे.*

ठेवलं जाणं स्वाभाविकच ठरतं. जानेवारीच्या अखेरीस चीनमध्ये कोरोनाचं अस्तित्व पुरेसं स्पष्ट झालं होतं, त्या वेळी जागतिक आरोग्य संघटनेचे महासंचालक चीनच्या दौऱ्यावर गेले होते. तिथं त्यांनी चीनच्या अध्यक्षांची भेट घेतली आणि चिनी प्रशासनानं साथ आटोक्यात आणण्यात नवा आदर्श निर्माण केल्याची स्तुतिसुमनंही उधळली. माहिती खुलेपणानं जगासमोर ठेवल्याबद्दलही त्यांनी चीनचं कौतुक केलं. दरम्यान, कोरोनाचा धोका दाखवणारे ली याच आजाराचे बळी ठरले. आता तर जी माहिती समोर आली आहे तीनुसार, वुहानमध्ये कोरोनाची साथ पसरल्याची माहिती चीननं किमान सहा दिवस जगापासून लपवून ठेवल्याचं उघड झालं आहे. हा अक्षम्य निष्काळजीपणा होता. तरीही जागतिक आरोग्य संघटना चीनची पाठराखण करत राहिली हे अनाकलनीयच. जागतिक आरोग्य संघटनेनं केवळ देशांच्या अधिकृत माहितीवर अवलंबून राहायचं की अन्य तज्ज्ञ दाखवत असलेले धोकेही समजून घ्यायचे असा हा मुद्दा आहे. त्यात या वेळी तरी जागतिक आरोग्य संघटना कमी पडली यात शंकाच नाही.

जागतिक आरोग्य संघटनेच्या चुका स्पष्टपणे दिसणाऱ्या आहेत. त्यावर जगभरातून उमटलेला टीकेचा सूर स्वाभाविक आहे. संघटनेच्या धुरिणांनी तो समजून घेऊन यापुढं प्रतिसाद दिला पाहिजे. मात्र, आता तरी जगातील अशा प्रकारच्या 'आरोग्य-आणीबाणी'त किमान समन्वय ठेवणारी हीच एकमेव यंत्रणा आहे. अशा संकटात तिचं स्वरूप, व्याप्ती पाहून सर्वांना लागू होतील अशी मार्गदर्शक सूत्रं तयार करणं आवश्यक असतं. हे लक्षात घेता जागतिक आरोग्य संघटनेच्या कोविड-१९ ला दिलेल्या प्रतिसादावरचा संताप समजण्यासारखा असला तरी 'ही संघटनाच कुचकामी आहे,' असं ठरवून तिच्या नाड्या आवळणं हा काही उपाय असू शकत नाही. संयुक्त राष्ट्रांचा भाग असलेलं हे संघटन चालवण्याची जबाबदारी सदस्यदेशांची आहे आणि अन्य अनेक जागतिक यंत्रणांप्रमाणं जागतिक आरोग्य संघटनेलाही सर्वाधिक निधी अमेरिकाच

पुरवते. 'कोविड-१९ चा प्रसार अमेरिकेत थांबवता आला नाही,' यांचं खापर या संघटनेवर फोडत अमेरिकेकडून या संघटनेला केली जाणारी आर्थिक मदतच बंद करण्याचा निर्णय ट्रम्प यांनी घेतला. तो वादग्रस्त ठरतो आहे. संघटनेचा सगळा कारभार २२०अब्ज डॉलरचा आहे. त्यात अमेरिकेचा वाटा ४०कोटी डॉलरचा आहे. म्हणजेच अमेरिकेनं हात वर केले तर संघटनेसमोर मोठाच पेच तयार होतो. तसंही अमेरिकेनं देशातील साथरोग नियंत्रणासाठी

जागतिक आरोग्य संघटनेकडून 'जागतिक आरोग्य आणीबाणी' जाहीर

जागतिक आरोग्य संघटनेने ३० जानेवारी रोजी 'कोरोना विषाणू आजारास' 'जागतिक आरोग्य आणीबाणी' (Global Health Emergency) जाहीर केले.

- *ज्या आजारांचा (साथीच्या) संपूर्ण विश्वाला धोका आहे, अशा साथींना ही संस्था असा दर्जा देते.*
- *२००५च्या 'आंतरराष्ट्रीय आरोग्य नियमनानुसार' सर्व राष्ट्रांनी या घोषणेस प्रतिसाद देणे बंधनकारक आहे.*
- *आत्तापर्यंतच्या जागतिक आरोग्य आणीबाणी :*

क्र.	आजार	वर्षे	उगम
१.	स्वाईन फ्लू	२००९	मेक्सिको
२.	पोलिओ	२०१४	जागतिक
३.	इबोला	२०१४	गयाना
४.	झिका विषाणू	२०१५-१६	दक्षिण अमेरिका
५.	किवू-इबोला	२०१८	काँगो
६.	कोरोना विषाणू	२०१९-२०	चीन

११.६अब्ज डॉलर दिलेच आहेत. त्या तुलनेत जागतिक आरोग्य संघटनेला दिला जाणारा निधी फार मोठाही नाही. मात्र, संतापलेल्या ट्रम्प यांनी केवळ धमकीवर न थांबता निधी रोखण्याची कारवाई करूनही टाकली. ट्रम्प यांनी कोरोनाला गांभीर्यानं घेतलं नाही, याची फळं खरं तर अमेरिका भोगते आहे. दक्षिण कोरियात आणि अमेरिकेत एकाच वेळी साथ सुरू झाली. मात्र, ज्या गतीनं कोरियानं प्रतिसाद दिला, त्या तुलनेत अमेरिका निवांत होती. दोन्ही देशांतील फरक स्पष्ट आहे. दक्षिण कोरियानं बऱ्याच अंशी साथीवर नियंत्रण मिळवलं आहे, तर अमेरिकेसारखी महाशक्ती'जगात कोरोनानं सर्वाधिक मृत्यू झालेला देश' बनून कोरोनाच्या विषाणूसमोर गुडघ्यावर आली आहे. ट्रम्प प्रशासनातील आर्थिक सल्लागारानं 'हा विषाणू अमेरिकेत धुमाकूळ घालू शकतो आणि अमेरिकेच्या अर्थव्यवस्थेवर प्रचंड ताण आणू शकतो,' हे दाखवून दिलं होतं. मात्र, त्याकडं दुर्लक्ष केलं गेलं. आता त्याचे परिणाम दिसायला लागल्यानंतर अमेरिकेतील संकटासाठी भलत्याच कुणाला तरी जबाबदार धरायचा खेळ ट्रम्प यांनी सुरू केला आहे. जागतिक आरोग्य संघटनेची मदत रोखणं हा त्याच खेळाचा भाग.

ट्रम्प यांच्यासाठी मोठं आव्हान आहे ते येऊ घातलेल्या निवडणुकांना सामोरं जाण्याचं. त्यात कोरोनाशी मुकाबला करण्यासंदर्भातलं यशापयश हा मुद्दा असेल यात शंका नाही. अमेरिकेत लाखो लोकांना कोरोनाची लागण, ३० हजारांवर बळी, ५५ लाख जण बेरोजगारीच्या खाईत लोटले जाणं आणि अर्थव्यवस्थेवर होऊ घातलेले व्यापक परिणाम पाहता, यात आपलं काही चुकलं नाही, हे दाखवणं ही ट्रम्प यांची निवडणुकीला सामोरं जातानाची अगतिकता आहे. कोरोनाचा उल्लेख 'चिनी व्हायरस' असा करणं असेल किंवा 'विशिष्ट औषध द्या, नाहीतर परिणाम होतील' असा इशारा भारताला देणं असेल...हे प्रतिमा टिकवण्यासाठीचे ट्रम्प यांचे प्रयत्न आहेत. दोष दुसऱ्यावर ढकलण्याच्या या मोहिमेचा भाग म्हणूनच जागतिक

आरोग्य संघटनेची मदत थांबवली जाण्याकडेही पाहायला हवं.

जागतिक आरोग्य संघटनेवर आक्षेपाचे अनेक मुद्दे आहेत आणि या संघटनेच्या कामकाजात मोठे बदल होण्याची गरजही स्पष्ट आहे. कोरोनाशी लढताना आलेला अनुभव पाहता असे बदल प्रत्यक्षात आणण्यावर भर द्यायला हवा. संघटनेची आर्थिक कोंडी करून ते कसं साध्य होईल? याच संघटनेनं यापूर्वी साथीच्या काळात देशादेशात चांगल्या समन्वयानं प्रसार मर्यादित ठेवण्यात मोलाची भूमिका बजावली होती हेही वास्तवच आहे. तेव्हा चीनच्या अनास्थेबद्दल खडसावणारी हीच संघटना होती. 'सार्स'च्या साथीत संघटनेचं हे काम उठून दिसणारं होतं. आता चीनकडं झुकण्यापासून ते कोरोनाचा समूहप्रसार कुठं झाला याविषयीच्या संघटनेच्या भूमिकेपर्यंत अनेक मुद्द्यांवर रास्तपणे आक्षेप घेतले जात आहेत. हे आक्षेप प्रामुख्यानं जागतिक आरोग्य संघटनेचे महासंचालक टेड्रोस घेब्रासेस यांच्या कार्यपद्धतीतून आलेले आहेत. त्यांची नियुक्ती मुळातच चीनच्या पुढाकारातून झाली आहे. त्याची जमेल तेवढी परतफेड हे घेब्रासेस करत आहेत. म्हणजेच, संघटना चालवणाऱ्या व्यक्तींवरचा राग काढताना संघटना आणि त्यातून जगातील आरोग्यासाठी काम करणारी व्यवस्थाच मोडायची काय हा मुद्दा आहे.

याचा परिणाम म्हणून अन्य देशांना जागतिक आरोग्य संघटनेची मदत वाढवावी लागेल. इथं अमेरिकेची जागा घ्यायला चीन उत्सुकच असेल. अनिवार्य अनुदानात अमेरिका आणि चीन पहिल्या आणि दुसऱ्या क्रमांकावर आहेत. अन्य अनुदानांत अमेरिका सर्वात मोठा वाटा उचलते. तिथं चीन बऱ्याच खालच्या क्रमांकावर आहे. 'चीनचा संघटनेवरील प्रभाव' याविषयीचा संताप म्हणून अमेरिका जागतिक आरोग्य संघटनेची मदत कमी करत असेल तर याच स्थितीचा लाभ घेऊन चीन संघटनेवरचा प्रभाव आणखी वाढवेल. या परिणामाची दखल भारतालाही घ्यावी लागेल. अमेरिकेच्या पुढाकारानं साकारलेल्या जागतिक व्यवस्थेचा आणि आंतरराष्ट्रीय संस्थांचा चलाखीनं वापर चीन करतो आहे. यात तथ्य आहे. मात्र, म्हणून या व्यवस्थेला नाकारण्याकडे कल वाढणं म्हणजे चीनला आणखी मोकळं रान देण्यासारखंच असेल. शी जिनिपंग यांच्या नेतृत्वाखालील चीनच्या महत्त्वाकांक्षा लपून राहिलेल्या नाहीत. मागच्या काही काळात संयुक्त राष्ट्रांपासून ते जागतिक व्यापार संघटना, इंटरपोल ते नाणेनिधी अशा सर्व ठिकाणी आपला आवाज आणि प्रभाव वाढवण्यावर चीन भर देतो आहे. अशा वेळी अमेरिका - कारणं काहीही असोत - या व्यवस्थांपासून दूर जायला लागली तर त्याचा लाभ चीनच घेईल हे उघड आहे.

१३ चिनी कोरोनार्थ

कोरोनाच्या विषाणूनं जगभरात चीनविरोधातला संताप स्पष्टपणे व्यक्त होतो आहे. तो तसा होतानाच या महासंकटात अमेरिका असो भारत असो की अमेरिकेतील गरीब राष्ट्रं असोत, सगळ्यांना अत्यावश्यक सामग्री पुरवणारा चीनच आहे. एका बाजूला चीनला जबाबदार धरण्यासाठी आग्रह, तर दुसरीकडं चीनवरचं हे अवलंबित्व असा एक विरोधाभास जग दाखवतं आहे. कोरोनापश्चात जगातील ताणाची ही सुरुवात आहे. दुसऱ्या महायुद्धानं अमेरिका ही महाशक्ती जशी थेटपणे जागतिक क्षितिजावर उदयाला आली, शीतयुद्धाच्या समाप्तीनंतर एकमेव महासत्ता बनली, तशी संधी कोरोना या विषाणूचा उद्रेक, जगरहाटी बदलताना, चीनच्या दारात आणतो आहे. जगाचं नेतृत्व करण्याची आणि जगात चिनी शैलीचा समाजवाद पसरवण्याची शी जिनपिंग यांची महत्त्वाकांक्षा उघड आहे. औषधांपासून मोबाईलपर्यंत सर्व प्रकारच्या उत्पादनांत चीननं, 'जगाचं आपल्याशिवाय अडलं पाहिजे,' अशी मजल मारली आहे. ही चिनी प्रगती पाश्चात्य भांडवलदारांच्याही पथ्यावर पडणारीच होती. मात्र, यापुढं हे असंच सुरू ठेवावं का याचा विचार निश्चित व्हायला लागेल. अमेरिकेनं मागची ५०-५० वर्षं भांडवलदारी अर्थव्यवस्था, तिला पोसणारी उदारमतवादी लोकशाही यांचा विस्तार करण्याचा प्रयत्न केला, त्यामागं अमेरिकेचं अफाट सामर्थ्य उभं होतं. चीन असंच काही घडवेल की चीनच्या असल्या प्रयोगांबद्दल साशंक असलेलं जग ते प्रयत्न उधळून लावेल हा कोरोनानंतरच्या जगासमोरचा कूटप्रश्न.

कोरोनाचा जगातील धुमाकूळ अभूतपूर्व आहे. या प्रकारचे परिणाम एखाद्या विषाणूच्या प्रसारानं होतील याची कल्पना कुणी केली नव्हती, तसंच एक न दिसणारा, जीवही नसलेला विषाणू प्रचंड प्रगती साधलेल्या माणसाला इतका हतबल बनवेल असंही कुणाला वाटलं नव्हतं. साऱ्या जगाचे बहुतांश व्यवहार ठप्प होताहेत, गजबजलेली विमानतळं शांत आहेत, रेल्वेस्थानकं रिकामी आहेत, रस्ते सुनसान आहेत आणि सगळ्या खरेदी-उपभोगाची विभागणी 'जीवनावश्यक' आणि 'जीवनावश्यक नसलेले' अशी होते आहे. हे चित्र जग भयावह स्थितीकडं निघाल्याचं दाखवणारं आहे. याचं कारण, सध्याच्या स्थितीत जगाचं अर्थव्यवस्थेचं मॉडेलच अधिक उत्पादन, अधिक उपभोग, त्यावर आधारित विस्तारीकरण, त्यातून नफ्याची नवी गणितं, त्यासाठीची मनुष्यबळाची गरज आणि या कमावत्या हातांत आलेल्या पैशातून पुन्हा उत्पादन, सेवांचा उपभोग...याभोवती विणलेलं आहे. त्यालाच तडा देणारी टाळेबंदी जगाच्या कित्येक भागांत सध्या आहे. ती उठवावी आणि रोग पसरला तर बोल घ्यावा लागेल आणि नाही उठवली तर अर्थव्यवस्थेचे तीन तेरा वाजून लोकांत अस्वस्थता वाढेल अशा पेचात जगभरातली सरकारं आहेत. यात टाळेबंदी कमी करत जाणं, उठवणं हाच मार्ग आहे हे कळतं सर्वांनाच; पण हे करायचं कसं, कुणी इथं घोडं अडल्याचं जगभर दिसतं. म्हणजे, अमेरिकेत डोनाल्ड ट्रम्प व्यवहार सुरू करू इच्छितात. मात्र,

तिथल्या अनेक राज्यांचे गव्हर्नर त्याला विरोध करताहेत. आपल्याकडं लॉकडाउनमधून सवलतींवर कागदोपत्री बोलताना प्रत्यक्षात त्या अमलात येणार नाहीत याची व्यवस्था सरकार आणि बाबूशाही करते आहे. याचा परिणाम, केरळसारख्या कोविड-१९वर नियंत्रणात चांगलं यश मिळवलेल्या राज्यानं उद्योग-व्यापार सुरू करण्यासाठी थोड्या अधिकच्या सवलती जाहीर केल्या तर केंद्र त्या राज्याला दटावतं. 'केंद्रानं सुचवलेलं लॉकडाउन अधिक कठोर करायचे अधिकार राज्यांना आहेत, पातळ करायचे नाहीत' असं बजावतं. या प्रकारचं गोंधळलेपण जगभर सार्वत्रिक आहे. यातून स्पष्ट मार्ग दिसत नसल्याचा एक परिणाम म्हणून दोष दुसऱ्यावर ढकलण्याची एक शर्यत सुरू झाली आहे. याचं जागतिक पातळीवरचं ठोस उदाहरण म्हणजे हा विषाणू चीननं पसरवला आहे, यासाठी चीनची तपासणी झाली पाहिजे, 'अशी भूमिका अमेरिका घेत आहे, तर हा विषाणू अमेरिकी लष्करानंच चीनच्या वुहानमध्ये घुसवला,' असा शोध चीनमधून लावला जातो आहे. हे आपापल्या देशांतील मतपेढ्यांना लुभावणारं, इतरांना खलनायक ठरवून आपलं नाकर्तेपण झाकायचा प्रयत्न करणारं राजकारण आहे.

कोरोनासंदर्भात चीननं केलेल्या गफलती जगानं विसरू नयेत अशाच आहेत आणि त्यासाठी चीनवर टीका होणं हेही रास्तच. मात्र, म्हणून अमेरिकेत जो काही कोरोनाचा धुमाकूळ सुरू आहे तो रोखण्यात, त्याला अटकाव करण्यात अमेरिकेच्या प्रशासनाला अपयश येतं, त्यावर पडदा कसा टाकता येईल? या सगळ्या घुसळणीतून चीनवरचा जगभरातला दबाव मात्र वाढतो आहे. अमेरिकेतील संपूर्ण राज्यानं अमेरिकेच्या फेडरल कोर्टात चीनविरोधात दावा ठोकणं हे याचं एक उदाहरण. जर्मनीच्या एका दैनिकानं कोरोनाच्या नुकसानीचं बिल चीनला पाठवून दिलं आहे. हे सारं प्रतीकात्मक असलं तरी चीनच्या विरोधात जगात तयार होत असलेला संताप दाखवणारं आहे. या संतापाचा सामान्य माणसाच्या पातळीवरचा आविष्कार 'चीनला बहिष्कृत करून टाका,' अशा स्वरूपाचा असतो. तसा तो स्वाभाविक म्हटला तरी देश चालवणाऱ्यांना अशी भूमिका घेणं शक्य नसतं. म्हणूनच चीनला त्यानं केलेल्या चुकांबद्दल जबाबदार धरणं आणि त्याच्यावर बहिष्कार टाकणं, त्यातून कोरोनापश्चात जगात चीनचा शेर घसरेल आणि आपली सद्दी सुरू होईल इथपर्यंतचा तर्कप्रवास दिशाभूल करणाराच.

आशिया खंडात पसरलेले विषाणू

क्र.	विषाणू	वर्षे	मृत्यू
१.	एशियन फ्लू	१९५७-५८	२० लाख
२.	सार्स	२००२-०३	८००
३.	बर्ड फ्लू	१९९७	जवळपास ४५००
४.	बर्ड फ्लू	२०१३	जवळपास ६००

एकमेकांवर कमालीच्या अवलंबून असलेल्या जगात कुणाला आवडो किंवा न आवडो, चीन हा जगाचा पुरवठादार, उत्पादनकेंद्र बनला आहे. कोरोनानं अशा अतिअवलंबित्वाचे धोके दाखवले आहेत व त्यांवर विकसित जगाला विचार करणं भाग पाडलं आहे हे खरंच. मात्र, म्हणून लगेचच चीनचं जागतिक अर्थव्यवहारातील स्थान ढळणं शक्यतेच्या कोटीतील नाही. या स्थितीत कोरोनाबद्दल जग चीनला कसं, किती जबाबदार धरू शकतं आणि त्याचा जागतिक व्यवहारांवर कसा परिणाम होईल हे पाहणं लक्षवेधी असेल.

कोरोनाच्या संकटात असताना चीननं अनेक गफलती केल्या. त्या जगाला निस्तराव्या लागत आहेत हे खरंच आहे. मात्र, सध्याच्या संकटकाळात केवळ त्याकडं बोट दाखवत राहण्याचा अमेरिकेचा पवित्रा, आतापर्यंत अमेरिकेसोबत राहिलेल्या

मित्रांनाही कोड्यात टाकणारा ठरतो आहे. जी-७ देशांनी एकत्र येऊन या संकटाचा मुकाबला करावा यासाठीच्या प्रयत्नांत अमेरिकेनं, समोर असलेल्या संकटाचं काय करायचं यापेक्षा, ते चीनमुळं कसं समोर आलं यावर भर देण्याचा प्रकार म्हणजे, हा जगातील सर्वात प्रभावी देशांचा गट मुकाबल्यासाठी एकजिनसीपणानं उतरू शकत नाही यावरच शिक्कामोर्तब करणारं आहे.

खरं तर हे गट अमेरिकेच्या प्रभावाखाली आणि पुढाकारानंच आतापर्यंत जगाच्या व्यवहारात बरं-वाईट ठरवत आले आहेत आणि त्याचे निर्णय जगावर परिणाम करत राहिले आहेत. या गटांवरचा अमेरिकेचा प्रभावही निर्णायक असा आहे. मात्र, तो संकटकाळी न वापरण्याचा परिणाम अमेरिकेचा जागतिक व्यवहारातील दबदबा आणखी घटण्यातच होतो आहे. सन २००८चं आर्थिक अरिष्ट असो की 'इबोला'चं संकट असो, जगाला एकत्रित प्रतिसादासाठी एकवटणारी ताकद अमेरिकेचीच होती. आताचं या देशाचं वर्तन या पूर्वकर्तृत्वाशी विसंगत आहे. दुसरीकडं, चीनच्या चुका असूनही 'संकटात आम्ही प्रत्येकाला मदत करू,' अशी भूमिका घेत चीन अधिक प्रगल्भ नेतृत्व असल्याचा देखावा करू पाहतो आहे. वुहानमधील आणीबाणीची अवस्था सावरल्यानंतर जगाच्या बहुतेक भागांत चिनी औषधं आणि वैद्यकीय उपकरणांची जहाजं पाठवली जात आहेत हा -काही देशांचा अपवाद वगळता- चोख व्यापारच आहे. तरीही चीनच्या या पुढाकाराचा गाजावाजा चिनी मुत्सद्दी करताहेत. आतापर्यंत जगासमोरच्या मोठ्या संकटात अमेरिका आणि पाश्चात्य देश महत्त्वाची भूमिका निभावत आले. हा तोल आता पश्चिमेकडून पूर्वेकडं वळत असल्याचं जाणीवपूर्वक दाखवून दिलं जात आहे. त्याचा आधार आहे तो युरोपीय देश आणि अमेरिका या संकटात चाचपडत असताना चीन, दक्षिण कोरिया, जपान, सिंगापूर यांसारख्या देशांनी केलेली कामगिरी. चीन यात

कोरोना विषाणू आजाराचे नामकरण :

- *जागतिक आरोग्य संघटनेने कोरोना विषाणू आजाराचे कोव्हिड-१९ (COVID-19) असे नामकरण केले आहे.*
- *यामधील को म्हणजे कोरोना, व्ही म्हणजे व्हायरस तर डी म्हणजे डिसिज COVID-19 : Corona Virus Disease 2019 (CO - Corona, VI - Virus, D - Disease)*
- *जागतिक आरोग्य संघटना 'जागतिक पशू आरोग्य संघटना' (The World Organization for Animal Health) व 'अन्न व कृषी संघटना' (Food and Agriculture Organization) यांच्याशी सल्लामसलत करून ही नावे जाहीर करते.*
- *एखाद्या भौगोलिक स्थळाचे नाव, व्यक्ती किंवा व्यक्तिसमूहाचे, प्राण्याचे नाव आजारांना दिले जात नाही.*
- *दि. ११ फेब्रुवारी २०२० रोजी जागतिक आरोग्य संघटनेने (WHO : World Health Organization) 'कोरोना विषाणू'च्या (Corona Virus) नव्या नावाची घोषणा केली.*
- *जागतिक आरोग्य संघटनेचे प्रमुख टेड्रोस एधानोम गेब्रेयेसुसने (Tedros Adhanom Ghebreyesus) यांच्याकडून पत्रकार परिषदेत घोषणा.*
- *'कोरोना' विषाणूला 'कोव्हिड-१९' (COVID-19) हे अधिकृत नाव.*
- *हा विषाणू ३१ डिसेंबर २०१९ रोजी पहिल्यांदा चीनमध्ये आढळला होता.*

नवे नाव कशासाठी देण्यात आले?

जागतिक आरोग्य संघटनेचे प्रमुख संचालक टेड्रोस एधानोम गेब्रेयेसुस (Tedros Adhanom Ghebreyesus) व मुख्य वैज्ञानिक सौम्या स्वामिनाथन (Dr. Soumya Swaminathan) यांनी पत्रकार परिषदेत कोरोना विषाणूला नवे नाव का देण्यात आले, याची उल्लेखनीय कारणे सांगितली आहेत.

१) विषाणू व संबंधित रोगाला एक अधिकृत नाव असले, की चुकीच्या नावांचा वापर व त्यानिमित्ताने एका विशिष्ट समूहाल कलंकित करण्याच्या (Stigmatize) वृत्तीला रोखता येते.

२) तसेच, यामुळे भविष्यात उद्भवणाऱ्या कोरोना विषाणूंच्या प्रकारांच्यावेळी एक मानक स्वरूप (Standard Format) उपलब्ध असेल.

३) एखाद्या जागतिक रोगावरून एखाद्या देशाला किंवा विशिष्ट समूहाला कलंकित करण्याच्या प्रयत्नांना आळा घालण्याच्या उद्देशाने संघटनेने नवे नाव निवडले आहे.

४) 'COVID-19' हे नाव नाव कोणत्याही भौगोलिक स्थानाचा, प्राण्यांचा, व्यक्तीचा अथवा व्यक्तींच्या विशिष्ट समूहाचा उल्लेख करत नाही.

नेतृत्व करण्याची भूमिका घेऊ पाहतो आहे. हे केवळ मदतीपुरतं, औषधपुरवठ्यापुरतं नाही, तर त्यामागून 'चिनी प्रशासनाचं मॉडेल पाश्चात्य मॉडेलहून संकटकाळात सरस काम करतं' अशी मांडणी केली जात आहे. ती चीनच्या जागतिक महत्त्वाकांक्षांशी जोडून पाहावी लागेल. कोरोनाचा आर्थिक फटका साऱ्या जगालाच बसणार आहे. चीनलाही पहिल्या तिमाहीत तो जबर प्रमाणात बसल्याचं समोर येतं आहे. मात्र, वुहानमध्ये व्यवहार सुरू करताना चीननं जवळपास ७५टक्के उद्योग-व्यवसाय सुरू केल्याचं सांगितलं जातं. बाकी, जग लॉकडाउनचे चटके सोसत असताना चीननं पुढची मांडामांड सुरू केली आहे. कोरोनानंतरच्या जगातील मुक्तपणा कमी होईल, त्याचा परिणाम संरक्षणवादी धोरणं राबवली जाण्यात आणि जागतिकीकरणाच्या विरोधात राष्ट्रवाद बळकट होण्यात होईल असंही निरीक्षण नोंदवलं जातं. या सगळ्याचं सार शीतयुद्धानंतरची परिचित झालेली व्यवस्था बदलण्याचे संकेत देणारं आहे. व्यापारातलं आणि आर्थिक व्यवहारातलं परस्परावलंबित्व पुरतं संपणं अशक्य आहे, त्या अर्थानं जागतिकीकरण कायम असेल. मात्र, त्यात अनेक बदल अनिवार्यपणे होत जातील आणि ते निर्बंधमुक्त आणि बाजारकेंद्री जागतिकीकरणाच्या सूत्राशी फारकत घेणारे असतील. 'बाजार सर्व प्रकारचं संतुलन ठेवण्यास सक्षम आहे,' या मांडणीतली मर्यादा या संकटानं तशीही दाखवलीच आहे. जगातील सर्व देशांत सरकारी हस्तक्षेप, मदत आणि अब्जावधींची पॅकेज हा या संकटातून बाहेर पडण्यासाठीचा अनिवार्य मंत्र बनला आहे. कोरोनानंतरच्या नजीकच्या भविष्यकाळात तरी बेरोजगारी, अन्नसंकट आणि त्यातून येणारे जगण्याचे प्रश्न पाहता असा राज्यसंस्थेचा हस्तक्षेप वाढत जाणाराच असेल. तो कणखरपणाचं आवरण घेतलेल्या नेतृत्वाला बळ देणाराही असेल. पुन्हा एकदा राज्ययंत्रणेची समाजव्यवहारावरील पकड घट्ट करणारी ही वाटचाल असेल. आणि अशी घट्ट पकड ठेवण्यात चीनइतकं अनुभवी आहेच कोण?

चीनवर जग तूर्त संतापलेलं आहे आणि वुहानमधील प्रयोगशाळांच्या तपासणीपासूनच्या मागण्या जगात होताहेत. अमेरिका, युरोपातील संताप लक्षणीय आहे. याचं प्रमुख कारण, चीननं कोरोनाप्रसारात घेतलेली संशयास्पद भूमिका. सुरुवातीला तरी साथ लपवून ठेवण्याचा चीनचा प्रयत्न होताच आणि तो जगाला धोक्यात टाकणारा

ठरला. याचा परिणाम म्हणून चीनला जबाबदार धरावं असा सूर वाढतो आहे. मात्र, त्याचबरोबर चीनवर आंतरराष्ट्रीय समुदाय कारवाई किती प्रमाणात करू शकेल याबाबत साशंकताच आहे. सध्याच्या आंतरराष्ट्रीय कायद्यातील तरतुदीनुसार काही पावलं टाकता येतील, असं तज्ज्ञ सांगताहेत. मात्र, सुरक्षा परिषदेत 'व्होटो'धारी असलेल्या चीनला चाप लावणं कठीण आहे.

दुसरीकडं कोरोनानंतरच्या जगात चीनवरचं जगाचं अवलंबित्व कमी करण्याच्या हालचाली सुरू होतील असा दावा केला जातो. औषधांपासून मोबाईलपर्यंत सर्व प्रकारच्या उत्पादनांत चीननं, 'जगाचं आपल्याशिवाय अडलं पाहिजे,'अशी मजल मारली आहे. ही चिनी प्रगती पाश्चात्य भांडवलदारांच्याही पथ्यावर पडणारीच होती. मात्र, यापुढं हे असंच सुरू ठेवावं का याचा विचार निश्चित व्हायला लागेल. जगभरातील पुरवठासाखळीत चीन हा कणा बनला आहे. ही व्यवस्था मोडणं इतकं सोपं नाही. चिनी मालावर बहिष्कार टाकण्यासारख्या दाखवेगिरीतून तर हे अजिबातच साध्य होणारं नाही. चीनला कंटाळलेले उद्योग कदाचित अन्यत्र संधी शोधू लागतील आणि तशी संधी भारतात तयार करता येईल हा सुविचार आहे. त्यावर अंमलबजावणी करायलाही हवी. मात्र, केवळ चीनला वैतागले म्हणून उद्योग भारताकडं रांगा लावतील हा भाबडा आशावाद आहे. त्यासाठी आवश्यक ती व्यवस्था, पायाभूत सुविधा, गुंतवणूकपूरक धोरणचौकट आणि येऊ शकणाऱ्या उद्योगांसाठी आवश्यक कौशल्यं असणारं मनुष्यबळ असं सारं काही उभं करावं लागतं. करविषयक तरतुदी, कामगार कायद्यातील बदल हे सारं आपल्याकडं सोपं नाही. जगातील पुरवठासाखळीत भारत महत्त्वाची भूमिका बजावू शकतो. मात्र, त्यातही मलेशिया, फिलिपाईन्स, इंडोनेशिया यांसारख्या देशांशी स्पर्धा आहेच.

हे घोषणा करण्याइतकं सोपं नसतं आणि त्यासाठी वेळही द्यावा लागतो. 'कोरोनानंतरचं नियोजन' म्हणून तरी अशा दीर्घकालीन उपायांकडं पाहावं लागेल. जी-२० देशांत मागच्या तीन वर्षांत सर्वाधिक संरक्षणवादी धोरणं राबवणारा देश भारत आहे. तोवर चिनी मालावर बहिष्कार टाकून चीनला धडा शिकवण्याच्या गप्पांचं महत्त्व 'व्हॉट्सअॅप युनिव्हर्सिटी'तल्या आयडियांपलीकडं नाही.

अमेरिकेच्या आर्थिक विस्तारवादानं आणि त्यामागं उभ्या असलेल्या अमेरिकेच्या राजकीय, सामरिक ताकदीनं आज उभ्या असलेल्या जागतिक रचनेला आकार दिला आहे. कोरोनाच्या संकटाच्या आधीच अमेरिका या विस्तारवादातून बाहेर पडायची पावलं टाकत होती. कोरोनानंतरच्या जगात हा वेग वाढेलच. दुसऱ्या महायुद्धानंतर जगाच्या व्यवहारात अमेरिकेनं उसळी घेतली. असा क्षण कोरोनाच्या संकटानं चीनसाठी आणला आहे काय हा मुद्दा आहे. चीनकडून सुरू असलेला माहितीचा भडिमार त्यासाठीची उत्सुकता दाखवणारा आहे. जगाचं नेतृत्व करण्यापेक्षा देशातील रोजगार वाचवणं, वाढवणं हा अमेरिकेत प्रधान्यक्रम बनेल, तशी चिनी विस्तारवादाला वाट मोकळी व्हायला लागेल. कोरोनानंतरचं जग बदललेलं असेल हे तर नक्कीच. या बदलात चिनी विस्तारवादाला कसं, किती, कोण रोखणार यावर नव्या रचनेचा बाज ठरेल. अर्थातच, अध्यक्षीय निवडणुकीनंतरची अमेरिका त्यात महत्त्वाच्या भूमिकेत राहीलच.

१४ सीमेवरची चिंता

देश कोविड-१९ चा सामना करत असताना भारताच्या सीमेवर चिंतेचे ढग दाटले आहेत. या वेळी चीनकडून लडाख भागात सुरू झालेलं अतिक्रमण लक्ष वेधणारं आणि दोन अण्वस्त्रसंपन्न देशांत तणावाचं वातावरण निर्माण करणारं आहे. सोबतच, रोजच्या पुरवठ्यासाठीही भारतावर बहुतांशी अवलंबून असलेला नेपाळ सीमावाद चव्हाट्यावर आणू पाहतो आहे. मात्र, एकूण भौगोलिक आणि अन्य क्षेत्रांतीलही स्थिती पाहता नेपाळचं भारतावरचं अवलंबित्व अत्यंत स्पष्ट आहे. ती जागा आजही चीन घेऊ शकत नाही. मात्र, या देशावर असलेल्या पूर्ण प्रभावात आता चीनच्या रूपानं वाटेकरी तयार झाला आहे आणि त्या बळावर नेपाळचे पंतप्रधान भारताला आव्हान देण्याची भाषा करू शकतात. हा बदल भविष्यातील संबंधांत नवं वळण आणणारा, तसंच आपल्या नेपाळविषयक धोरणांचा नव्यानं विचार करायला लावणारा आहे.चीन आणि नेपाळ या दोन्ही देशांच्या सीमेवरच्या वादाचं स्वरूप, परिणाम आणि महत्त्व वेगळं असलं तरी भारताच्या सीमांवरची चिंता अधोरेखित करणारं आहे. कोरोनोत्तर जगातला चीन अधिक आक्रमक असेल याची ही चुणूक आहे.

देश कोविड-१९चा सामना करत असताना भारताच्या सीमेवर चिंतेचे ढग दाटले आहेत. सीमेवर कुरबुरी होणं तसं नवं नाही. प्रचंड आकाराच्या सीमांवर काही न काही घडत असतं आणि स्थानिक लष्करी अधिकारी ते सांभाळतही असतात. या वेळी मात्र चीनकडून लडाख भागात सुरू झालेलं अतिक्रमण लक्ष वेधणारं आणि दोन अण्वस्त्रसंपन्न देशांत तणावाचं वातावरण निर्माण करणारं आहे. सोबतच भारतावर रोजच्या पुरवठ्यासाठीही बहुतांशी अवलंबून असलेला नेपाळ सीमावाद चव्हाट्यावर आणू पाहतो आहे. बाकी, पाकिस्ताननं दहशतवादाला बळ देण्याच्या हालचाली करणं, दहशतवादी घुसवण्याचे प्रयत्न करणं, तसंच सीमेवरच्या चकमकी करणं हा नेहमीचाच मामला आहे. चीन आणि नेपाळच्या सीमेवर होत असलेल्या घडामोडी भारतासाठी मुत्सद्देगिरीचा कस पाहणाऱ्या आहेत. याचं कारण, नेपाळ हा भारतासमोर अगदीच पिटुकला देश आहे. तिथं बळाचा वापर करण्याचा मुद्दाच नाही आणि चीनसोबतच्या तणावात उभय बाजू बळाचा वापर करणार नाहीत. ते दोन्हीकडं परवडणारं नाही. म्हणजेच जो काही तणाव आहे तो संयमाची परीक्षा पाहणारा आणि आपला मुद्दा रेटत राहण्यासाठी योग्य वेळेची वाट पाहत राहणं भाग पाडणारा आहे. सध्या तरी सरकारचा प्रतिसाद याच प्रकारचा आहे. तसाच तो डोकलामच्या संघर्षातही होता. अशा संघर्षात कुणी निश्चित विजेता नसतो. मात्र, आपल्या भूमिका घासून-पुसून घेण्यासाठी या तणावाचा वापर केला जातो. चीन या प्रकारची रणनीती दीर्घ काळ वापरत आला आहे. अगदी चीननं सन १९६२ मध्ये लादलेलं युद्ध हे अशाच प्रकारच्या वाटाचालीचा भाग होतं. चीनच्या दीर्घकालीन वाटचालीत प्रचंड आकार, लोकसंख्या आणि अर्थव्यवहारात भरारी घेण्याची क्षमता या अर्थानं

भारत हा प्रतिस्पर्धी आहेच. शिवाय, शेजारीही आहे. साहजिकच तातडीचं प्रभावक्षेत्र दोघांसाठी समान आहे. यात चीनला कुणीही वाटेकरी नको असतो. 'आशियात चीन हीच निर्विवाद ताकद आहे,' हे शेजाऱ्यानं आणि जगानं मान्य करावं ही चीनची धडपड आहे. एकदा तसं घडलं की चीन अधिक आक्रमकपणे जगाच्या व्यवहारात स्थान मिळवायचा प्रयत्न करेल. या वाटचालीत भारताला डिवचत राहणं हे चीनसाठी गरजेचं बनतं. डोकलाम असो की आताचा लडाखमधील पेच असो, हे याचंच निदर्शक आहे. मुद्दा हे आपण कसं हाताळतो हा आहे.

चीनसोबत सीमेवरचा तणाव नवा नाही, तसाच दोन लष्करांतील एकमेकांना अजमावणाऱ्या कुरबुरीही नव्या नाहीत. सन १९६२च्या युद्धानंतर चीननं अनेक वेळा मोका साधून घुसखोरीचे प्रयत्न केले. या युद्धानंतर प्रत्यक्षात आलेली नियंत्रणरेषा हीच व्यवहारात सीमा बनल्यासारखी आहे. यात अरुणाचल पूर्णतः भारताचा भाग आहे. अक्साई चीनवर चीनचं नियंत्रण आहे, तर नेपाळच्या पश्चिमेकडील भागासह सुमारे दोन हजार किलोमीटरच्या क्षेत्रात नियंत्रणावरून वाद कायम आहेत. सन १९६२च्या फटक्यानंतर सन १९६७ मध्ये नथू लाच्या संघर्षात भारतानं जशास तसं उत्तर दिलं. ते चीनला अपेक्षित नव्हतं, तसंच सन १९८६-८७मध्ये लडाखच्या भागातही असंच उत्तर दिलं गेलं. अगदी डोकलामच्या संघर्षातही भारतानं ठाम भूमिका कायम ठेवली. या सगळ्यात चीन मर्यादेबाहेर जात नाही. मात्र, पुनःपुन्हा आपला वादग्रस्त भागांवरचा दावा ठोकून सांगायचा प्रयत्न करतो. या वेळची स्थिती किंचित वेगळी आहे. हा तणाव डोकलामहूनही अधिक काळ चालण्याची चिन्हं आहेत. एकतर चीननं किती घुसखोरी केली आणि किती भागावर केली याची स्पष्टता नाही. एका निवृत्त लेफ्टनंट जनरलनं गुगल नकाशांच्या आधारे, 'चार ते सहा किलोमीटरच्या प्रदेशात चिनी सैन्य आलं आहे,' असा अंदाज व्यक्त केला आहे. हे भारतानं अधिकृतपणे स्वीकारलेलं नाही. मात्र, तसं असेल तर चीनला पूर्ववत् मागं जायला भाग पाडणं हे मोठंच राजनैतिक आव्हान असेल. यात भारत-चीन संबंधांपलीकडं काही आंतरराष्ट्रीय रंग मिसळत आहेत. एकतर चीन आणि भारत हे दोन्ही देश कोरोनाच्या संकटानं टेकीला आले आहेत. चीनला जागतिक नेतृत्व मिळवून देण्याची वाटचाल करू पाहणारे शी जिनपिंग यांच्यापुढं हे मोठंच आव्हान आहे. देशातील रोष दडपून टाकणं चिनी राज्यकर्त्यांना सहजशक्य आहे. मात्र, जागतिक स्तरावर चीनबद्दल साशंकता व्यक्त होते आहे. अमेरिकेनं चीनला थेट अंगावर घेण्याची भूमिका घेतली. हेच ऑस्ट्रेलियासारखा देशही करतो आहे. चीनविषयीच्या अविश्वासाच्या भावनेवर स्वार व्हायचा प्रयत्न भारताकडून होणार हे उघड आहे. अशा वेळी इशारा देण्याचं काम या घडवून आणलेल्या तणावातून चीन करू पाहतो आहे, असं अनेक तज्ज्ञांचं सांगणं आहे. याचं एक कारण, भारताच्या अमेरिकेशी वाढत्या जवळिकीतही आहे. अमेरिका सर्व प्रकारे दबाव आणत असताना आपण कणखर आहोत हे दाखवणं ही शी जिनपिंग यांची गरज बनते. यातून मग तैवानवरचा दावा आक्रमकपणे सांगणं असो की चिनी वर्चस्ववादाच्या विरोधात ठामपणे उभ्या राहिलेल्या हाँगकाँगच्या निदर्शनांना पुरतं चिरडून टाकण्याची पावलं टाकणारी कायदेशीर तरतूद असो. जगाला काय वाटतंय याची फिकीर न करता चीन आपल्या प्रभावक्षेत्रात आक्रमक होतो आहे. ही स्थिती लडाखमधल्या ताज्या संघर्षाकडं पाहताना ध्यानात घ्यायला हवी. या वेळी चीननं पाकव्याप्त काश्मिरात मोठ्या क्षमतेच्या वीजनिर्मितीच्या प्रकल्पाची घोषणा केली आहे. डाव्यांना ताकद दाखवायची आणि मूळ पदावर यायचं हे चीनचं सतत भारताला अजमावणारं धोरण आहे. सध्याच्या तणावातून प्रत्यक्ष लष्करी संघर्षापर्यंत मामला जाईल का यावर अनेक मतं व्यक्त होत असली तरी ही शक्यता अत्यंत धूसर आहे. याचं कारण, हे दोन्ही

भारत आणि चीन संघर्ष

चीनने एकाच वेळी चार महत्त्वाच्या भागांमध्ये (या चारपैकी गलवान, हॉट स्प्रिंग व चुशूल, पंगाँग चो परिसरात फिंगर ४ ते ८ दरम्यानच्या आठ किलोमीटर प्रदेशातील प्रत्यक्ष नियंत्रण रेषा) आपल्या लष्करासह प्रत्यक्ष नियंत्रण रेषेवरील जैसे-थे स्थिती बदलण्याचा प्रयत्न केला. यामागे तज्ज्ञांनी विविध शक्यता वर्तवल्या आहेत. त्या पुढीलप्रमाणे,

१. *भारत-चीन सीमेलगत अनेक पायाभूत सुविधा उभ्या करण्याचे भारताचे प्रयत्न.*
२. *लडाख-अक्साई चीन भागातील मोठ्या प्रदेशाबाबतची पूर्वीची भूमिका बदलण्याचा भारताचा मनोदय.*
३. *जम्मू-काश्मीरला विशेष दर्जा देणारे कलम ३७० व ३५ हटवून लडाख हा प्रदेश जम्मू-काश्मीरपासून वेगळा करण्यात आला व त्यास केंद्रशासित प्रदेश म्हणून मान्यता देण्यात आली. यास चीनचा विरोध.*
४. *बालाकोटपासून जवळच पाकिस्तान-चीन आर्थिक सहयोग मार्गिका प्रकल्पाचे काम सुरू असतानाच भारताचा बालाकोटवरील हवाई हल्ला चीनला धोक्याचा इशारा वाटला.*
५. *चीनमधील विविध प्रश्न, समस्या आणि आर्थिक अडचणींवरून आपल्या जनतेचे लक्ष अन्यत्र वळवणे.*
६. *कोविडमुळे आपल्या सामर्थ्यात फरक पडलेला नाही, असा संदेश शेजारी देशांना देणे.*
७. *चीनच्या सीमेवरील सर्व भूभाग एकत्र करून चीनला जागतिक राजकारणातील एकमेव महासत्ताधारी देश म्हणून ओळख निर्माण करायची आहे.*
८. *भारत देश समुद्रसंलग्न राष्ट्रसमूहांशी आणि भूसंलग्न इतर राष्ट्रसमूहांशी जोडला गेला आहे. एका बाजूने आग्नेय व पूर्व आशिया, तर दुसऱ्या बाजूने मध्य आशिया व रशिया यांच्यामध्ये भारताचे स्थान आहे. भारताच्या या भौगोलिकदृष्ट्या मोलाच्या स्थानाचा वापर चीनला हुकुमशाही पद्धतीने करायचा आहे.*

देशांना परवडणारं प्रकरण नाही. दुसरीकडं, अत्यंत गतीनं काही कारवाई करून भारताला कोंड्यात टाकण्याची चीनची क्षमता पूर्वीइतकी नाही. याचं कारण, गेल्या दहा वर्षांत चीनच्या सीमेलगत मोठ्या प्रमाणात रस्ते आणि अन्य पायाभूत सुविधांचं जाळं भारतानं उभं केलं आहे. आता जिथं संघर्ष सुरू आहे त्या भागातही भारत सहजपणे प्रचंड प्रमाणात लष्करी सामग्री हलवू शकतो, अशा पायाभूत सुविधांमध्ये सुधारणा झाल्या आहेत. साहजिकच 'सन १९६२' भारतानं कधीच मागं टाकलं आहे! प्रत्यक्ष नियंत्रणरेषेलगतच्या या घडामोडी चीनला मानवणाऱ्या नाहीत, म्हणूनच चीननं ही कुरापत काढल्याचं काही पाश्चात्य निरीक्षकांचं सांगणं आहे. मात्र, चीनचा हा पवित्रा, आपल्या भोवताली शांतता टिकवायची की संघर्ष पेरायचा हे आपणच ठरवू, हे जगाला दाखवणारा आहे. कोरोनोत्तर जगातला चीन अधिक आक्रमक असेल याची ही चुणूक आहे. त्यामुळेच चिनी अध्यक्षांसोबत झुल्यावर झुलल्यानं चीन बदलेल ही शक्यता नाही. डोकलामनंतर भारताचे पंतप्रधान नरेंद्र मोदी आणि चीनचे अध्यक्ष शी जिनपिंग यांची अनौपचारिक भेट झाली, तीत तेव्हाचा वाद निवळला, नवं पर्व सुरू झाल्याचे नगारे वाजवले गेले. हे नगारे वाजवणं किती पोकळ असतं हे लडाखनं दाखवलं आहे. शांतता टिकवण्यात

डोकलामनंतरच्या उभय नेत्यांतील संवादाचं महत्त्व किंचितही कमी होत नाही; पण त्यातून प्रश्न संपल्याचा आव आणणं, तसं दाखवायचा प्रयत्न करणं हे वास्तवाला सोडून असतं. भारतासाठी खरं आव्हान पाकिस्तानचं नाही, तर चीनच्या सीमेवर आहे. पाकला मर्यादेत ठेवण तुलनेत सोपं आहे. हे अनेकांनी अनेकदा सांगून झालं आहे. त्याची प्रचीती पुन्हा लडाखमध्ये येत आहे. याला तोंड देताना एका बाजूला मुत्सद्देगिरीच्या मार्गानं तणाव आटोक्यात ठेवणं, दुसरीकडं लष्करी, आर्थिक क्षमता वाढवत जाणं हाच दीर्घाकालीन मार्ग उरतो. मोदी आणि ऑस्ट्रेलियाच्या पंतप्रधानांमध्ये एकमेकांचे लष्करी तळ वापरण्याचा नुकताच झालेला करार यादृष्टीनं महत्त्वाचा.

बदलता नेपाळ

नेपाळनं तयार केलेला नवा नकाशा भारतासोबत तणावात वाढ करणारा आहे. खरं तर नेपाळनं भारताशी वाद ओढवून घ्यावा असं कसलंच कारण आणि ताकदही या देशाची नाही. मात्र, ज्या देशावर भारताचा निर्विवाद प्रभाव होता तिथं गेली काही वर्षं वेगळा सूर उमटतो आहे हे स्पष्ट आहे. हे समजून घेण्यात भारतीय मुत्सद्दी कमी पडत आहेत की काय असं वाटण्यासारखी स्थिती आहे. याचं कारण, ज्या नेपाळच्या राज्यघटनेवरून संबंध कधी नव्हे इतके ताणले गेले, ती प्रत्यक्षात येण्याच्या वेळी भारतानं केलेली कृती असो की आता नकाशा नेपाळी संसदेत मंजुरीला आल्यानंतरच्या हालचाली असोत, यातून दिसते ती निव्वळ घाई. नेपाळची राज्यघटना अचानक तयार झाली नव्हती. ती होत असतानाच भारताची चिंता समजून घेणाऱ्या तरतुदी होतील यासाठी ताकद लावायला हवी होती. तेव्हा गप्प बसलेले राज्यघटना जाहीर झाल्यानंतर जागे झाले. त्यानंतर जे काही घडलं ते नेपाळमध्ये भारत मनमानी करणारा मोठा भाऊ असल्याची भावना तयार करणारं होतं. जेव्हा जगभर देशात आत्मगौरवाच्या लाटा तयार केल्या जात आहेत आणि कुणाला तरी शत्रु-प्रतिस्पर्धी ठरवून मतपेढ्यांना लुभावणारं राष्ट्रवादाचं राजकारण मूळ धरतं आहे, तेव्हा ते नेपाळमध्येही उगवू शकतं याचा अंदाज बांधायला हवा होता. सध्याच्या नेपाळच्या नकाशावरून चाललेल्या वादात नेमका याचा अभाव दिसतो. नेपाळमध्ये सध्याचे पंतप्रधान हे 'आमच्या अंतर्गत बाबींत कुणाचा हस्तक्षेप नको,' या कोणत्याही देशात सहज लोकप्रिय होऊ शकणाऱ्या भावनेवर स्वार झाले आहेत. त्यामुळंच त्यांच्या आघाडीतील अन्य पक्ष असोत की तिथला विरोधी पक्ष असो, यांची फरफट करता येणं त्यांना शक्य आहे. यात 'कुणी तरी आपल्या देशाला त्रास देतो, कट करतो,' असं सांगतानाच 'त्याला आपल्याच देशात कुणीतरी साथ देत आहे,' असा कांगावा करणं हा रणनीतीचा भाग असतो.नेपाळचे पंतप्रधान केपी शर्मा ओली यांनी हे चांगलंच आत्मसात केलं आहे. नकाशाचा वाद सुरू झाला त्याला संरक्षणमंत्री राजनाथसिंह यांनी या भागातून मानसरोवरासाठी जवळच्या रस्त्याचं नुकतंच केलेलं उद्घाटन हे निमित्त आहे. हा नवा रस्ता भारतासाठी लाभाचा आहे. तो भारताच्या हद्दीतून जातो. ती चीननं

१९५०चा नेपाळशी झालेला शांततेचा आणि मैत्रीचा करार

- *हा कराराच आजवर भारत-नेपाळ संबंधांचा मूळ आधार राहिला आहे. तो भारताच्या बाजूनं झुकला असल्याचं ओली यांचं म्हणणं आहे. त्यांच्या प्रचारात हा एक मुद्दा होता.*
- *या करारानुसार, नेपाळनं अन्य कोणत्याही देशाकडून शस्त्रखरेदी करण्यापूर्वी किंवा इतर कोणत्याही देशाशी सुरक्षाविषयक संबंध जोडताना भारताशी सल्लामसलत करणं अनिवार्य आहे. नेपाळमध्ये अनेकांना हे खुपणारं आहे.*

भारत -नेपाळ संबंध

नेपाळमध्ये भारताचे हितसंबंध गुंतलेले आहेत. आशियाई चौकटीत नेपाळ व्यूहात्मकदृष्ट्या महत्त्वाचा आहे. भारतीय सीमेला लागून असलेल्या तेराई म्हणून ओळखल्या जाणाऱ्या भागात राहणाऱ्या समुदायांचं म्हणणं घटनेत मान्य करावं. त्यांचे नागरिकत्वाचे अधिकार, त्यांना प्रमाणबद्ध प्रतिनिधित्व, त्यांना हवी तशी प्रांतरचना व्हावी, यासाठी केंद्र सरकार वजन वापरत होतं. ते न केल्याचा तेराई भागातले मधेसी आणि अन्य समुदाय यांच्याशी पहाडी भागातल्या समुदायांचे संबंध तणावाचेच आहेत. हा नेपाळचा अंतर्गत मामला असला, तरी मधेसींच्या हितरक्षणासाठी आतापर्यंत आग्रही असलेल्या भारत नेपाळशी भारताची १७५१ किलोमीटरची सीमा जोडली आहे. नेपाळ इंधनापासून ते अनेक बाबतींत भारतातून होणाऱ्या पुरवठ्यावरच अवलंबून आहे.नेपाळमध्ये कुणीही पंतप्रधान झाल्यानंतर पहिला परदेशदौरा भारताचा करावा, हे सूत्र. नेपाळ भारताशी अधिक घट्ट जोडलेला आहे. नेपाळी नागरिकांना अनेक बाबतींत भारतीय नागरिकांसारखे अधिकार आपल्याकडे दिले जातात, हे १९५०च्या करारानंच ठरलं आहे. यामुळेच जवळपास ६० लाख नेपाळी भारतात काम करतात. नेपाळने गरजेच्या वेळी मदतीसाठी भारतालाच हाक मारली आहे आणि भारतानं नेहमीच मदतीचा हातही पुढे केला आहे. १९५१मध्ये नेपाळचे लोकशाहीकडे वाटचाल करणारे पाऊल नेपाळचे तत्कालीन राजे आणि नेपाळी काँग्रेसमधल्या समझोत्याने पडलं, तो समझोता भारतानंच घडवला होता. माओवाद्यांशी संघर्ष संपवण्याचा करारही भारतानंच घडवला होता. घटना समितीच्या निवडीतही भारताच्या वाटाघाटींचा सहभागच निर्णायक होता.

मान्य केलेली आहे. साहजिकच त्यावर चीनला आक्षेप घेता येणं शक्य नाही. मात्र, या परिसरातील काही भागावर नेपाळ हक्क सांगतो. त्याचा आधार घेत नवा नकाशा जाहीर करण्याचं ओली यांनी ठरवलं. ते एका बाजूला देशांतर्गत विरोधकांना चकवा देणारं आणि दुसरीकडं चीनला खूश करणारं आहे. सीमावाद उकरून काढतानाच 'कोरोनाचा विषाणू भारतातून नेपाळमध्ये पसरला आणि चीन, इटलीपेक्षा भारतातून आलेला विषाणू घातक आहे,' असे तारे त्यांनी नेपाळच्या संसदेत तोडलेच; पण 'भारतातून बेकायदेशीरपणे नेपाळमध्ये येणारे लोक विषाणू पसरवतात आणि असे लोक नेपाळमध्ये आणण्यात विरोधकांचा हात आहे,' असा आरोपही त्यांनी केला. हा किती साधा-सोपा चक्रव्यूह आहे, ज्यात कुणाला धडपणे विरोधही करता येत नाही. ओली यांचा नकाशासाठीचा आग्रह हा असा राजकीय गरजेपोटी आला आहे. त्यांच्या सत्तारूढ आघाडीतील पुष्पकमल दहल तथा प्रचंड किंवा माधव नेपाळ यांच्यासारखे अन्य डावे नेते त्यांना आव्हान देत आहेत. त्यावर रामबाण उपाय म्हणून त्यांनी राष्ट्रवादाची भावना चेतवत ठेवण्याचा मार्ग अनुसरला आहे. अर्थात्, त्याला चीनकडून हातभार लागत असेलच. चीनला अलीकडेच नेपाळच्या अंतर्गत राजकारणात लक्षणीय प्रभाव टाकता येऊ लागला आहे. तो त्यांना गमवायचा नाही. भारताला नेपाळचा नवा नकाशा मान्य होणारा नाही याची ओली यांना कल्पना नसेल ही शक्यता नाही. असा नकाशा प्रसिद्ध केला तरी आणि तो संसदेनं मंजूर केला तरी त्याचा व्यवहारात किती परिणाम होणार याचीही त्यांना जाणीव असेलच. मुद्दा त्यानिमित्तानं नेपाळमध्ये भारताविषयी विरोधाचं जे वातावरण तयार होतं त्यावर ते स्वार होऊ पाहत आहेत, हा आहे आणि त्याकडं कोणताही पक्ष दुर्लक्ष करू शकत नाही. म्हणून नकाशा प्रसिद्ध झाल्यानंतर तो संसदेत मंजूर होऊ नये यासाठीचे प्रयत्न फार काही हाती लागू देणारे नाहीत.

सध्याचा वाद नेपाळच्या नव्या नकाशावरून असला तरी असाच नकाशा भारतानं मागच्या वर्षी प्रकाशित केला. त्यात काला पानी हा भारताचा भाग दाखवल्यावर नेपाळनं आक्षेप घेतला होता. भारत आणि नेपाळमध्ये सुमारे १८०० किलोमीटरची सीमा आहे. दोन देशांतील दीर्घ काळचे सौहार्दाचे संबंध पाहता काही बाबी उभयदेशांत भेदाच्या असल्या तरी त्यावरून एकमेकांना डिवचणं टाळलं जातं. नेपाळच्या अधिकृत भूमिकेनुसार ब्रिटिशांशी सन १८१६ मध्ये झालेल्या करारानुसार, काली नदीच्या पूर्वेकडील सर्व भाग नेपाळचा आहे. त्यात काला पानी, लिपुलेख हा सारा भाग येतो. हे अर्थातच भारतानं कधीच मान्य केलेलं नाही. ब्रिटिशांसोबतच्या नेपाळच्या करारात नेमकी सीमा कुठं सुरू होते आणि कुठं संपते याविषयी स्पष्टता नाही. याचा लाभ उठवण्याचा प्रयत्न नेपाळ करतो आहे. नेपाळचा या भागावर दावा असला तरी सन १९६२ च्या चीनयुद्धानंतर भारताचं लष्कर कायमस्वरूपी या भागात आहे. प्रत्यक्ष नियंत्रण भारतीय लष्कराचंच आहे. शिवाय, या भागातील लोक भारतीय निवडणुकांत दीर्घ काळ मतदान करत आहेत, तो सध्याच्या उत्तराखंडचा आणि पूर्वीच्या अखंड उत्तर प्रदेशाचा भाग आहेच. या स्थितीत प्रत्यक्ष सीमेवर काहीही फरक पडायची शक्यता नाही.

मात्र, या घडामोडी भारत-नेपाळ यांच्यातील ताणलेले संबंध दाखवणाऱ्या आहेत. नेपाळचं भारतावरचं अवलंबित्व अत्यंत स्पष्ट आहे. ती जागा आजही चीन घेऊ शकत नाही. मात्र, या देशावर असलेल्या पूर्ण प्रभावात आता चीनच्या रूपानं वाटेकरी तयार झाला आहे आणि त्या बळावर नेपाळचे पंतप्रधान भारताला आव्हान देण्याची भाषा करू शकतात. हा बदल भविष्यातील संबंधांत नवं वळण आणणारा, तसंच आपल्या नेपाळविषयक धोरणांचा नव्यानं विचार करायला लावणारा आहे. चीन आणि नेपाळ या दोन्ही देशांच्या सीमेवरच्या वादाचं स्वरूप, परिणाम आणि महत्त्व वेगळं असलं तरी भारताच्या सीमांवरची चिंता अधोरेखित करणारं आहे.

१५ गलवानचा चकवा...

परराष्ट्र धोरण, शेजारी देशांशी संबंध आणि संरक्षण सिद्धता हे देशांतर्गत कुरघोड्यांसाठी दाखवेगिरीचे मुद्दे नाहीत. ते अधिक गांभीर्यानं घ्यायचं प्रकरण आहे, याची लख्ख जाणीव लडाखमध्ये चीननं घुसखोरी करत दिलेल्या धक्क्यानं दिली आहे. चिनी सैन्यानं आतापर्यंत कधी ताबा नसलेल्या गलवानच्या भागात ठिय्या मारला आणि आता आता संघर्ष चिघळू नये यासाठी संवाद सुरू ठेवणं अनिवार्य बनतं आहे. गलवान खोरं चीनकडून बळाच्या वापरानं काढून घ्यायचं की संवादाच्या माध्यमांतून हे प्रकरण हाताळायचं हा पेच भारतापुढं आला आहे. हेतू साध्य झाल्यानंतर साळसूदपणे शांत बसायची चिनी वाटचाल पाहता शांततेची बोलणी पुढं सुरू ठेवता येतील. सरकार जशास तसं उत्तर द्यायला समर्थ असल्याचं वातावरण तयार केलं जाईल. 'चिनी वस्तूंवर बहिष्कार आणि आत्मनिर्भरते'च्या घोषणा अधिक उच्च रवात होतील. हे सारं करताना लडाखसह अरुणाचल, काश्मीर सीमेवरील सुरक्षा आणि आपल्या शेजारी छोट्या देशांना चीनच्या प्रभावापासून मुक्त ठेवण्याचं व्यापक धोरण आखणं, अमलात आणणं ही कसोटी असेल. सोबत इंडोपॅसिफिक भागातला प्रभाव वाढवणं आणि अमेरिकेच्या कह्यात न जाता चीनविरोधातील पाठिंब्यासाठी मोट बांधणं आवश्यक बनतं. हे शांतपणे करायचं काम आहे. हेडलाईन सजवण्यात दंग राहणारे हे भान दाखवतील काय?

लडाखमध्ये ज्या रीतीनं चीननं चकवा दिला तो धक्कादायक आहे. यातून भारतीय बाजूनं अनेक त्रुटींचं दर्शन झालं आहे. एका कर्नलसह २० जवान हुतात्मा होणं किंवा ७६ जवान जखमी होणं आणि दहा जणांना चीननं ताब्यात घेणं हे सारंच संतापजनक आहे. चीननं पाठीत खंजीर खुपसल्याची देशातील भावना आहे. चीन हे करू शकतो याचे पुरसे संकेत मिळत असताना भारतीय बाजूनं सरकार आणि सरकारी यंत्रणा, व्यूहनीती ठरवणारे नेमकं काय करत होते असा प्रश्न विचारला जातो, तो स्वाभाविक आहे. चीन दारात उभा असताना लष्कराच्या आणि सरकारच्या पाठीशी देशानं ठामपणे उभं राहायला हवं यात शंकाच नाही. ती आपली परंपराही आहे. त्याचबरोबर जे चुकल्याचं दिसतं त्याबद्दल प्रश्न केले जाणारच, तीही लोकशाही समाज म्हणून आपली जबाबदारी आहे. या संकटाला तोंड देताना आपल्याकडं संतापाच्या प्रतिक्रियांचा महापूर आहे. तो स्वाभाविक असला तरी चीनसारख्या थंड डोक्यानं उद्दिष्टं साध्य करण्यासाठी चिवटपणे काम करणाऱ्या देशाच्या कलागतींना 'केवळ संताप' हे उत्तर असू शकत नाही. प्रतिक्रिया नव्हे तर प्रतिसाद ठरवायला हवा. चीन हा बलाढ्य असल्याच्या कितीही गप्पा मारत असला तरी सर्वंकष युद्ध चीनलाही परवडणारं नाही. साहजिकच, सीमेवरचा तणाव कमी करणं ही तातडीची गरज उरते. चीनच्या दृष्टीनं हवा तो संदेश देऊन झाला आहे. यापलीकडं युद्धात त्यांना रस असेल असं तूर्त तरी दिसत नाही. डोकलाममध्ये ७३ दिवसांच्या संघर्षानंतरही भारत मागं हटत नाही, हे दिसल्यावर चीननं सामंजस्याची भूमिका घेतली हे खरं आहे, तसंच मधल्या काळात या

भागात रस्तेबांधणीपासून सर्व प्रकारे आपला प्रभाव वाढवण्याचं सत्र सोडलेलं नाही. आताही घुसखोरी चीननं केली. मात्र, 'सैन्य दोन्ही बाजूंनी मागं घ्यावं,' अशा वाटाघाटी सुरू असल्याचं वृत्त येतं. पाठोपाठ चीन संपूर्ण गलवान खोऱ्यावर मालकी सांगतोय. हे चीनच्या भारतासोबतच्या संघर्षात दोन पावलं पुढं, एक पाऊल मागं घेत दीर्घकालीन उद्दिष्ट साध्य करण्यासाठीच्या वाटचालीशी सुसंगतच आहे. आता ज्या काही वाटाघाटी सुरू आहेत त्यांत गलवानवरचा हक्क चीन सोडणार काय हा मुद्दा आहे. तसं झालं नाही तर सैन्य मागं घेण्यासारखे उपचार म्हणजे, स्थिती चिघळू नये यासाठीची फक्त धूर्त चाल उरते. इथं भारतीय मुत्सद्देगिरी, सरकारच्या धोरणांची आणि कणखरतेची कसोटी आहे. 'जवानांचं बलिदान वाया जाणार नाही,' असं पंतप्रधान नरेंद्र मोदी यांनी सांगितलं आहे. हीच देशाची अपेक्षाही असेल. संघर्ष हाताबाहेर जाऊ न देता हे करणं आणि चीनसंदर्भात नवी मर्यादारेषा ठरवणं हे पुढचं आव्हान असेल.

चिमुकल्या शेजाऱ्यांना विश्वासात घ्या

भारत आणि चीनमधील प्रत्यक्ष नियंत्रणरेषेवर लडाखच्या परिसरात जे काही घडतं आहे ते अत्यंत गंभीर आहे याचा अंदाज, ज्या रीतीनं चीननं या भागात घुसखोरी केली त्यावरून आला होताच. सीमेवरील तणावाचं हे आणखी एक प्रकरण आहे आणि लष्करी अधिकाऱ्यांतील चर्चेतून त्यावर तोडगा निघेल हा समज, या आठवड्यात चीनचे सैनिक आणि आपले जवान एकमेकांना थेट भिडल्यानं, पार धुऊन निघाला आहे. चीनमधील सरकारी नियंत्रणातील माध्यमं नेहमीप्रमाणे कांगावा करत राहिली. 'भारतीय जवानांनीच सीमा ओलांडल्यानं हा संघर्ष झाला आणि हे प्रकार थांबवणं भारताच्या हिताचं आहे,' असा उपदेश ती करत राहिली. हा काही फार मोठा वाद नाही असं दाखवण्याचा आपल्याकडील सरकारचा सुरुवातीपासूनच प्रयत्न आहे. हा स्वप्रतिमेत अडकल्याचा परिणाम. आपला अवतार जगाला ठिकाण्यावर आणण्यासाठीच आहे असा समज एकदा तयार केला की त्याचंही एक जाळं बनतं. त्यातून सुटका कठीण असते. तसं सध्या या सरकारचं झालं आहे. चीननं घुसखोरी केली हे वास्तव आता पुरतं स्पष्ट झालं आहे. मात्र, ते मान्य करण्यानं आपल्या कणखरपणाच्या झुलीला बट्टा लागेल या समजातूनच सुरुवातीला सरकारी पातळीवर आकलनाची हाताळणी सुरू होती. देशातील राजकारणात आकलनाच्या स्पर्धेत विरोधकांवर सहज मात करण्याची किमया सध्याच्या सरकारच्या नायकांनी लीलया साधली. मात्र, इथं दोन सार्वभौम, त्यातही अण्वस्त्रसज्ज देशांतील संघर्षाचा मुद्दा आहे. भारत सन १९६२ चा राहिला नाही हे खरंच आहे; पण तसं नुसतं सांगून लडाखमधली स्थिती बदलत नाही. चीनही तेव्हाचा राहिलेला नाही. चीनची संरक्षणखर्चाची तरतूद भारताच्या चौपट आहे, तर उभयपक्षी व्यापारात चीन ५० अब्ज डॉलरनं नफ्यात आहे. चीननं कुठंही कुरापत काढली की आपल्याकडं ६२च्या युद्धाची आठवण निघते. ६२च्या युद्धात हरलेल्या नेहरूंनी भारताच्या उत्तर आणि पूर्व सीमेवरील चीनच्या प्रभावाचे माओप्रणित सारे इरादे धुळीला मिळवले

भारत -चीनची शस्त्रसज्जता

चीनचे आण्विक बॉम्बर

- *शियान एच - बॉम्बर*
- *शियान जेएच - फायटर बॉम्बर*
- *शेन्यांग जे - लढाई विमाने*

भेदक मारक क्षमता

- *सध्या चीनकडे असलेली एच- ही बॉम्बर विमाने भेदक मारक क्षमतेसाठी ओळखली जातात.*
- *सहा हजार किलोमीटरपर्यंत त्यांची मारकक्षमता असून सध्या लडाखपासून ही विमाने अवघ्या सहाशे किलोमीटर एवढ्या अंतरावर आहेत.*

भारतीय पिका मशीनगन बाबत

- *चार किमी अंतरापर्यंत मारा करण्याची क्षमता*
- *एक मिनिटात ६५० ते ८०० गोळ्या मारण्याची क्षमता*

भारतीय नाविक धोरण आणि चीन

- *१९९१ नंतर भारताने नौदलाचे अत्याधुनिकरण करायला प्रारंभ केला.*
- *इंडोनेशिया, थायलंड, सिंगापूर, मलेशिया या देशांशी सुरू झालेल्या सागरी व्यापाराने तसेच खाउजा धोरणामुळे भारताने नौदलाची ताकद वाढवली.*
- *भारत-अमेरिका संबंध सुधारले आणि १९९२ मध्ये मलबार सराव सुरू झाला.*
- *२००१ मध्ये अंदमान निकोबार या ठिकाणी भारतीय नौदलाचे महत्त्वपूर्ण तळ स्थापन झाले.*
- *२००४ मधील त्सुनामी आणि समुद्री चाचे यांच्याविरोधातील भारतीय नौदलाच्या कामगिरीची संपूर्ण जगाने दखल घेतली.*
- *२००८ मध्ये भारताने इंडियन नेव्हल सिमेअएमची सुरुवात केली व यात ऑस्ट्रेलिया, द. आशिया, प. आशिया, पूर्व आफ्रिका, आग्नेयकडील देश यांचा समावेश केला.*
- *२००८ पासून भारत, चीन, जपान या देशांच्या प्रगतीमुळे युरोपकडे केंद्रित होणारा व्यापार आशियाकडे सरकायला प्रारंभ झाला.*
- *व्यापारी महासत्तांचे हिंदी महासागर आणि प्रशांत महासागरावर लक्ष केंद्रित व्हायला सुरुवात झाली.*
- *अमेरिकेने इंडो-पॅसिफिक या प्रदेशाची निर्मिती करून नव्या सागरकेंद्रित नव्या व्यापारी धोरणांची सुरुवात केली.*
- *चीनने आपल्या नौदलाच्या सामर्थ्यात प्रचंड वाढ केली. नौदलाचे अत्याधुनिकरण केले.*

होते हेही वास्तव आहे. 'तिबेटच्या पंज्याची लडाख, नेपाळ, सिक्कीम, भूतान आणि अरुणाचल (तेव्हाचा नेफा) ही बोटं आहेत,' ही माओकालीन मांडणी होती. तसा नकाशा चीनमध्ये शिकवला जायचा. यतील तिबेट वगळता कुठंच चीनला यश मिळू न देण्याचं धोरण भारतानं प्रत्यक्षात आणलं होतं. त्यासाठी सीमावर्ती भागात लवचिकता ठेवावी लागते आणि चिमुकल्या शेजाऱ्यांना विश्वासात घ्यावं लागतं.

हे गाफील राहिल्याचंच लक्षण

आताच्या संघर्षात चीननं नव्या प्रदेशात आपले पाय रोवायचे हे पक्कं केलेलं दिसत आहे. सुमारे पाच दशकांची 'जैसे थे' स्थिती बदलण्यासाठी बळाचा वापर, प्रसंगी हिंसक वापर, करायला चीन तयार आहे. बोलणी सुरू असताना झालेला हिंसक संघर्ष चीनची मानसिकताच दाखवतो. लडाखमध्ये चिनी फौजेचं अस्तित्व समोर आल्यानंतर, संवादानं हा प्रश्न सोडवावा, असे प्रयत्न सुरू झाले. खरं तर चीनचा पवित्रा पाहता असा संवाद सर्वोच्च पातळीवरच व्हायला हवा होता. मात्र, उभय बाजूंनी लष्करी कमांडरांवर ही जबाबदारी सोपवली. यात प्रगती होते आहे, दोन्ही बाजूंनी सैन्य मागं घेतलं जात आहे, असं सांगितलं जात असतानाच चीननं हल्ला केला. तो सुरू असलेल्या शांतता बोलण्यावरच प्रश्नचिन्ह तयार करणारा होता. दोनच दिवसांपूर्वी भारताचे लष्करप्रमुख 'स्थिती पूर्ण नियंत्रणात आहे,' असं सांगत होते. मग दोन दिवसांत असं काय घडलं हे सरकारनं सांगितलं पाहिजे. जे घडलं त्याची पूर्वकल्पना न येणं हे पुन्हा गाफील राहिल्याचंच लक्षण. खरं तर या भागात सततची गस्त घातली जाते. लडाखच्या ज्या भागात आताचा संघर्ष झाला तिथला बराचसा भाग दोन्हीकडून आपलाच असल्याचा दावा केला जातो. उभय बाजूंनी गस्त असते. यात दोन्हीकडचे जवान एकमेकांसमोर आले तर काय करायचं याची प्रक्रिया सन १९९३च्या करारानं ठरवून दिली आहे. या स्थितीत ज्या प्रकारचं साहस चिनी सैन्यानं केलं त्यासाठी किमान काही महिन्यांची तयारी आवश्यक असते. ते समजलं कसं नाही हा मुद्दा आहे.

कोविडपश्चात जगात बळाचा उघड वापर

या वेळचा संघर्ष, उभय बाजूंनी जीवितहानी

भारत-चीन देशातील महत्त्वपूर्ण ३ करारांचा गलवानमध्ये चीनकडून भंग

भारत-चीन प्रत्यक्ष नियंत्रण रेषेवर लडाख क्षेत्रात दशकानुदशकांपासूनची जैसे-थे स्थिती बदलण्याचे ठोस प्रयत्न चीन सातत्याने करत आला आहे. १९९३ मध्ये चीनशी सीमेवर शस्त्र वापरासंबंधीचा करार करण्यात आला होता. यानुसार तेथे शस्त्र वापरले जाणार नाहीत असे नमूद असताना चीनने या कराराचा भंग केला. गलवान खोऱ्यात झालेल्या चिनी हल्ल्यावेळी भारतीय जवानांकडे शस्त्रे होती. परंतु, भारतीय सैनिक त्याचा वापर करू शकत नव्हते, अशी माहिती परराष्ट्र मंत्री एस. जयशंकर यांनी दिली. तसेच या संपूर्ण घटनेत चीनने १९९६, २०१३ या इतर २ करारांचा देखील भंग केला.

झाली तरी एकही गोळी झाडली गेलेली नाही, असाच आहे. तरीही तो सन १९७५ नंतरचा सर्वात गंभीरही आहे. यात चीनला आताच अशी घुसखोरी का करावीशी वाटली हा एक चर्चेचा मुद्दा आहे. चीनला भारताचा जागतिक पातळीवरचा उदय सहन होणार नाही, त्यात जमेल तिथं अडथळे आणण्याचा उद्योग हा देश करत राहील हे उघड आहे. मात्र, मागच्या काही काळात चीनचे भारताविषयीचे आक्षेप वाढते आहेत, खासकरून अमेरिकेशी सलगी चीनला खुपणारी आहे. चीनच्या सरकारी माध्यमांतून जे व्यक्त होतं ती तिथली अधिकृत भूमिकाच मानली जाते. तीतून सातत्यानं याविषयी टीकेचा सूर लावल्याचं दिसतं. जम्मू आणि काश्मीर राज्यातील 'जैसे थे' स्थितीला छेद देणारे निर्णय भारतानं घेतले. ते केवळ पाकिस्तानच्या दोस्तीपायी चीनला खुपणारे होते असं नाही, तर ते घेताना 'जम्मू आणि काश्मीरसोबत अक्साई चीनही याच राज्याचा भाग आहे, जे आता आपल्या ताब्यात नाही, ते घेताना मरण आलं तरी बेहत्तर' अशी त्या दिवशीची हेडलाईन सजवणारी भाषा केंद्रीय गृहमंत्र्यांनी संसदेत वापरली. भारतानं संपूर्ण जम्मू-काश्मीर राज्य घ्यावं या भावनेत नवं काही नाही. ते जेव्हा शक्य आहे तेव्हा अवश्य करावंही. मात्र, त्याचा जाहीर उच्चार अकारण चीनचं लक्ष वेधणारा होता. जाहीरपणे यावर बोलायचंच तर त्यावरची चीनची सहज अंदाज घेण्यासारखी प्रतिक्रिया लक्षात घेऊन सीमेवर तयारीही करायला हवी. याचं कारण, हा भाग चीनच्या ताब्यात आहे. इतकंच नव्हे तर, चीनची खूप मोठी गुंतवणूक या साऱ्या परिसरातून जाते आहे. त्यावर गंडांतर येऊ शकणारी धूसर शक्यताही चीन गांभीर्यानं घेतो आहे आणि आता यापूर्वी कधीही न केलेला दावा चीन करू लागला आहे व तो म्हणजे 'सारं गलवान खोरंच आमचं आहे,' असं चीन म्हणतो आहे. 'तिथली भारतीय सैन्याची उपस्थिती बेकायदा आहे,' असं सांगत आताच्या संघर्षात भारतीय सैन्याला घुसखोर ठरवण्यातली चीनची आक्रमकता लपणारी नाही. दोन परराष्ट्रमंत्र्यांच्या संवादातही 'भारतानं या प्रकाराची तपासणी करावी आणि दोषींना शासन करावं,' असं चीनकडून सुचवलं गेलं आहे. हे 'चोराच्या उलट्या...' या थाटाचंच असलं तरी चिनी इरादे दाखवणारंही आहे. भारताची अमेरिकेशी सलगी चीनला खुपते आहे. यावरही चिनी माध्यमांनी सतत बोट ठेवलं होतं. भारतासह जपान, ऑस्ट्रेलिया आणि अमेरिकेच्या सहयोगातून साकारणारं नवं समीकरण चीनसाठी इंडोपॅसिफिक समुद्रातलं चीनविरोधी एकत्रीकरण वाटतं. चीनचा समावेश असलेल्या 'जी-२०' गटाचं महत्त्व कमी करून 'जी ७'मध्ये भारत, रशिया आदी देशांना निमंत्रित करण्याची अमेरिकी चालही चीनला याच घडामोडींचा भाग वाटते. आर्थिक ताकदीच्या बळावर अनेक देशांत गुंतवणूक करून प्रभावक्षेत्र वाढवायचं, दुसरीकडं सन २०४९पर्यंत जगातील सर्वात शक्तिशाली सैन्यदल उभं करण्याची तयारी हे चीनच्या जागतिक नेतृत्वाच्या महत्त्वाकांक्षा दाखवणारं आहे. त्याआड येणाऱ्या बाबींकडं चीन कसं पाहतो यासाठीही हे धक्कातंत्र अवलंबलं गेलं असण्याची शक्यता सांगितली जाते. याचं कारण, याच वेळेस चीन तैवानसोबतचं भांडण उकरून काढतो आहे...

चिनी सेवा, वस्तूंवरील बंदी

- *चीनच्या अलीकडील कृत्यांचा भारतात मोठ्या प्रमाणावर निषेध होतो आहे. चीनमध्ये उत्पादित होणाऱ्या वस्तूंवर बहिष्कार घालण्याची मागणी देशातच नव्हे, विदेशातही वाढू लागली आहे. त्यालाच प्रतिसाद देत भारत सरकारने २९ जून रोजी ५९ चिनी मोबाईल अनुप्रयोगांवर (Mobile Applications) भारतात बंदी घातली. यात देशभरात १२ कोटी युजर्स असलेल्या टिकटॉक आणि युसी ब्राऊझरसारख्या मोठ्या मोबाईल अनुप्रयोगांचाही समावेश आहे. केंद्रीय माहिती प्रसारण खात्याने माहिती तंत्रज्ञान कायद्याच्या 'अनुच्छेद ६९अ'अंतर्गत हा निर्णय घेतला आहे.*
- *देशभरात अनेक ठिकाणी चीनमध्ये उत्पादित वस्तूंवर बहिष्कार टाकावा यासाठी आंदोलनेही करण्यात आली आणि अद्याप सुरू आहेत.*
- *रेल्वे आणि दूरसंचार मंत्रालयाने भविष्यात चीनकडून होणारी आयात कमी करण्यासाठी पावले उचलली आहेत.*
- *अखिल भारतीय व्यापार परिसंघाने (CAIT : Confederation of All India Traders) बहिष्कार टाकण्यात येईल अशा चीनमध्ये उत्पादित ५०० हून अधिक वस्तूंची यादीच तयार करण्याचे ठरवले आहे. ही यादी ११ नोव्हेंबरपर्यंत पूर्ण होईल.*
- *कॅटने एक योजना तयार केली असून, त्यांनी संपूर्ण देशातील सदस्यांना एक पत्र दिले आहे. या पत्रात कॅटने सर्व राज्यातील आणि अन्य मुख्य व्यापारी संघटना यांना सल्ला दिला आहे की, त्यांनी फक्त भारतीय वस्तू निर्मिती करणाऱ्यांकडून वस्तू विकत घ्याव्यात. यात महिला उद्योग, स्टार्टअप आदींचा समावेश आहे.*
- *चीनचे सरकारी अधिपत्याखालील वृत्तपत्र ग्लोबल टाइम्सच्या बातमीनुसार, भारत चीनमधून ४२ अब्ज डॉलरचे सोलर मोड्युल्ड आयात करतो. भारतीय वीज कंपन्यांमध्ये चीननिर्मित अनेक उपकरणे वापरण्यात येतात. त्यामुळे चीनवर बहिष्कार घालणे सोपे नसल्याचा दावा या वृत्तपत्राने केला आहे.*
- *आता चिनी कंपन्यांनी बनवलेल्या टीव्ही, फ्रीज आणि एसींवरही भारतात बंदी येण्याची शक्यता आहे. 'Huawei' सारख्या चिनी कंपन्यांच्या उपकरणांवर भारतात बंदी येण्याची शक्यता आहे. त्याचसोबत, येऊ घातलेल्या ५जी स्पेक्ट्रमचे टेंडर ज्या चिनी कंपन्यांना देण्यात आले आहे, तेही रद्द करण्याच्या हालचाली भारताने सुरू केल्या आहेत.*

हाँगकाँगवर पकड घट्ट करतो आहे...कोरोनाप्रसाराचा तपास व्हावा म्हणणाऱ्या ऑस्ट्रेलियातून आयातीवर जबर कर लावतो आहे...दक्षिण चिनी समुद्रात ताकद दखवतो आहे...व्हिएतनाम-मलेशियालगत आरमार आणतो आहे...जपानी मासेमारी बोटींना उभय देश दावा करत असलेल्या टापूत प्रतिबंध करतो आहे...डेंग यांच्यापासून शांतपणे बळ वाढवण्याचं धोरण असलेला चीन कोविडपश्चात जगात बळाचा उद्दड वापर करण्याकडं झुकेल याची ही लक्षणं. ती भारताला तापदायक आहेतच; पण जगाच्या होऊ घातलेल्या फेरमांडणीतही उलथापालथी घडवणारी ठरवू शकतात.

प्रचंड मजल मारावी लागेल

चीनची प्रगती जगाच्या उपभोगावर प्रामुख्यानं अवलंबून आहे. पाश्चात्य जग असो की भारत किंवा अगदी आफ्रिकन देश असोत, तिथं हवं ते स्वस्तात उत्पादन करून देणं हे चिनी वैशिष्ट्य. ते पाश्चात्य भांडवलदारी मॉडेलसाठी सोईचं म्हणूनच चीनची आर्थिक प्रगती जगानं सहर्ष स्वीकारली. ती स्वीकारताना कदाचित समृद्ध होत जाणारा चीन आपोआपच अधिकाधिक मुक्ततेकडं, लोकशाहीकडं वळेल असाही एक भाबडा आशावाद होता. तो

चिनी राज्यकर्त्यांनी आपली पोलादी पकड कायम ठेवत फोल ठरवला. आर्थिक प्रगतीचा लाभ घेत शी जिनपिंग यांच्या उदयानंतर चिनी पद्धतीचं प्रशासनाचं मॉडेल पसरवण्याची भाषा सुरू झाली. मधल्या काळात चीन-अमेरिकेच्या सहयोगातून जगाची भरभराट होईल अशी 'चिमेरिका' नवाची कल्पना मांडली जात होती. आपल्याकडंही 'चिन्डिया' नावाची कल्पना, दोन्ही देश भविष्यातील जगाचे नायक म्हणून उभे राहतील, या आशावादासह अशीच मांडली जात होती. वास्तवाच्या खडकावर या कल्पनांचा कपाळमोक्ष झाल्यात जमा आहे. याचं कारण, चीन आपले कोणतेच आग्रह सोडत नाही. भारताच्या सीमेवर घडतं आहे ते याचंच निदर्शक आहे.

लडाखमधील तणावाचा पेच सहजी संपणारा नाही. चीननं अत्यंत हुशारीनं हे जाळं विणलं आहे. मोदी सरकारला आणि गुप्तचर यंत्रणांना या हालचालींचा सुगावा का लागला नाही यावर प्रश्न विचारता येतील, विचारले पाहिजेत. मोदी यांनीच यापूर्वी कणखरतेसाठी दिलेल्या घोषणांची आठवण करून दिली जाणं स्वाभाविक आहे. 'घुस के मारेंगे' हा आमचा सिद्धांत आहे,' असं सांगणारे मोदी आणि अक्साई चीनविषयीच्या शहा यांच्या वक्तव्यांची आठवण करून देता येईल. मात्र, विरोधातले मोदी-शहा- राजनाथसिंह जे उपाय सुचवत होते, ते आता त्यांनी सत्तेवर असताना अवलंबावेत असं सांगण्यात अर्थ नाही. विरोधात आक्रस्ताळेपणाही खपून जातो; पण देश चालवताना तो कायम टिकणार नसतो; किंबहुना सरकार हा मामला शांतपणे निस्तरू पाहत आहे. त्याला अन्य पर्यायही नाही हे समजून घ्यावं लागेल. याचं कारण, भारत आणि चीनमधील सीमावाद लष्करी कारवाईनं संपवावा हे शक्यतेच्या कोटीतलं सध्या तरी नाही. भारत आणि चीनची स्पर्धा 'विरोध आणि सहकार्य' यांची सांगड घालत पुढं चालवत राहावी लागेल. साहजिकच, 'पाकिस्तानशी चर्चाच करणार नाही,' हा लोकप्रिय पवित्रा घेता आला. परवडलाही. तसा तो चीनबाबत घेता येत नाही. चीननं भारतीय हद्दीत घुसून 'गलवान खोरं आमचंच' म्हणून दावा केला तरी 'चर्चा नाही' किंवा 'सर्जिकल स्ट्राइक' यांसारखे पर्याय उरत नाहीत. भारत-चीन दरम्यानची सीमावादावरची चर्चा हे जगातलं कदाचित सर्वाधिक काळ चाललेलं गुन्हाळ असू शकतं; पण त्याला पर्याय काय? आपले आग्रह कायम ठेवून सहअस्तित्व टिकवण्याचे प्रयत्न हाच मार्ग उरतो. तो 'घुस के मारो'वाद्यांना रुचणारा नसेलही. मात्र, चीनला निर्णायकरीत्या भिडायचं असेल तर आर्थिक आणि लष्करी आघाडीवर प्रचंड मजल मारणं ही पूर्वअट ठरते. शिवाय, अशा संघर्षात प्रत्यक्ष-अप्रत्यक्ष मदत होईल असे जागतिक संबध तयार करावे लागतात. हे स्वप्रतिमा चमकवणाऱ्या इव्हेंटमधून होत नाही. तूर्त इतका धडाही खूप झाला.

व्यापार, गुंतवणूक आणि बाजारपेठेचे राजकारण आणि चिनी वस्तूंवरील बहिष्कार व्यापार, गुंतवणूक आणि बाजारपेठेबाबत एक मत प्रवाह आर्थिक विश्लेषणाची बाजू मांडताना दिसोत. या मत प्रवाहानुसार चीनने भारतात कोट्यवधी डॉलर्सची गुंतवणूक केली आहे. त्यातून भारतात लाखो तरुणांना रोजगार मिळाला आहे तसेच भविष्यात मिळण्याची शक्यता आहे. भारतातील अनेक उद्योजकांच्या 'स्टार्टअप'मध्ये चीनची मोठी गुंतवणूक आहे. सामान्य हातगाडीवाले आणि दुकानदार यांची रोजीरोटी चिनी वस्तूंच्या बहिष्काराच्या भूमिकेमुळे धोक्यात आली आहे. आर्थिक विश्लेषकांच्या मते हा बहिष्कार टिकला तर चीनच्या भारतातील गुंतवणुकीवर मोठा परिणाम होईल. ढासळत चाललेल्या भारतीय अर्थव्यवस्थेसाठी चीनची गुंतवणूक महत्त्वाची आहे. भारताची चीनकडून होणारी आयात कमी झाली आहे. चीनने दूरदृष्टीने स्थानिक पातळीवर बाजारपेठा उपलब्ध करण्यावर व सेवा वाढविण्यावर भर दिला आहे.

१६ नेहरू आणि मोदी : तेच ते आणि तेच ते

चीनची काही व्यूहात्मक उद्दिष्टं आहेत. 'मिडल किंगडम' म्हणून ओळखला जाणारा चीन जगाच्या व्यवहारात केंद्रस्थानी आणायचा म्हणजे निर्विवाद महासत्ता बनायचं हे यातलं एक उद्दिष्ट. त्यासाठी आशियातील निर्विवाद ताकद बनणं अनिवार्य. त्यासाठी आशियात स्पर्धक असलेल्या भारताला अधूनमधून सामर्थ्याची जाणीव करून देणं हा या रणनीतीचा भाग बनतो. यात चीनसोबतच्या वादात अन्य कुणी भारताच्या साथीला येऊ शकत नाही हे चीनला दाखवायचं असतं, तसंच भारतासोबत चीनविरोधात समीकरणं जमवू पाहणाऱ्यांनाही इशारा द्यायचा असतो. 'सोईच्या जागी, सोईच्या वेळी वार करून शांत बसायचं' हे धोरणसूत्र त्या व्यापक व्यूहनीतीचाच एक भाग आहे. गलवान खोऱ्यातच सन १९६२च्या युद्धापूर्वी चिनी घुसखोर सैन्यानं सन १९५९मध्ये भारतीय तुकडीवर हल्ला केला होता. त्यात १० जवान हुतात्मा झाले होते आणि सात जणांना चीननं पकडलं होतं. चीनशी मैत्रीचा नेहरूकालीन भ्रम दूर होण्यातला तो एक टप्पा होता. हिंदी-चिनी भाईचाऱ्याचे नारे गलवानच्या थंडगार पाण्यात वाहून गेले होते. आता नरेंद्र मोदी-शी जिनपिंग यांच्या अनौपचारिक भेटीतलं गाजावाजा झालेलं 'वुहान स्पिरिट'ही गलवानच्या पात्रात गोठलं आहे. पेच तोच आहे. 'नेहरू चुकलेच,' यावर श्रद्धा असणारे हा पेच कसा हाताळणार, हा मुद्दा आहे. इतिहासाची तशीच पुनरावृत्ती होत नसते. मात्र, काही साम्यस्थळं जरूर सापडतात. त्यातून काही शिकणार काय?

सन १९६२च्या युद्धानंतर पहिले पंतप्रधान जवाहरलाल नेहरू यांनी एका मुलाखतीत चीनच्या आक्रमकतेचं निदान केलं होतं. त्यांच्या मते, चीनमध्ये श्रेष्ठत्वाचा एक गंड आहे. 'आशियात आपण सर्वश्रेष्ठ आहोत' असं त्या देशाला ठसवायचं आहे. अर्थात्, हे नेहरूंचं युद्धानंतरचं मत होतं. तोवर नेहरूही चीनमध्ये आपलं स्वागत कसं झालं यानं भारावलेले होतेच. ते स्वागत म्हणजे दोन देशांतील उत्तम संबंधांचा पुरावा असं त्यांना वाटत होतंच. नेहरू सांगतात तो श्रेष्ठत्वगंड तर चीनमध्ये आहेच, शिवाय चीनची काही व्यूहात्मक उद्दिष्टंही आहेत. 'मिडल किंगडम' म्हणून ओळखला जाणारा चीन जगाच्या व्यवहारात केंद्रस्थानी आणायचा म्हणजे निर्विवाद महासत्ता बनायचं हे यातलं एक उद्दिष्ट. त्यासाठी आशियातील निर्विवाद ताकद बनणं अनिवार्य. त्यासाठी आशियात स्पर्धक असलेल्या भारताला अधूनमधून सामर्थ्याची जाणीव करून देणं हा या रणनीतीचा भाग बनतो. यात चीनसोबतच्या वादात अन्य कुणी भारताच्या साथीला येऊ शकत नाही हे चीनला दाखवायचं असतं, तसंच भारतासोबत चीनविरोधात समीकरणं जमवू पाहणाऱ्यांनाही इशारा द्यायचा असतो. 'सोईच्या जागी, सोईच्या वेळी वार करून शांत बसायचं' हे धोरणसूत्र त्या व्यापक व्यूहनीतीचाच एक भाग आहे. ६२च्या युद्धाच्या वेळी, हेन्री किसिंजर यांच्या आठवणीनुसार, माओंनी त्यांच्या लष्करी नेतृत्वाला 'सततच्या शत्रुत्वानं चीन आणि भारत दोन्ही संपत नाहीत. मात्र, चीननं बळाचा वापर करून भारताला

झटका देणं हाच भारताला चर्चेला भाग पाडण्याचा आणि पुढं दीर्घ काळ शांतता ठेवण्याचा मार्ग आहे,' असं सांगितलं होतं. चीनच्या दीर्घकालीन उद्दिष्टाकडं जाण्याच्या वाटचालीत मध्ये संघर्षरहित अवकाश हवा असतो. ६२च्या युद्धात चीननं धक्कातंत्र अवलंबलं. झटपट हालचाली करून पुरेशी तयारी नसलेल्या सैन्याला आणि परिणामकारक धोरण ठरवता न आलेल्या राजकीय नेतृत्वाला झटका दिला. तो देताना 'शांतता नांदेल; पण आमच्या अटींवर आणि आम्हाला हवी तिथवरच,' असा संदेशही दिला गेला. आताही चीन तेच करू पाहतो आहे.

ते धाडसी बुद्धिमंत आणि हे पोरकट?

माओ आणि झाऊ एन लाय यांच्यावरचा अतिविश्वास नेहरूंना 'चीन आक्रमण करणं शक्य नाही,' या घोर गैरसमजात घेऊन गेला. याचीच पुनरावृत्ती मोदींच्या बाबतीत झाली आहे. ज्या शी जिनपिंग यांच्यासोबतच्या त्यांच्या कथित केमिस्ट्रीच्या चर्चा रंगवल्या गेल्या, ते कधी धोका देतील, अशी शंका आली नाही. 'मोदींशी आपलं कसं आगळं नातं आहे,' असं जिनपिंग यांनी सांगितलं असल्याचं मोदींनी एका प्रचारसभेत खास मोदीशैलीत ऐकवलं होतं. ह्युएन त्संग हा चीनमधला प्रख्यात बुद्धिमंत जेव्हा भारतात आला होता तेव्हा त्यानं भेट दिली होती मोदींच्या वडनगरला आणि तो परतला ते जिनपिंग यांच्या शिआन गावाला, हे जिनपिंग यांनी कसं सांगितलं याच्या कहाण्याही मोदी यांनी प्रचारात आणल्या. चीनच्या राजधानीबाहेर केवळ मोदी यांचंच दोन वेळा स्वागत जिनपिंग यांनी केलं, हे कितीतरी अभिमानानं मोदी सांगत होते. हा दोघांतला बंधुभाव 'हिंदी-चिनी भाई भाई' या नाऱ्यापेक्षा काय वेगळा होता? ते मुख्यमंत्री असतानाही चीनमधील विद्यापीठांशी गुजरातच्या समन्वयाबद्दल असचं सांगत होते. हे त्यांच्या चीनविषयीच्या आकर्षणाचं निदर्शक. आपल्याविषयी हवं ते आकलन तयार करण्याची कला साधलेल्या मोदींचं चीनविषयीचं आकलन चुकलं हे कितीही झोंबणारं असलं तरी ते वास्तव आहे. देशातील निर्विवाद लोकप्रिय असलेल्या नेहरूंचा अंदाज चुकला होता तेव्हाही 'ते चुकलेच कसे' हे झोंबणारं वास्तव होतं, तसंच ते आताही आहे. नेहरूंना त्या वेळी प्रचंड टीकेला सामोरं जावं लागलं होतं, तेव्हा 'नेहरूंचं चीनधोरण चुकलं ते त्यांच्या दुर्लक्षामुळं की घाबरटपणामुळं' असा घणाघात दीनदयाळ उपाध्याय यांनी केला होता. नेहरूंवर ते दुबळे असल्याची आणि व्यवहारतः शरण गेल्याची टीकाही त्यांनी केली होती. त्यांचं हे सारं लिखाण सन १९५९ मधील, म्हणजे प्रत्यक्ष युद्धापूर्वीचं आहे. असे आक्षेप घेणारे उपाध्याय जर दूरदृष्टीचे, द्रष्टे आणि सत्तेला प्रश्न करणारे धाडसी बुद्धिमंत ठरत असतील तर, मोदी शरण गेल्याची टीका करणारे, त्यासाठी सध्याच्या काळानुसार 'सरेंडर मोदी' असा ट्रेंड चालवणारे पोरकट कसे ठरतात? संबित पात्रावर्गीय मंडळींना या कामाला जुंपून लक्ष वळवण्याचे उद्योग करता येतील, माध्यमांतील नॅरेटिव्हवरही नियंत्रण ठेवता येईल; पण इतिहासात गलवानची घुसखोरी मोदींच्या फसलेल्या चीनविषयक धोरणाचा दाखला देत राहील. व्यक्तिगत संबंध आणि देशांची दीर्घकालीन धोरणं, उद्दिष्टं, त्यासाठीची व्यूहनीती यांची गल्लत करायचं कारण नाही, हा धडा गलवाननं दिला आहे. चीनच्या शीर्षस्थ नेतृत्वाशी वैयक्तिक सुमधुर संबंध ठेवल्यानं दोन देशांतही असेच संबंध राहतील हा गैरसमज नेहरू आणि मोदी दोघांनाही भोवला.

प्रतिमाव्यवस्थापनापलीकडं पाहणार की नाही?

पूर्व लडाखमधील गलवान खोऱ्यात चिनी सैन्यानं आक्रमण केलं. या घुसखोरांशी लढताना २० भारतीय जवानांना वीरमरण आलं हे वास्तव. ते कितीही झाकलं तरी याचा अंदाज सरकारला, पंतप्रधानांना का आला नाही या प्रश्नापासून सुटका नाही. पंतप्रधान नरेंद्र मोदींच्या कार्यकाळात पहिल्यांदाच आकलनाच्या युद्धात मोदी हे

देशाच्या सीमा सुरक्षित ठेवण्यात गडबडले असा ठपका ठेवणारी स्थिती आली आहे. हा कथित कचखरपणाला बट्टा आहेच; पण आंतरराष्ट्रीय राजकारण समजून घेण्याच्या क्षमतेवरही हे प्रश्नचिन्ह उपस्थित करणारं आहे. ज्या पंडित नेहरूंना शिव्या घालणं, देशातील बहुतांश प्रश्नांसाठी त्यांना जबाबदार धरणं हा भाजपचा आवडता छंद आहे, त्या नेहरूंना चिनी इराद्यांची निश्चित कल्पना आली नाही, त्याचीच पुनरावृत्ती करणारी वाटचाल किमान गलवानसंदर्भात मोदी यांच्याकडून झाली. नेहरूंशी अशी तुलना मोदी यांच्या समर्थकांना सलणारी असेल; पण ६२च्या युद्धापूर्वी चीनच्या गळ्यात गळे घालण्यातील नेहरूंचा उत्साह आणि मोदी यांचे जिनपिंग यांच्यासोबतचे झोके यांतील साम्य लपणारं नाही आणि अचानक 'जैसे थे' स्थितीला छेद देत हवं ते करून पुन्हा शांततेचा राग आळवण्याची नीती माओ ते जिनपिंग अशी कायम आहे. चीनशी जमेल तेवढी मैत्री ठेवण्याखेरीज मोदी यांच्यासमोर पर्याय तरी कोणता होता असा युक्तिवाद आता केला जातो आहे. त्यात तथ्य जरूर आहे. मात्र, मैत्री करताना या देशाकडून कधीही दगा होऊ शकतो, त्याचीही तयारी हवी इतकं भान ठेवायला काय हरकत होती?

डोकलाममधील संघर्षानंतर चीनचे अध्यक्ष कितीही गोड बोलले तरी देश म्हणून त्यांच्या वाटचालीची दिशा निश्चित आहे. तीत भारताचं स्थान दुय्यम आहे हे स्पष्ट दिसत होतंच. त्याला तोंड देणारी तयारी नको का करायला? सध्याच्या सरकारमध्ये एकाहून एक 'चाणक्याचे वारसदार' असताना अशी गफलत झालीच कशी हा मुद्दा आहे. पाकिस्तानच्या धोक्याबद्दल जितकी जागरूकता दाखवली जाते तितकी चीनबाबत नव्हती हे तर उघडच आहे. पाकला झोडपणं देशांतर्गत राजकारणातही तुलनेत सोईचं असतं. तिथं आक्रमक होणंही परवडणारं असतं. चीनचाही धोका असू शकतो हे सरकारला कळलंच नाही असं म्हणायला जागा नाही. याचं कारण, संरक्षणधोरणात आणि परराष्ट्रधोरणात ज्या मंडळींची या सरकारच्या काळात चलती आहे त्या साऱ्यांनी कधी ना कधी 'दोन आघाड्यांवर युद्धाला आपण सज्ज आहोत,' असं सांगितलं होतं. पहिले सरसेनाध्यक्ष बनलेले बिपीन रावत यांनी लष्करप्रमुख असतानाच 'अडीच आघाड्यांवर युद्धालाही तयार आहोत,' असं सांगितलं होतं. राष्ट्रीय सुरक्षा सल्लागारांचा तर, ते या पदावर नव्हते तेव्हापासूनच, 'दोन आघाड्यांवर लढायची तयारी ठेवलीच पाहिजे,' असा आग्रह होता. शिवाय, ऑफेन्सिव्ह डिफेन्सचं त्यांचं तत्त्व प्रसिद्ध आहेच. परराष्ट्रमंत्री जयशंकर हे परराष्ट्र सचिवही होते. ते चीनसंदर्भातील तज्ज्ञ मानले जातात. म्हणजेच सरकारी धोरणं ठरवण्यात महत्त्वाची भूमिका असणाऱ्यांना चीनसोबत संघर्षाची तयारी हवी याची जाणीव होती. प्रत्यक्ष संघर्ष झाला तेव्हा ती तयारी का दिसली नाही हा मुद्दा आहे. हे सरकार सातत्यानं एक गोष्ट सांगतं की 'लष्कराला कारवाईची मुभा दिली आहे, शत्रूशी कसं लढायचं हे त्यानं ठरवावं, त्याआधी लष्कराचे हात बांधल्यानं घुसखोरी सहन करावी लागत होती.' मोदी सरकारनं - ज्याला हिंदी माध्यमं 'खुली छूट' असं म्हणतात - ती 'खुली छूट' देऊन टाकली आहे. असं असेल तर मृत्यूच्या दारात लढावं लागलेले गलवानमधील जवान हत्यारं का वापरू शकले नाहीत? याचं उत्तर याच सरकारनं द्यायला नको काय? हा प्रश्नही एवढ्याचसाठी की 'या जवानांकडं हत्यारं होती,' असं परराष्ट्रमंत्र्यांनी सूचित केलं आहे. चीनसोबतच्या करारांनुसार त्यांचा वापर केला नाही असं त्यांच्या सांगण्याचं तात्पर्य. मग लष्कराला कसली 'खुली छूट' दिली होती? आता सगळं घडून गेल्यावर पुन्हा 'खुली छूट' दिल्याच्या हेडलाईन सजल्या. यात काही विसंगती कशी दिसत नाही? आता अशी मोकळीक दिली तर आधी काय केलं होतं? कधीतरी प्रतिमाव्यवस्थापनापलीकडं हे सरकार पाहणार की नाही?

पाकिस्तानला झोडपताना चीनसोबत सौहार्दाचे संबंध ठेवणं ही रणनीती असू शकते आणि त्यासाठी

पंतप्रधानांनी तब्बल पाच वेळा चीनला भेटी दिल्या., १८ वेळा चीनच्या अध्यक्षांशी चर्चा केली, असंही म्हणता येऊ शकतं. मात्र, चिनी दोस्तीचं आकर्षण मोदींना नेहरूंसारखंच महागात पडलं हे गलवाननं अधोरेखित केलेलं वास्तव आहे. नेहरूंच्या काळात कृष्ण मेनन यांच्यासारख्यांनी धोका असलाच तर पाककडून, चीनकडून नव्हे,' ही मांडणी सतत केली होती. नेहरू याच मांडणीच्या बाजूचे होते. प्रत्यक्ष चीननं विश्वासघात करून युद्धात भारतीय प्रदेश बळकवायला सुरुवात करेपर्यंत, चीन आक्रमण

भारतीय नेतृत्व आणि चीन

चीनची परंपरा व संस्कृती खूप जुनी असून त्यात सह अस्तित्व, कन्फ्युशिअस यांचा मानवतावाद आणि मूल्याधिष्ठित राजकारण या बाबींचा समावेश होतो. मात्र या महत्त्वपूर्ण बाबी बाजूला ठेवत चीनने विस्तारवादावर भर दिला. या विस्तारवादाला चिंग व मिंग राजवटीत सुरुवात झाली आणि पुढे माओ त्से तुंग व चाउ एन लाय यांच्या कारकीर्दीत तो जोरकसपणे वाढला.

पंडित नेहरू : *शीतयुद्धाच्या काळात पंडित नेहरू आणि अमेरिकेचे अध्यक्ष केनेडी यांचे परस्पर संबंध उत्तम होते व नेहरूंचे अमेरिकेकडे झुकणे हे साम्यवादी चीनला मानवलेले नव्हते. १९६२च्या चीनबरोबरच्या युद्धात चीनने भारतावर आक्रमण केले तेव्हा नेहरूंनी अमेरिकेकडे हवाई मदतीची मागणी केली होती; पण अमेरिकेने मदत केली नाही.*

इंदिरा गांधी : *इंदिरा गांधी यांच्या कारकिर्दीत चीनने सिक्किममधील नाथू-ला येथे आक्रमण केले होते. त्यावेळी भारताने योग्य प्रतिउत्तर दिले.*

राजीव गांधी : *राजीव गांधी यांच्या कारकिर्दीत चीनने वांगडुंग-सुमडोरोंग चू, अरुणाचल प्रदेश येथे आक्रमण केले होते. या वेळी पुन्हा एकदा भारताने योग्य प्रत्युत्तर दिले व चीनने माघार घेतली.*

अटलबिहारी वाजपेयी : *अटलबिहारी वाजपेयी यांच्या कार्यकाळात (१९९८-२००४) भारत आणि चीन यांच्यात प्रत्यक्ष-अप्रत्यक्षपणे संबंध प्रस्थापित होण्यास पाच घटक कारणीभूत ठरले.*

१) १९९८ मध्ये भारताने केलेल्या अणुचाचण्या.

२) कारगिल युद्धानंतर चीनने घेतलेली तटस्थ भूमिका.

३) कारगिल युद्धानंतर 'राष्ट्रीय सुरक्षा सल्लागार' (NSA) हे पद उदयास आले. याद्वारे उभय शेजारी राष्ट्रांदरम्यान सातत्याने चर्चा करण्यासाठी एक अ-राजकीय दालन उपलब्ध झाले.

४) 'जागतिक व्यापार संघटने'त चीनच्या प्रवेशाला भारताने पाठिंबा दर्शवला. संघटनेत प्रवेश मिळवण्यासाठी चीन धडपडत होता, मात्र विविध कारणांमुळे त्याचा मार्ग रोखला जात होता. तेव्हा भारताने विकसनशील देशाच्या दृष्टिकोनातून पाहिले व चीनला पाठिंबा दिला.

५) भारत आणि अमेरिका यांना नैसर्गिक मित्र म्हणून जाहीर करण्यामागे वाजपेयींचा व्यावहारिक वास्तववाद होता.

डॉ. मनमोहन सिंग : *भारत सतत असंतुलित राहावा म्हणून चीन पाकिस्तानचा कौशल्याने वापर करतो यामुळे भारताने पुढाकार घेऊन पाकिस्तानशी शांतता वाटाघाटी कराव्यात, असे डॉ. मनमोहन सिंग यांचे मत होते. चीन भारतापेक्षा पाकिस्तानशी जवळीक राखण्याचे धोरण कायम ठेवेल व पाकिस्तान या आपल्या अंकित देशामार्फत भारताला सतत त्रास देणे, ही चीनची लो-कॉस्ट रणनीती आहे, असे डॉ. मनमोहन सिंग यांचे विश्लेषण होते.*

कधीच करणार नाही, याच समजात नेहरू आणि त्यांच्या सरकारचे तत्कालीन धुरीण होते, त्यांना जमिनीवरच्या वास्तवाचं भान देऊ पाहणाऱ्या लष्कारातील सेनानींकडं त्यांचं दुर्लक्षच झालं. असंच काहीसं आताही झालं आहे काय?

तेव्हाचा सवाल देशहिताचा... आताचा देशविरोधी?

गलवानमधील चीनच्या आक्रमकतेला नेमकं उत्तर देता येत नसल्यानं झालेली सरकारची कोंडी समजण्यासारखी आहे. याचं एक कारण, सगळ्या आंतरराष्ट्रीय संवादांचा, संबंधांचा, इव्हेंटचा देशांतर्गत राजकारणात वापर करण्याचं तंत्र या सरकारनं टोकाला नेलं आहे. पंतप्रधान जिथं जातील तिथं त्यांनी मास्टरस्ट्रोकच खेळला पाहिजे, प्रत्येक ठिकाणी त्यांचं प्रचंड स्वागत म्हणजे देशाचं जागतिक स्तरावरील स्थान उंचावल्याची निशाणी मानली पाहिजे या प्रकारचं उत्सवी वातावरण देशांतर्गत प्रतिमा जोपासण्यासाठी तयार केलं जात राहिलं, त्याचा म्हणून एक दबाव सरकारवर आहे. तो सरकारला गलवानमध्ये चीननं जे घडवलं ते स्पष्टपणे मान्य करू देत नाही; किंबहुना या कृत्याबद्दल थेटपणे चीनचा निषेधही करू देत नाही. असं केलं तर आपण कमी पडलो याची कबुली दिल्यासारखं होईल. ते करणं राजकीयदृष्ट्या परवडणारं नाही. 'आपल्या सीमेत कुणी घुसखोरी केलीच नाही,' असं सांगणं असेल किंवा 'आपले जवान चीनच्या ताब्यात नाहीत,' असं सांगणं असेल, यातला फोलपणा स्वयंस्पष्ट होता. तरीही ते रेटून सांगितलं गेलं. 'भारताचे जवान चीननं परत सोडवल्यानंतर कुणी चीनच्या ताब्यात नाही' असं सांगणं हे त्या क्षणाचं वास्तव असलं तरी, चीननं १० जवानांना पकडलं होतं म्हणून तर नंतर सोडलं, हे सत्य होतं. ते झाकण्याचा उपद्व्याप केला गेला. तसंच 'भारत-चीनदरम्यान अधिकृत सीमाच ठरली नसल्यानं चिनी सैन्य भारताच्या सीमेत आलं नाही,' हे तांत्रिकदृष्ट्या कदाचित बरोबरही; पण भारत ज्या भागावर आपला दावा सांगतो, जिथं आपले जवान गस्त घालतात त्यात चीननं घुसखोरी केली हे अधिक सत्य. ही झाकपाक का करावी लागते? याचं कारण, या संघर्षाचं पुरेसं आकलन सरकारला झालं नाही. जे घडलं त्यानंतर दोन्ही देशांच्या लष्करांदरम्यान, तसंच मुत्सद्द्यांमध्ये चर्चा होईल, चीनलाही युद्ध नकोच असल्यानं देवाण-घेवाणीवर यावंच लागेल. चीनच्या बाजूनं सैन्य मागं घेण्याची तयारी दाखवल्याची वर्णनं केली जातात ती यातूनच. यात एक गोष्ट विसरली जाते व ती म्हणजे, भारतीय बाजूनं घुसखोरी केलीच गेली नव्हती तर 'दोन्ही देशांनी सैन्य मागं घ्यावं' या म्हणण्याला काय अर्थ आहे? अशाच एका घुसखोरीच्या प्रसंगात तेव्हा विरोधात असलेल्या मोदी यांनी नेमका हाच सवाल मनमोहनसिंग यांच्या तत्कालीन सरकारला केला होता. तो जर तेव्हा देशाहिताचा असेल तर आता हेच विचारणारे देशविरोधी कसे ठरतात?

दोघांच्या कार्यपद्धतीमधील फरक

युद्ध, संघर्ष आणि त्यातून यशापयश हे कोणत्याही देशात राजकारणाचे मुद्दे असतातच. 'आताच्या संघर्षात राजकारण नको,' असं साळसूदपणे सांगण्याला काही अर्थ नाही. युद्धजन्य स्थितीत सरकारच्या, लष्कराच्या पाठीशी राहणं आवश्यकच; पण त्याचा अर्थ सरकारच्या चुकांवर बोट ठेवू नये असा होत नाही. चीनसोबत युद्धासाठी नेहरूंना अशा प्रश्नांना सामोरं जावं लागलं होतं. संसदेतही त्यांच्यावर कडाडून हल्ले झाले. त्यांना नेहरूंनी शांतपणे उत्तर दिलं. युद्ध सुरू असताना खास अधिवेशन बोलावण्याची, त्या वेळी तरुण असलेल्या वाजपेयींची मागणी, त्यांनी मान्य केली होती. इतकंच नव्हे तर 'अधिवेशनातील चर्चा गोपनीय ठेवावी,' ही सूचनाही त्यांनी अमान्य केली होती. त्यांनी टीका ऐकून घेतली. 'सीमेवर जे घडत होतं त्यानं शरमेनं मान झुकली पाहिजे,' असा तडाखेबंद हल्ला चढवणाऱ्या वाजपेयींना नेहरूंनी 'लष्कराचं मनोधैर्य कमी करणारे', 'देशविरोधी'

पंतप्रधान नरेंद्र मोदींची चीनला पाचवेळा भेट

- *नरेंद्र मोदींनी चीनला नऊ भेटी दिल्या आहेत.*
- *त्यातील पाच भेटी पंतप्रधान असताना आणि चार भेटी गुजरातचे मुख्यमंत्री असताना दिल्या.*
- *नरेंद्र मोदी यांनी २०१४ मध्ये पंतप्रधान झाल्यानंतर पाच वेळी चीनला भेट दिली आहे.*
- *तसेच त्यांची चीनचे राष्ट्रपती शी जिनपिंग यांची १८ वेळा भेट झाली आहे.*
- *मोदी यांनी दोन्ही देशांतील संबंध सुधारण्यासाठी एप्रिल २०१८ मध्ये झालेल्या वुहानमधील समिटमध्येही भाग घेतला होता.*
- *याचाच पुढचा भाग म्हणून २०१९ मध्ये तमिळनाडूमध्येही औपचारिक बैठक झाली होती.*
- *दोन वेळा त्यांनी शी जीनपिंग यांना भारत भेटीसाठी बोलावले.*

ठरवलं नाही. दीनदयाळ उपाध्याय यांची टीका त्यांनी जशी समजून घेतली, तसेच टीका करणाऱ्या किंवा संरक्षणमंत्री मेनन यांचा राजीनामा मागणाऱ्या पक्षातील सहकाऱ्यांवरही निर्बंध आणले नाहीत. सात दिवस संसदेत सरकारचे वाभाडे काढणारी चर्चा दोन तृतीयांश बहुमत असलेल्या नेहरूंनी कुणाचंही म्हणणं न तोडता, गोंधळ, गदारोळाचा आसरा न घेता शांतपणे एकून घेतली. नेहरूंच्या चुकांवर चर्चा होऊ शकते. मात्र, ते लोकशाहीमूल्यांपासून ढळले नाहीत, अगदी युद्धातही नाहीत, हीच इतिहासाची साक्ष आहे. आता मात्र सरकारपक्षाला इतर सर्व पक्षांनी केवळ 'मम' म्हणावं असं वाटतं. टीकेचा सूर लावणारा कुणीही देशविरोधी वाटायला लागतो. इथं मोदी सरकार आणि नेहरूंच्या कार्यपद्धतीमधील फरक स्पष्ट होतो.

चीनचे तत्कालीन पंतप्रधान झाऊ एनलाय यांनी ६२च्या युद्धाआधी शेवटचा भारतदौरा केला तेव्हा तडजोडीचा एक प्रस्ताव दिला होता. तो स्वीकारला असता तर पुढची गुंतागुंत टळली असती असं अनेकजण मांडतात. हा प्रस्ताव दिला तेव्हा नेहरू आणि झाऊ एनलाय यांच्या चर्चेच्या प्रदीर्घ फेऱ्या झाल्या होत्या. नेहरू हे राज्यघटनेनं मान्यता दिलेल्या भारताच्या सीमांमध्ये बदलाला तयार नव्हते. झाऊ एनलाय यांना ''जैसे थे' स्थिती मान्य करून सीमानिश्चितीच्या वाटाघाटी सुरू कराव्यात,' असं वाटत होतं. नेहरू यांनी 'जैसे थे' म्हणजे नेमकं काय असा प्रश्न केला. आजची 'जैसे थे' दोन वर्षांआधीच्या स्थितीहून वेगळी असू शकते. याचा अर्थ बदल मान्य करायचा का? तेव्हा कोणत्या स्थितीला संदर्भबिंदू मानायचं हा प्रश्न होता. त्याचं ठोस उत्तर चीनच्या पंतप्रधानांनी दिलं नाही. ते न देणं हाच चिनी रणनीतीचा भाग आहे. याचं कारण, नेहरूंना जी शंका होती तीनुसार 'जैसे थे' स्थिती बदलत पुढं सरकत राहायचं ही वाटचाल तिबेटपासून दक्षिण चिनी समुद्रातील अत्यंत छोट्या जमिनीच्या तुकड्यांपर्यंत सर्वत्र चीननं कायम ठेवली आहे. आताही पेच हाच आहे. गलवानमध्ये कोणती 'जैसे थे' स्थिती मानायची?

इतिहासाची तशीच पुनरावृत्ती होत नसते. मात्र, काही साम्यस्थळं जरूर सापडतात. त्यातून काही शिकणार काय?

१७ चीनचं युद्ध : जर-तरच्या गोष्टी

इतिहासात घडून गेलेल्या घटनांविषयी चिकित्सा करता येते. तसंच का घडलं, तसं नसतं तर आणखी काय घडलं असतं याचा अंदाज लढवता येतो. मात्र, झालेल्या घटना बदलता येत नाहीत. अर्थात्, त्यापासून बोध जरूर घेता येऊ शकतो. भारत-चीन संबंधांचा इतिहास असाच बोध घ्यायला लावणारा आहे. चीनबरोबरच्या सन १९६२च्या युद्धाविषयी बरंच लिहून-बोलून झालं आहे, तरीही तो विषय संपत नाही. अनेक नवे तपशील जसजसे समोर येतात तसतसा घडलेल्या गोष्टींवर, ते घडवणाऱ्या व्यक्तिमत्त्वांवर, त्यांच्या कार्यपद्धतीवर नवा प्रकाश पडत जातो. ही प्रक्रिया थांबलेली नाही.घटना घडून गेल्यानंतर होणाऱ्या 'जर-तर'च्या चर्चांना तसा काही अर्थ नसला तरी त्यातून बोध मात्र जरूर घेता येतो आणि हा बोध भविष्यकाळात मार्गदर्शक ठरू शकतो. सध्या भारत-चीन संघर्ष चर्चेत आहे. या दोन्ही देशांचा पूर्वीही जो संघर्ष झाला त्याबाबतही असंच काहीसं म्हणता येईल. तेव्हाच्या चिनी धोक्याकडं लक्ष वेधणारा अहवाल तत्कालीन लेफ्टनंट जनरल एसपीपी थोरात यांनी १९५९ मध्येच सादर केला हाता. मात्र, त्याकडे दुर्लक्ष झालं. ते दुर्लक्ष झालं नसतं तर...अमेरिकेचे तत्कालीन अध्यक्ष जॉन एफ. केनेडी यांनी भारताला तातडीनं लष्करी मदत केली असती तर...किंवा त्या वेळी पाकशी संयुक्त संरक्षणाचा करार झाला असता तर...पण यातलं काहीच त्या वेळी झालं नाही. झालं असतं तर आजचं चित्र नक्कीच वेगळं दिसलं असतं.

इतिहासात घडून गेलेल्या घटनांविषयी चिकित्सा करता येते. तसंच का घडलं, तसं नसतं तर आणखी काय घडलं असतं याचा अंदाज लढवता येतो. मात्र, झालेल्या घटना बदलता येत नाहीत. अर्थात्, त्यापासून बोध जरूर घेता येऊ शकतो. भारत-चीन संबंधांचा इतिहास असाच बोध घ्यायला लावणारा आहे. चीनबरोबरच्या सन १९६२च्या युद्धाविषयी बरंच लिहून-बोलून झालं आहे, तरीही तो विषय संपत नाही. अनेक नवे तपशील जसजसे समोर येतात तसतसा घडलेल्या गोष्टींवर, ते घडवणाऱ्या व्यक्तिमत्त्वांवर, त्यांच्या कार्यपद्धतीवर नवा प्रकाश पडत जातो. ही प्रक्रिया थांबलेली नाही. त्या युद्धानंतर भारत एकही लढाई हरला नाही. अगदी चीनबरोबरच्या संघर्षातही तोडीस तोड उत्तर दिलं हे वास्तव आहे. तरीही त्या युद्धाच्या जखमा कमी तापदायक ठरत नाहीत. युद्धात भारताला जोरदार फटका बसला याची जबाबदारी बव्हंशी पंडित नेहरूंवर टाकली जाते. देशाचे निर्विवाद नेते आणि तत्कालीन धोरणांचे शिल्पकार म्हणून त्यात गैर काही नाही. मात्र, हे युद्ध, त्यातील भारताची कामगिरी यात नेहरूंचं आकलन जसं कारणीभूत होतं, तसंच ते तत्कालीन संरक्षणमंत्री कृष्ण मेनन यांची धोरणं, स्वभाव, त्यांचे लष्करी अधिकाऱ्यांविषयीचे पूर्वग्रह, अधिकाऱ्यांमधील स्पर्धांमधून आलेले शह-काटशह, लष्करातील महत्त्वाच्या नियुक्त्या करताना व्यक्तिगत आवडी-निवडींना महत्त्व द्यायचं की गुणवत्तेला यावरचे पेच, तसंच शीतयुद्धकालीन आंतरराष्ट्रीय राजकारणाचे पैलू या सगळ्याचा वाटा त्यात होता.

चीनच्या राज्यकर्त्यांच्या सर्व पिढ्यांमध्ये चीनच्या ऐतिहासिक वर्चस्वक्षेत्राविषयी कमालीचं ममत्व आहे. परिस्थितीनुसार ते लवचिक होतात; पण उद्दिष्ट सोडत नाहीत. मुद्दा शांतपणे तिबेट पचवण्याचा असो, तैवानवर पंजा आवळण्याचा असो की दक्षिण चीन समुद्रातील वर्चस्वाचा असो...ही वाटचाल एकाच दिशेनं सुरू आहे. नेहरूंच्या आकलनानुसार, भुकेचा प्रश्न चीनमध्ये होता, भारतातही होता. साम्राज्यशाही आणि भांडवलशाहीच्या विरोधात उभं राहण्याची भूमिका दोन्हीकडं होती. शिवाय, प्रचंड लोकसंख्या, भूभाग असलेला शेजारी म्हणूनही चीनसोबत चांगले संबंध ठेवणं उभयपक्षी लाभाचं हे नेहरूंचं धोरण होतं. चिनी राज्यकर्तेही वरकरणी त्याला प्रतिसाद देतच होते.

आकलनातील संघर्ष

ब्रिटिशांनी चीन आणि सोव्हिएत युनियनशी थेट संघर्ष होऊ नये यासाठीची बफर-प्रदेशांची योजना सीमेवर सार्वत्रिक केली होती. यात फाळणीपूर्व एकत्रित भारताची अफगाणिस्तानलगतची सीमा ड्युरँड रेषेनं, लडाख मॅकार्टनी-मॅकडोनाल्ड लाईननं (The Macartney–MacDonald Line), तर नेफा किंवा सध्याचा अरुणाचल चीनपासून मॅक्मोहन लाईननं वेगळा केला होता. प्रत्येक शिखराला नावं देण्यापासून ते अत्यंत खडतर भूगोल असलेल्या या साऱ्या परिसराचं सर्वेक्षण आणि नकाशावर हद्दी ठरवण्याचं जिकिरीचं काम ब्रिटिश अधिकाऱ्यांनीच पहिल्यांदा हाती घेतलं. मात्र, यातील कोणत्याही सीमा सर्वमान्य कधीच नव्हत्या. ब्रिटिश असोत की जम्मू आणि काश्मीर राज्याचे अधिपती असोत, त्यांनीही या सीमानिश्चितीकडे आणि कायमस्वरूपी संरक्षणाची व्यवस्था करण्यात दुर्लक्षच केलं. यातून सीमांविषयीचं निरनिराळं आकलन नावाचं प्रकरण भारत-चीन संबंधांत कायमचं तयार होऊन बसलं आहे, जे झाऊ एनलाय आणि नेहरूंच्या वाटाघाटीतही पेचाचा मुद्दा होतं. सीमेविषयीचं भारताच्या राज्यघटनेतलं आकलन सोडायला नेहरू तयार नव्हते. आता गलवानमध्येही हाच आकलनातील फरकाचा पेच आहे. रशिया, चीन आणि अफगाणिस्तानपासून अर्धवटपणे हद्दी ठरवण्याचा वारसा भारताला स्वातंत्र्यासोबत मिळाला होता. चीननं कधीच ब्रिटिश समजतात त्या सीमांना मान्यता दिली नव्हती. भारताकडून त्यासाठी आग्रह धरला की चीन त्यावर 'हा ब्रिटिश साम्राज्यवादाचा वारसा आहे,' अशी टीका करून मुद्दा टाळत आला. मॅक्मोहन लाईन असो की अक्साई चीन ते लडाखपर्यंतचा भाग असो, चीनच्या दृष्टीनं त्यांच्या कल्पनेतील एकराष्ट्रात ब्रिटिश सीमांच्या कल्पनेला स्थान नव्हतं. हे नेहरूंना अगदीच समजत नव्हतं असं बिलकूल नाही. मुद्दा दोन्हीकडची कमालीची गरिबी आणि विकासाची तातडीची निकड पाहता युद्धापेक्षा सहकार्य दोघांना उपयोगाचं हे चीन समजून घेत आहे अशी त्यांची धारणा झाली. एकदा अशा स्वतःच विणलेल्या युक्तिवादात अडकलं की जे होतं ते नेहरूंचं झालं. एका बाजूला 'पंचशील'च्या आरत्या म्हणताना चीनचं काहीच बिघडत नव्हतं. शांतपणे चीननं तिबेटचा घास घेतला होता. त्यावर हक्क सांगणं भारताला शक्य नव्हतं हे खंरच; पण ते चीनच्या ताब्यात जाण्यानं एक बफर गळून पडलं होतं. एक दबावाचा मुद्दाही निसटला होता. नेहरूंनी तिथं प्रतिष्ठा पणाला लावली ती दलाई लामांना शरण देण्यात. ही कृती धाडसाची; पण चीनला बिथरवणारी होती. त्यानं थेटपणे भारताला कोणताच लाभही नव्हता. चीन नेफापासून ते अक्साई चीनपर्यंत अनेक भागांत आपली नजर रोखून बसला होता. अक्साई चीनपर्यंत जाणारा महामार्ग तयार होईपर्यंत सरकार बेसावध होतं. यात येणाऱ्या धोक्यांकडं लक्ष वेधेल त्याला युद्धखोर ठरवलं जात होतं. नेमकं हेच लेफ्टनंट जनरल एसपीपी थोरात यांच्या बाबतीतही झालं.

थोरात योजना

चीनशी संघर्ष अनिवार्य बनत असल्याचं लष्करातील अनेक अधिकाऱ्यांचं स्पष्ट मत होतं. यात सर्वाधिक स्पष्टतेनं हे मांडलं होतं ते लेफ्टनंट जनरल एसपीपी थोरात यांनी. दुसऱ्या महायुद्धात रणभूमीत लढण्याचा खणखणीत अनुभव असलेल्या

सन १९६२चे भारत-चीन युद्ध आणि बदलती समीकरणे

- *१९६०मध्ये चीन आणि भारत यांच्यात सीमारेषा निश्चित करण्यासाठी वाटाघाटी झाल्या. तेव्हा चाऊ एन लाय यांच्या अध्यक्षतेखालील चीनने अरुणाचल प्रदेश हा भारताचा आणि अक्साई चीन हा चीनचा भाग असल्याचे दाखवणारा प्रस्ताव मांडला. पण अक्साई चीन हा लडाखचा अविभाज्य भाग असल्याने तत्कालीन पंतप्रधान जवाहरलाल नेहरू यांनी हा प्रस्ताव नाकारला. सीमारेषासंबंधीचा हा वाद १९६२च्या युद्धाचे एक महत्त्वाचे कारण बनले.*
- *१९६२च्या भारत-चीन युद्धानंतर चीनने सीमेवर पायाभूत संरचना व साधनसंपत्तीच्या विकासाला सुरुवात केली. मागील २०वर्षांपासून चीन भारताच्या सीमेवर साधनसंपत्तीचा विकास प्राधान्याने करत आहे.*
- *दुसरीकडे, भारताने २००५-०६मध्ये भारत-चीन सीमारेषेवर रस्तेमार्ग विकासाचा प्रकल्प गांभीर्याने हाती घेतला. पण आजतागायत केवळ ३४ रस्ते प्रकल्प भारताकडून पूर्ण होऊ शकले आहेत.*
- *प्रत्यक्ष युद्धापेक्षा तंत्रज्ञानाच्या सहाय्याने अप्रत्यक्ष युद्ध करून प्रतिस्पर्ध्याचे जास्त नुकसान नव्या तंत्रज्ञानाच्या आजच्या काळात करता येते. चीन हेच धोरण आता भारताविरुद्ध वापरू लागला आहे.*

थोरात यांच्या इशाऱ्यांकडं दुर्लक्ष झालं. त्याचबरोबर चीनला रोखण्यासाठी ते सुचवत असलेली योजनाही बासनात बांधून ठेवण्यात आली. या काळात नेफा किंवा आताच्या अरुणाचल प्रदेशाच्या संरक्षणाची जबाबदारी 'आसाम रायफल्स'वर होती, लष्करावर नव्हे. 'आसाम रायफल्स'वर परराष्ट्र मंत्रालयाचं नियंत्रण होतं. चिनी धोक्याकडं लक्ष वेधणारा अहवाल थोरात यांनी ता. ८ ऑक्टोबर १९५९ रोजी दिला होता. तो तत्कालीन लष्करप्रमुखांनी संरक्षणमंत्र्यांकडं दिला. चीनकडून धोका ही भूमिकाच मेनन यांना पटणारी नव्हती. असा धोका दाखवणाऱ्यांना युद्धखोर ठरवलं जात होतं. थोरात यांच्या बाबतीतही हेच घडलं. एकतर 'चीनशी युद्धाची वेळच येणार नाही,' अशी मेनन यांची धारणा होती आणि 'संघर्ष झालाच तर आपण मुत्सद्देगिरीच्या बळावर त्यातून मार्ग काढू,' असा विश्वास त्यांना वाटत होता. काश्मीरप्रश्नी भारताची बाजू संयुक्त राष्ट्रात खणखणीतपणे मांडणाऱ्या आणि कोरिअन युद्धात अमेरिकी हवाई दलातील पकडलेल्या सैनिकांना सोडण्यासाठी चिनी पंतप्रधानांना राजी करणाऱ्या मेनन यांचा आपल्या या कौशल्यावर प्रचंड विश्वास होता. सुरुवातीला 'धोकाच नाही' ही धारणा आणि धोका दारात उभा राहिला तेव्हा स्वीकारलेली आक्रमक फॉरवर्ड पॉलिसी या दोहोंचा फटका बसला. थोरात यांनी ता. १७ मार्च १९६० रोजी, संघर्ष झाला तर ६०मध्ये आणि ६१मध्ये काय स्थिती असेल, याचं सविस्तर सादरीकरण केलं होतं. 'लाल किला एक्सरसाईज' म्हणून ते प्रसिद्ध आहे. युद्धात सुरुवातीला कुठवर चीनला घुसण्याची संधी मिळेल आणि कुठं चिनी सैन्याला रोखून मागं धाडावं याविषयी तीन टप्प्यांत संरक्षणफळी उभी करण्याचा स्पष्ट आराखडा त्यात होता. याला थिमय्या यांचाही पाठिंबा होता. मात्र, संरक्षणखातं यातलं काही ऐकायच्या मनःस्थितीत नव्हतं. या दोन्ही लष्करी अधिकाऱ्यांकडं चक्क दुर्लक्ष करून रणनीती ठरवली गेली. युद्धातील हानी ही त्याची परिणती होती. हा सारा घटनाक्रम तपशीलवारपणे '१९६२ द वॉर दॅट वॉजन्ट' या पुस्तकात शिव कुणाल शर्मा यांनी दिला आहे. अर्थात्, लष्करी अधिकाऱ्यांमधील पूर्वग्रह, स्पर्धा या बाबींचाही चीनशी युद्धाच्या वेळी असलेल्या तयारीवर परिणाम झालाच होता. मेनन यांनीच लष्करप्रमुख असलेल्या जनरल थिमय्या यांना चीनविषयक धोरणातून जवळपास बाजूलाच टाकलं

होतं, तर थोरात यांच्याकडं दुर्लक्ष करण्यात आलं. याच वेळी प्राण थापर यांना तांत्रिकदृष्ट्या ज्येष्ठतेच्या निकषावर लष्करप्रमुखपदी बसवण्यात आलं. मेनन मुत्सद्देगिरीत जेवढे माहीर होते, तेवढाच त्यांचा लष्करी अधिकाऱ्यांविषयीचा दृष्टिकोन कोता होता. हे इतकं टोकाला गेलं की मेनन यांनी जनरल थिमय्या आणि थोरात यांच्यावर आरोप ठेवून खुलासा मागणारं पत्र तेव्हा लेफ्टनंट जनरल असलेल्या थापर यांना द्यायला लावलं. कारकीर्दीच्या शिखरावर असलेल्या या दोन्ही ज्येष्ठतम अधिकाऱ्यांसाठी ते अवमानकारक होतं. थोरात यांना तर थिमय्यांच्या निरोपसमारंभावर झालेल्या खर्चाबद्दलही विचारणा करण्यात आली होती. त्याला त्यांनी दिलेलं उत्तरही मासलेवाईक होतं. सॅम माणेकशॉ यांच्याही चौकशीचा प्रयत्न झाला. हेच फील्ड मार्शल माणेकशॉ पुढं ७१च्या युद्धाचे हीरो ठरले.

नेहरूंना अंधारात ठेवलं

युद्धानं मेनन यांचं पद घालवलं, नेहरूंना धक्का दिला. दोघांनाही थोरात याच्या इशाऱ्यांकडं केलेल्या दुर्लक्षाची जाणीव झाली. खरंतर थिमय्या निवृत्त होण्यापूर्वी त्यांनी 'थोरात यांना लष्करप्रमुखपदी नियुक्त करावं,' अशी शिफारस राष्ट्रपतींकडं केली होती. ती संरक्षण मंत्रालयानं नाकारली होती. युद्धानं पोळलेल्या मेनन यांनी राजीनामा देण्यापूर्वी, थोरात यांना त्या पदावर आणता येईल का, असा प्रयत्न करून पाहिला. ते घडलं नाही. नेहरूंनी थोरात यांना पुन्हा मसलतीसाठी बोलावलं तेव्हा, त्यांची योजना आपल्यापर्यंत पोचलीच नव्हती, असंही सांगितलं. थोरात यांना युद्धानंतर तयार केलेल्या 'नॅशनल डिफेन्स कमिटी' आणि 'मिलिटरी अफेअर्स कमिटी' या महत्त्वाच्या समित्यांत स्थानही दिलं. अर्थात्, तोवर व्हायचं ते नुकसान होऊन गेलं होतं.

अमेरिकेच्या हालचाली

चीनच्या युद्धाविषयीच्या दोन बाबी, आज आश्चर्य वाटेल, अशा आहेत. एक, नेहरूंनी अमेरिकेकडं युद्धात थेट मदत मागितली होती आणि दुसरी बाब म्हणजे, पाकिस्ताननं युद्धाआधी भारतासोबत संरक्षणकराराची तयारी दाखवली होती. अमेरिकेनं खरंच पूर्ण ताकदीनं युद्धबंदीपूर्वी मदत केली असती तर कदाचित युद्धाचा रंग बदलला असता. सोबतच देशाच्या आर्थिक, राजकीय वाटचालीची दिशाही बदलली असती, तसंच पाकिस्तानशी करार झाला असता तर दोन देशांतील संबंधांमध्ये नवं वळण आलं असतं. दोन्ही बाबी झाल्या नाहीत. या 'जर-तर'ला आता अर्थ नाही. त्याचा असलाच तर बोध इतकाच की आंतरराष्ट्रीय संबंधात कायमचं काहीच नसतं. अमेरिकेतील मुत्सद्द्यांत चीनसोबतच्या युद्धात उतरलं तर सोव्हिएत युनियनची प्रतिक्रिया काय होईल आणि यातून दोन महासत्तांत थेटसंघर्षाला निमंत्रण मिळेल काय असं वाटणारा एक प्रवाह होता, तर दुसरा प्रवाह हा, भारताला मदत करावी आणि दीर्घकालीन धोरण म्हणून भारताला भागीदार बनवावं असं सांगणारा होता. चिनी सैन्यानं आक्रमण केलं असताना नेहरूंनी अमेरिकेचे अध्यक्ष जॉन एफ. केनेडी यांना मदतीसाठी आवाहन केलं होतं. अमेरिकेसाठी दक्षिण आशियात भारताला सोबत घेणं हा एक प्राधान्यक्रम होताच, त्यामुळं केनेडींसाठी मदत करण्याला हरकत नव्हती. ती कशी करायची यावर मात्र त्यांच्या प्रशासनात मतभेद होते. सीआयएचे माजी अधिकारी ब्रूस रिडेल यांनी त्यांच्या 'जेएफकेज् फरगॉटन क्रायसिस : तिबेट, द सीआयए अँड द सिनो-इंडियन वॉर' या पुस्तकात याविषयीचे तपशील दिले आहेत. त्यानुसार भारताकडून लढाऊ विमानांच्या १२ स्क्वाड्रनसह युद्धसामग्री आणि मनुष्यबळपुरवठ्याची अपेक्षा व्यक्त केली होती. अमेरिकेचे तत्कालीन परराष्ट्र मंत्री डिन रस्क आणि संरक्षण मंत्री मॅकनामारा यांच्याशी केनेडींनी सल्लामसलत केली. दोघांचा दृष्टिकोन काहीसा भिन्न होता. यातून राजदूत हॅरिमन यांना स्थितीचा आढावा घेण्यासाठी पाठवायचं असं ठरवण्यात आलं. ते मोठ्या चमूसह ता. २२ नोव्हेंबर १९६२ला दिल्लीत आले, त्याच्या आधीच्या दिवशी चीननं एकतर्फी युद्धबंदी केली आणि ता. ७ नोव्हेंबर १९५९ रोजी असलेल्या प्रत्यक्ष नियंत्रणरेषेपासून २४

चीन आणि पाकिस्तान

भारताचे दोन मुख्य शेजारी देश पाकिस्तान आणि चीन या दोन्ही देशांची मैत्री जगजाहीर आहे. हे दोन्ही राष्ट्र प्रत्यक्ष-अप्रत्यक्षपणे म्हणा वेळोवेळी एकमेकांना पाठिंबा देत असतात. सद्यस्थितीत बघता पाकिस्तानचीही चीनमुळे कोंडी होत असल्याचे दिसू लागले, एव्हाना सिद्ध होऊ लागले आहे. यासाठी पाकिस्तानच जबाबदार आहे. पाकिस्तानच्या ग्वादार बंदरापासून सागरीमार्गे चीनच्या झिंजियांगपर्यंत जाणारी मोठी योजना आखण्यात आली आहे. २हजार४४२ किमी लांबीच्या या प्रकल्पाच्या माध्यमातून चीन पाकिस्तानचे अंतर कमी करू इच्छिते. त्याद्वारे कच्चे तेल, नैसर्गिक तेल इत्यादी गोष्टींची वाहतूक करण्याची योजना आहे. ही योजना १९५० मध्ये सुरू झाली होती, परंतु पाकिस्तानच्या अस्थिर राजकारणामुळे ती प्रत्यक्षात येऊ शकली नाही. या योजनेद्वारे चीन पाकिस्तानला ४२ अब्ज डॉलर, अर्थात सुमारे ३.४५ लाख कोटी रुपये देणार आहे.

येत्या दोन दशकांत पाकिस्तानने सुमारे ४० बिलियन डॉलर्स इतकी रक्कम चीनला कर्जाची परतफेड व समभाग देणे आहे. 'बेल्ट रोड इनिशिएटिव्ह' (BRI - OBOR) इकॉनॉमिक कॉरिडॉरच्या नावाखाली पाकिस्तानच्या मोठ्या भूभागावर ताबा मिळवण्याचा चीनचा प्रयत्न आहे सोबतच, पाकिस्तानमधील चिनी प्रकल्पांमध्ये प्रामुख्याने स्वस्तात उपलब्ध होणाऱ्या चिनी कामगारांचा भरणा असल्याने स्थानिक लोकांना रोजगार मिळत नाही. बलुचिस्तान आणि गिलगिट बाल्टिस्तान प्रदेशाला (नागरिकांना) चीनचा राग येण्याचे हेच मुख्य कारण आहे. एकूणच, आर्थिक व राजनैतिक कारणांसोबतच अशी अनेक स्थानिक व सांस्कृतिक कारणेही आहेत, ज्यामुळे पाकिस्तानी नागरिकांना व विविध बुद्धिजीवींना चीनची कृत्ये संशयास्पद वाटू लागली आहेत.

किलोमीटर सैन्य मागं घेतलं. युद्धाचा चीननं केलेला हा एकतर्फी शेवट होता. तसा तो केला नसता तर कदाचित सुरुवातीचं यश मिळालेल्या चिनी सैन्याला भारतीय सैन्याचा पुढं कडवा मुकाबला सहन करावा लागला असता. शिवाय, केनेडींनी खरंच भारताच्या बाजूनं स्पष्टपणे भाग घेतला असता तर युद्धाचा आणि पुढच्या इतिहासाचा रंगही कदाचित पालटला असता. युद्ध संपलं तरी हॅरिमन यांच्या पुढाकारातून भारत-अमेरिकेदरम्यान हवाई युद्धसराव नोव्हेंबर १९६३ मध्ये घेण्यात आला. खरंतर ही वाटचाल अशीच सुरू राहिली असती तर भारत-अमेरिका संबंधांत संपूर्ण नवं वळण आलं असतं. मात्र, त्यांनतर काही आठवड्यांतच केनेडी यांचा मृत्यू झाला. त्यानंतर चारच दिवसांनी राष्ट्रीय सुरक्षा परिषदेत त्या प्रस्तावावर निर्णय होणार होता. केनेडींच्या निधनामुळे, त्यांच्या प्रशासनानं भारताला लष्करी मदतीसाठी तयार केलेला हा ५०कोटी डॉलरचा प्रस्तावही मागं पडला.

अमेरिकेनं 'संधी' गमावली

या प्रस्तावासाठी अमेरिकेचे भारतातील तत्कालीन राजदूत जॉन गॅलब्रेथ आणि त्यांच्यानंतर चेस्टर बॉवेल्स यांनी बरीच खटपट केली. केनेडी यांच्या खुनानंतरही ते हा प्रयत्न करत राहिले. केनेडींची जागा जॉन्सन यांनी घेतली तेव्हा पुन्हा अमेरिकी प्रशासनातील पाकधार्जिण्या गटानं उचल खाल्ली. भारताला कोणतीही लष्करी मदत करण्याला अयूब खान यांचा विरोध होता. अमेरिकेतील सीआयए आणि लष्करासाठी पाकमधील पेशावरचा तळ अत्यंत महत्त्वाचा होता. सोव्हिएत युनियन आणि चीनवर नजर ठेवण्यासाठी पाकचं साह्य त्यांना गरजेचं वाटत होतं. केनेडींशी भेटीत त्यांनी 'पाकशी सल्लामसलत केल्याखेरीज चीनविरोधातही अमेरिका भारताला लष्करी साह्य करणार नाही,'

असं आश्वासन मिळवलं होतं. ते आश्वासन मोडायला केनेडी तयार होते. त्यांना लोकशाही-भारताशी मैत्रीचे दीर्घकालीन लाभ खुणावत होते. त्यांच्या पश्चात पुन्हा एकदा या प्रस्तावावर चर्चा करायचं ठरलं. बॉवेल्स यांनी पूर्ण तयारी केली. मात्र, ही चर्चा व्हायच्या आधी एक दिवस नेहरूंचं निधन झालं. त्यानं साराच पट बदलला. लालबहादूर शास्त्रीही लष्करी सबलीकरणासठी उत्सुक होतेच. ही संधी सोव्हिएत संघानं साधली. भारतासोबत 'मिग २१' सह संरक्षणसामग्रीचा व्यापक करार केला. यातून एक संधी कायमची निसटल्याची भावना बॉवेल्स यांनी व्यक्त केली. त्यानंतरच्या काळात सोव्हिएत संघ हा भारताचा संरक्षणसामग्रीसाठी सर्वात विश्वासार्ह पुरवठादार बनला. चीनला शह देण्यासाठीच्या योजनेत भारताला भागीदार करायचं हा त्या वेळच्या अमेरिकी मुत्सद्द्यांचा प्रयत्न होता. आता चीननं नव्यानं गलवानमध्ये कुरापत काढल्यानंतरही अमेरिका ही युरोपातील आपली शिबंदी आशियाकडं वळवण्यापासून याच प्रकारचे संकेत देत आहे. चीनला रोखताना अमेरिकेच्या जागतिक राजकारणात भागीदार व्हायचं का हा तेव्हा भारतासमोर प्रश्न होता, तसाच तो आताही आहे.

शीतयुद्धाचाही परिणाम

चीनचं युद्ध सुरू असताना अमेरिका ही रशियानं क्यूबामध्ये क्षेपणास्त्रं ठेवल्यानं तयार झालेल्या संघर्षातही अडकली होती. याच कारणानं रशियाचे क्रुश्चेव्ह थेटपणे भारताला मदत करत नव्हते आणि चीनला रोखतही नव्हते. पाकिस्तानकडून भारताला कोणतीही मदत करताना काश्मीरचा मुद्दा सोडवून घ्यावा असा लकडा अमेरिका आणि ब्रिटनच्या मागं लागला होता. पाक आणि चीनमध्येही काही चर्चा सुरू होती. युद्धानंतर लगेचच पाकनं चीनशी सीमाकरार केल्यानं ते उघड झालं. हे सारे शीतयुद्धकालीन घटक युद्धाच्या निकालावर परिणाम करणारे होते.

चीनला आज पाकिस्तानचा 'ऑल वेदर' दोस्त मानलं जातं. मात्र, पाकिस्ताननं भारताला युद्धापूर्वी संयुक्त संरक्षणकराराची ऑफर दिली होती. पाकच्या परराष्ट्रमंत्र्यांनी उपखंडाच्या संरक्षणासाठी पाक हा भारतासोबत नियोजन करू शकेल असं वक्तव्य केलं होतं. यासाठी काश्मीरवर तोडगा काढण्याची त्यांची मागणी होती. नेहरूंना काश्मीरवर कसलीही तडजोड मान्य नसल्यानं त्यांनी ही ऑफर नाकारली व तसं लोकसभेतही स्पष्ट केलं. माजी राष्ट्रीय सुरक्षा सल्लागार जे. एन. दीक्षित यांनी इंडिया- पाकिस्तान : इन वॉर अँड पीस' या पुस्तकात हे तपशील दिले आहेत. ज्येष्ठ पत्रकार आणि लालबहादूर शास्त्रींचे प्रसिद्धी सचिव कुलदीप नय्यर यांनीही त्यावर प्रकाश टाकला आहे. अर्थात्, एकाच वेळी अनेक दगडांवर हात ठेवायचा अयूब खान यांचा प्रयत्न होता. अमेरिकेनं भारताला मदत करूच नये, असं पाकला वाटत होतं. मात्र, किमान त्या वेळी पाक आणि चीन यांचा एकमेकांवर पूर्ण विश्वास नव्हता. चीन हा पाकव्याप्त काश्मिरातील हुंजासारख्या भागात विस्तारवादी पावलं टाकेल अशी शंकाही पाकच्या राज्यकर्त्यांना होती. त्या पार्श्वभूमीवर अमेरिकेनं भारताशी दोस्ती करू नये, दुसरीकडं चीनचा उपद्रव आपल्याला होऊ नये अशा प्रकारचे प्रयत्न तत्कालीन पाकचं नेतृत्व करू पाहत होतं.

थोरात यांच्या अहवालाकडं दुर्लक्ष झालं नसतं, केनेडी यांनी भारताला तातडीनं लष्करी मदत केली असती किंवा पाकशी संयुक्त संरक्षणाचा करार झाला असता तर...ते झालं नाही. मात्र, त्याचा दक्षिण आशियाच्या पुढच्या वाटचालीवर झालेला परिणाम स्पष्ट आहे. पाक-चीन यांच्यात जवळीक वाढली. भारत हा सोव्हिएत संघाच्या अधिक जवळ गेला. काही वर्षांतच अमेरिकेचं धोरण चीनपेक्षा सोव्हिएत संघावर अधिक केंद्रित झालं. त्यात पाकचा अमेरिकेनं प्याद्यासारखा वापर केला. आजच्या संघर्षाकडे पाहताना ही ऐतिहासिक पार्श्वभूमी महत्त्वाची ठरते. सीमेविषयीच्या आपल्या आकलानात आणि व्यूहात्मक स्वायत्ततेत तडजोड नाही हे नेहरूप्रणित सूत्र, सरकार कुणाचंही असो, सोडता येत नाही.

१८ गलवानचा अर्धविराम!

चीनची उद्दिष्टं दीर्घकालीन व्यूहात्मक आहेत. त्यात गलवानसारख्या घटना हा त्यांनी ठरवलेल्या खेळाचा छोटासा हिस्सा असतो. आपल्याला हवा तेव्हा सीमेवर वाद तयार करायचा, ताकद दाखवायची, नंतर वाटाघाटीच्या घोळात मागंही जायचं, मात्र त्यातून हवा तो संदेश भारताला आणि जगालाही द्यायचा ही या वाटचालीची रीत आहे. गलवानमध्येही हेच सूत्र स्पष्टपणे दिसत आहे. गलवानसोबतच चीननं एकाच वेळी अनेक आघाड्यांवर मोर्चा उघडला आहे. आशियात, शेजारच्या प्रदेशात बळानं चीन आपलं वर्चस्व सिद्ध करू पाहतो आहे, तर त्यापलीकडच्या क्षेत्रात आर्थिक सामर्थ्य आणि राजनयाच्या आधारे आपला प्रभाव वाढवू पाहतो आहे.गलवानच्या संघर्षाला आता अर्धविराम मिळाला आहे. वरवर पाहता हा संघर्ष म्हणजे स्थानिक लष्करी झटापट वाटली, तरी त्याकडं चिनी महत्त्वाकांक्षेच्या व्यापक चौकटीतून पाहायला हवं. हा संघर्ष पूर्णविरामात रूपांतरित करायचा असेल तर कधीतरी चीनसोबतची संपूर्ण सीमा कायमची निश्चित करण्यावर बोलावं लागेल. यात दोनच पर्याय आहेत. एकतर बळानं सीमा ठरवायला भाग पाडणं किंवा देवाण-घेवाणीनं प्रश्न सोडवणं. केवळ बळानं कुणीच दुसऱ्याचं ऐकण्याची शक्यता नाही. उरतो मार्ग तो वाटाघाटींचा. तो किचकट, दीर्घ काळ चालणारा असला तरी तो अनिवार्यच. तोवर शांतता हवी, तर युद्धाची तयारीही हवी' हे सुप्रसिद्ध वचन लक्षात ठेवून बांधणी करत राहणं हेच हाती उरतं.

गलवानमध्ये चिनी सैन्यानं घुसखोरी केली होती हे आता 'चीन आपलं पाऊल मागं घेतो आहे' या वृत्तानं आणि त्यावर अत्यानंदाच्या प्रतिक्रिया देणाऱ्या सरकार-समर्थकांमुळं अधोरेखित झालं आहे, जे पंतप्रधानांच्या सर्वपक्षीय बैठकीतील दाव्याशी विसंगत आहे. त्या वेळी पंतप्रधानांनी 'कुणी आपल्या सीमेत आलंच नव्हतं,' असं सांगितलं होतं. पंतप्रधानांच्या निवदेनावर पंतप्रधान कार्यालय आणि परराष्ट्रखातं असा दोन वेळा खुलासा करायची वेळ आली होती. मात्र, पंतप्रधानांनी किंवा त्यांच्या वतीनं खुलासा करणाऱ्यांनी 'घुसखोरी नव्हती,' हे स्पष्टपणे खोडलं नाही. असं असतानाही अनेकांनी समोर आणलेल्या सॅटेलाईट प्रतिमा, चीनची ठसठशीतपणे दिसणारी या भागातील उपस्थिती आणि चिनी आक्रमणाला भिडतानाच हुतात्मा झालेले २० जवान यामुळं घुसखोरीबद्दल शंका नव्हतीच. आता पंतप्रधानांनी लेहमध्ये भारताच्या लष्करी तळावर जाऊन भेट दिली, भाषणं केली. चीनचं नाव न घेता इशारे दिले आणि पाठोपाठ भारताचे राष्ट्रीय सुरक्षा सल्लागार आणि चीनचे परराष्ट्रमंत्री यांच्यात चर्चा झाल्यानंतर उभय बाजूंनी एक ते दोन किलोमीटर सैन्य मागं घेऊन प्रत्यक्ष नियंत्रणरेषेवर शांतता टिकवायचं ठरवण्यात आलं. 'चीनची माघार,' 'ड्रॅगन नरमला' वगैरे हेडलाईन यावर सजणं हे अलीकडच्या रीतीला धरूनच. इतके दिवस ५६ इंची प्रतिमेवर शंका घेणारं वातावरण तयार झाल्यानंतर भगतकंपूला काहीतरी विजय जाहीर करणारं हवंच होतं. तसं ते या उभयबाजूंनी सैन्य मागं घेण्याच्या समझोत्यानं

मिळालं. यात चीननं आपले तंबू काढून घेतले हे खरंच; पण ते जर भारतीय सैन्य कित्येक वर्षं गस्त घालत असलेल्या प्रदेशात ठोकले गेले असतील तर ते मागं घेणं आवश्यकच होतं. यात भारतानं सैन्य मागं घेण्याचं कारण काय?

सैन्य मागं घेण्याचा निर्णय होताच अनेकांनी, त्याच गलवानमधून ६२ च्या युद्धाआधी चीननं असंच सैन्य मागं घेतलं होतं त्याच्या आठवणी वर्तमानपत्रांतील तत्कालीन बातम्यांसह जागवल्या. त्या वेळच्या माघारीसाठी आणि आताच्या समझोत्यासाठीही भारतीय सैन्यानं केलेल्या कडव्या मुकाबल्याला श्रेय दिलं जातं ते योग्यच. राजकीय नेत्यांच्या गफलती असल्या तरी दिलेलं सीमा चोख लढवायचं काम दोन्ही वेळेस सैन्य पुरं करत होतं. मुद्दा तेव्हा त्यामुळं चीनची आक्रमक धोरणं थांबली नाहीत, आताही त्यांना आळा बसणार का, हाच असला पाहिजे. चीनची उद्दिष्टं दीर्घकालीन व्यूहात्मक आहेत. त्यात गलवानसारख्या घटना हा त्यांनी ठरवलेल्या खेळाचा छोटासा हिस्सा असतो. आपल्याला हवा तेव्हा सीमेवर वाद तयार करायचा, ताकद दाखवायची, नंतर वाटाघाटीच्या घोळात मागंही जायचं, मात्र त्यातून हवा तो संदेश भारताला आणि जगालाही द्यायचा ही या वाटचालीची रीत आहे. गलवानमध्येही हेच सूत्र स्पष्टपणे दिसत आहे. गलवानसोबतच चीननं एकाच वेळी अनेक आघाड्यांवर मोर्चा उघडला आहे. आशियात, शेजारच्या प्रदेशात बळानं चीन आपलं वर्चस्व सिद्ध करू पाहतो आहे, तर त्यापलीकडच्या क्षेत्रात आर्थिक सामर्थ्य आणि राजनयाच्या आधारे आपला प्रभाव वाढवू पाहतो आहे. चीनचे अध्यक्ष एकविसाव्या शतकातील मार्क्सवादाची मांडणी करत आहेत असं त्यांचे भगतगण सांगत असतात. प्रत्यक्षात तो विचारसरणीवर आधारलेला, मात्र आर्थिक आणि लष्करी विस्तारवादच आहे. त्यात सहअस्तित्वाला जागा असलीच तर ती चीनच्या अटी-शर्तींवर आहे. सामायिक प्रगती, त्यासाठी सामायिक व्हिजन-कृती याला त्यात स्थान नाही. चीननं आधी आपली भूमी सुरक्षित केली, मग लगतच्या समुद्रावर प्रभाव तयार करायला सुरुवात केली. समुद्रमार्गाने येणाऱ्या तेलवाहतुकीची कोंडी होऊ शकते हे ध्यानात घेऊन पर्याय उभे करायला सुरुवात केली. 'बेल्ट अँड रोड इनिशिएटिव्ह'मधून आर्थिक विस्तारवादाचा पाया भक्कम केला. सोबत दक्षिण चिनी समुद्रातील दादागिरी आणि तैवान-हाँगकाँगमधील हडेलहप्पी सुरू झाली. अमेरिका जगाचं नेतृत्व करण्यापेक्षा 'आपलं आधी पाहू' या भूमिकेवर येत असताना मुक्त व्यापाराचे गोडवे गात नेतृत्वपोकळी भरायला चीन पुढं येऊ लागला. याच वेळी एका बाजूला डिजिटल, दुसरीकडं लष्करी आघाडीवर निर्विवाद जागतिक ताकद बनण्यासाठी पावलं टाकू लागला. हे सारं चीनच्या कल्पनेतील जगाच्या रचनेसाठी एकेक पावलं टाकणंच आहे. वरवर पाहता गलवानचा संघर्ष म्हणजे स्थानिक लष्करी झटापट वाटली तरी त्याकडं या चिनी महत्त्वाकांक्षेच्या व्यापक चौकटीतून पाहायला हवं.

पंतप्रधानांची लेहमधील भेट आणि उभयबाजूंनी तणाव कमी करण्यासाठी सैन्य मागं घेण्याची प्रक्रिया सुरू झाल्यानंतर 'चीन झुकला' हे सांगणं जसं सुरू झालं, तसंच 'एवढं सारं होऊनही पंतप्रधान किमान चीनचं नाव घेऊन का बोलत नाहीत,' असं विचारलं जातं आहे. पंतप्रधानांची लेहभेटीची वेळ आणि त्यांनी दिलेला संदेश याचं महत्त्व त्यानं कमी व्हायचं कारण नाही. त्यांनी नाव न घेतल्यानं ते चीनबद्दलच सांगताहेत यातही काही फरक पडत नव्हता. त्यामुळं यावरून त्यांना अडवायचं म्हणजे समाजमाध्यमी कुरघोडीपलीकडं काही नाही. मात्र, अशी कुरघोडी का होऊ शकते याचं कारण, मोदी यांच्या विरोधी पक्षात असतानाच्या वर्तनव्यवहारात आहे. सगळ्या बाबी 'लाल आँखे' करूनच सोडवायचा त्यांचा सल्ला आता त्यांची पाठ सोडत नाही, जे आंतरराष्ट्रीय राजकारण, मतभेद-वादात शक्य नसतं. सत्तेवर आल्यानंतर त्यांना ही जाणीव झाली असेल तर ते चांगलं लक्षण आहे. आणखी एक धडा मिळालाच असेल व तो म्हणजे, अशा पेचात अन्य देशांना विश्वासात घेणं म्हणजे

त्यांच्याकडं रडत जाणं नव्हे. ते राजनयातलं हत्यार असतं. चीनसारखा देश कुरापती काढतो तेव्हा अन्य देशांची मोट त्याविरोधात बांधणं हा स्वाभाविक मार्ग असतो. तसा प्रयत्न मोदी सरकारनं गलवान संघर्षादरम्यान केला. अमेरिका-रशियापासून जपान, ऑस्ट्रेलियापर्यंत सर्वांना भारताची बाजू समजावून सांगितली जात होती. चीनचा अनाठायी उपद्व्याप चव्हाट्यावर आणला गेला हेही विरोधातल्या गरजणाऱ्या मोदींच्या भूमिकेशी विसंगत असलं तरी देशासाठी आवश्यक म्हणून स्वागतार्हही. चीनच्या महत्त्वाकांक्षा जागतिक स्तरावरच्या आहेत. त्यातल्या आर्थिक विस्तारवादाचा त्रास पाश्चात्य जगालाही होणारा आहे, तर भौगोलिक विस्तारवाद आशियातील अनेक देशांसाठी तापदायक ठरतो आहे. मधल्या काळात वाढलेल्या आर्थिक ताकदीचा लाभ घेत चीन भारताभोवती, छोट्या देशांशी संबंध वाढवणारं किंवा धाक घालणारं व्यूहात्मक जाळंही विणतो आहे. यात नेपाळला फूस लावण्यापासून ते बांगलादेशाशी करमुक्त व्यापाराचा करार करण्यापर्यंत आणि भूतानला अकारण डिवचण्यापर्यंतच्या बाबी येतात. भारताचा निर्विवाद मित्र असलेल्या भूतानसारख्या देशाला सीमेवरून डिवचलं जात आहे. यात दक्षिण आशियातील शांतता चीनच्या मर्जीवर अवलंबून असल्याचं ठसवायचं असतं. चीनच्या या साऱ्या हालचाली रोखताना अन्य देशांशी समन्वयाचं मोल मोठं आहे. दक्षिण चिनी समुद्रातील चीनच्या कारवायांनी वैतागलेले जपान, व्हिएतनाम, इंडोनेशिया ते इंडो-पॅसिफिक क्षेत्रातलं नवं समीकरण मानलं जाणाऱ्या 'क्वाड' पर्यंत ही समीकरणं जुळवत राहावं लागलं. आपल्या देशाचं हित सांभाळत असं करणं हा व्यूहनीतीचा भाग असतो, कुणाकडं रडत जाणं नव्हे, कुणाच्या आहारी जाणंही नव्हे. स्वातंत्र्याच्या वेळचा भारत बदलला आहे आणि शीतयुद्धकालीन स्थिती इतिहासाचा भाग

भारत आणि चीन देशांतील सीमा संघर्ष

- *भारत आणि चीन यांच्यातील सीमावाद सन १९५०च्या दशकापासून सुरू आहे.*
- *या सीमावादाचे मूळ सीमा अधारेखित करण्यामध्ये आहे. जोपर्यंत भारत-चीन यांच्यातील सीमा अधारेखित केली जात नाही, तोपर्यंत हा सीमावाद चालूच राहणार.*
- *हा सीमावाद प्रामुख्याने तीन भूभागांदरम्यान आहे.*
  १) भारत व तिबेट दरम्यानची 'मॅकमोहन रेषा'.
  २) भारताचा उत्तर पश्चिमेकडील चीनने बळकावलेला 'अक्साई चीन भूभाग'
  ३) अरुणाचल प्रदेशमधील तवांग क्षेत्र.
- *अरुणाचल प्रदेशातील एकंदरीत ९० हजार वर्ग किलोमीटर भूभागावर चीन आपला दावा सांगतो. तेवढेच नव्हे, तर १५ जून २०२०ची चकमकी जिथे घडली, तो गलवान खोऱ्याचा प्रदेशही आपला असल्याचा दावा चीन करत आहे.*
- *भारत आणि चीन यांच्यादरम्यान सीमारेषेवर शांतता प्रस्थापित करण्यासाठी आजवर ४ सीमाकरार झाले. हे करार अनुक्रमे १९९३, १९९६, २००५ आणि २०१३ मध्ये झाले. परंतु या करारांतर्गत कायमस्वरूपी सीमारेषा आखण्याचे अथवा प्रत्यक्ष सीमावाद मिटवण्याचे कोणतेही यशस्वी प्रयत्न झाले नाही.*
- *त्यामुळेच, या करारानंतरही सीमेवर तणाव कायम असल्याचे दिसते. चीनकडून होणारी घुसखोरी, सीमा उल्लंघन, गोळीबाराच्या घटना, चिनी सैन्याकडून तळ ठोकणे, ध्वज फडकावणे अशा कुरापतीच्या घटना चीनकडून सातत्याने सुरू असतात.*

चीन आणि दक्षिण चीन समुद्र प्रदेश

जगभरातील अनेक देश कोरोनाशी दोन हात करत असताना गलवान खोऱ्यातील घटनेनंतर चीनने अजूनच आक्रमक व विस्तारवादी धोरण अवलंबल्याचे चित्र आहे. दक्षिण चीन समुद्रात वर्चस्व मिळवण्यासाठी चीनने इतर शेजारी देशांवर दबाव वाढवण्यास सुरुवात केली आहे. व्हिएतनाम आणि इंडोनेशियाच्या मधात दक्षिण चीन समुद्र सुमारे ३५ लाख चौ. किमी. क्षेत्रफळात वसला आहे. या समुद्रावर चीन, फिलिपीन्स, व्हिएतनाम, मलेशिया, ब्रुनेई, सिंगापूर आणि तैवान आपापला दावा सांगतात. नुकत्याच (२७ जून २०२०) झालेल्या आशियान देशांच्या वार्षिक आभासी बैठकीत सदस्य देशांनी १९८२च्या 'संयुक्त राष्ट्र समुद्र कायदा करार'द्वारे (UNCLOS : United Nations Convention on Law of Sea) या समुद्राच्या सार्वभौमत्वाविषयी निर्णय घेण्यात यावा अशी मागणी केली आहे. भारत या समुद्राला एक तटस्थ भूभाग मानतो आणि हा भूभाग कोणत्याही देशाचा नसून, तो कोणत्याही देशाच्या अधिपत्याबाहेरच असला पाहिजे, अशी भारताची भूमिका आहे.

झाली आहे. नव्या काळात कुणाच्या कह्यात न जाता उभयपक्षी लाभाचे संबंध प्रस्थापित करण्याइतपत देश ताकदवान नक्कीच आहे. चीनचं आव्हान पेलताना या बाबी विसरायचं कारण नाही.

चीननं गलवानमधील तणाव संपवण्यासाठी दोन पावलं पुढं टाकली असली तरी यापूर्वीच्या चिनी धोरणातलं सातत्य इथंही आहे. एकतर हा संघर्ष सुरू होण्याआधीच्या स्थितीला येण्यावर चीन काहीही बोलत नाही. संघर्षानंतर जिथं दोन्ही बाजूंचं सैन्य समोरासमोर उभं आहे, तिथून दोहोंनी मागं यायचं, साधारणतः तीन किलोमीटरचा बफर मध्ये तयार करायचा हा सध्याच्या तोडगा आहे. यात भारतीय राज्यघटनेनं ठरवून दिलेल्या सीमेपर्यंत सैन्य ठेवण्याच्या, गस्त घालण्याच्या अधिकाराचं काय? दुसरीकडं चीननं संपूर्ण गलवान खोऱ्यावर दावा सांगितला आहे, त्यात कोणतंही पाऊल मागं घेतल्याचं दिसत नाही. डोवाल आणि चिनी परराष्ट्रमंत्री वाँग यी यांच्या चर्चेनंतर दोन्हा बाजूंची अधिकृतरीत्या जी भूमिका प्रसिद्ध झाली ती दोन्हीकडचं आकलन वेगळं असल्याचं दाखवणारीच होती. भारतीय बाजूनं अधिक समजूतदार भूमिका घेतली. मतभेदाचं वादात रूपांतर होऊ नये यासाठी उभयबाजूंनी प्रत्यक्ष नियंत्रणरेषेच्या दोन्ही बाजूंनी सैन्य मागं घ्यावं यावर सहमती झाली आहे. प्रत्यक्ष नियंत्रणरेषेचं पालन दोन्ही बाजूंनी गांभीर्यानं करावं आणि 'जैसे थे' स्थिती एकतर्फी बदलू नये, सीमेवर शांतताभंग करणाऱ्या कोणत्याही भविष्यातील घटनेतून मार्ग काढण्यासाठी एकत्र काम करावं ही भारताची अधिकृत भूमिका. चीननं मात्र तोडगा निघाल्यानंतरही आक्रमक बाज सोडलेला नाही.

भारत-चीन सीमेवर गलवान खोऱ्यात जे बरं-वाईट घडलं ते स्पष्ट आहे. चीन आपल्या प्रदेशावरील सार्वभौमत्व राखण्यासाठी ठाम असेल, त्यासोबतच सीमेवर शांतता राखेल. चीनच्या निवेदनाचा स्पष्ट अर्थ म्हणजे, त्यांना आता एकमेकांसमोर सैन्य उभं ठेवून तणाव ठेवायचा नाही. मात्र, गलवान आणि पँगॉग त्सोच्या परिसरातील दावाही सोडायचा नाही. दोन्ही बाजूंनी सैन्य मागं घेण्याची सुरुवात झाली, त्याच्याही सॅटेलाईट प्रतिमा समोर येत आहेत. यात लक्ष ठेवण्याची बाब असेल ती ज्या 'फिंगर' भागात भारतीय सैन्य गस्त घालत होतं, तिथं यापुढं गस्त सुरू राहणार की नाही? तसं नसेल तर चीननं, अत्यंत छोटा का असेना, हेतू साध्य केला. आताच्या संघर्षातील चीनचं एक उद्दिष्ट भविष्यात अक्साई चीनवर नजर ठेवणारं पायाभूत सुविधाचं जाळं भारताला उभं करता येऊ नये यासाठी इशारा देणं. या आघाडीवर सरकारनं सुविधा-उभारणीवर भर देणं सुरूच ठेवायला हवं.

चीनची आगळीक

- २०११ मध्ये चिनी सैनिकांनी भारतीय भूभागात घुसखोरी करून तात्पुरत्या स्वरूपात बांधण्यात आलेल्या चौक्या उध्वस्त केल्या होत्या.
- एप्रिल, २०१३ मध्ये चीन व भारतीय सेनेत पूर्व लडाखच्या देपसांग तराई भागात तणावाची परिस्थिती निर्माण झाली. ही तणावपूर्ण स्थिती तीन आठवड्यांपर्यंत चालली. यावेळी चिनी सैन्यांनी भारताच्या भागावर आपला दावा दाखवण्यासाठी तंबू उभारले होते.
- सप्टेंबर, २०१४ मध्ये पीपल्स लिबरेशन आर्मीच्या (पीएलए) शेकडो जवानांनी प्रत्यक्ष नियंत्रण रेषा ओलांडत चुमार खोऱ्यापर्यंत घुसखोरी केली. १६ दिवस हा तिढा चालला. याहीवेळी चर्चेने तोडगा निघाला, परंतु या ठिकाणी उभारलेला टेहळणी बुरूज आणि अनेक खंदक भारतीय लष्कराने काढून टाकावे, ही पूर्वअट पीएलएने घातली. चीननेही प्रत्यक्ष नियंत्रण रेषेपर्यंत पोहोचणाऱ्या रस्त्याचे बांधकाम थांबवावे, अशी अट भारताने घातली.
- २०१५ मध्ये चीनने परत आगळीक केली. प्रत्यक्ष नियंत्रण रेषेनजीक चीनच्या बाजूने बांधण्यात येत असलेल्या टेहळणी बुरुजावर भारताने आक्षेप घेतला आणि त्यावरून दोन्ही सैन्यांमध्ये तणाव निर्माण झाला. सुदैवाने तो फार काळ टिकला नाही.
- २०१७ मध्ये डोकलाम पठाराच्या परिसरात भारत आणि चीनच्या सैनिकांमध्ये जोरदार संघर्ष झाला आणि दीर्घकाळ तणाव कायम राहिला.
- भारत आणि चीन यांच्यात २हजार१६७ मैल लांबीची सीमारेषा आहे. या दरम्यान सतत कोणत्या ना कोणत्या मुद्यांवरून उभय देशांमध्ये लष्करी तणाव निर्माण होत असतो. आताही तशीच परिस्थिती आहे.
- भारताने अलीकडे केलेल्या काही गोष्टी चीनच्या पचनी पडलेल्या नाहीत. 'कलम ३७०' हटवून लडाखला केंद्रशासित प्रदेश बनवल्यावर पाकिस्तान आणि चीनने हडपलेला भारतीय भूभागाचा मुद्दा पुन्हा एकदा प्रकाशझोतात आला आहे.
- भारत-चीन सीमेवर तणाव ही जवळपास नित्याची बाब असली, तरी गेल्या चाळीस वर्षांत कुठल्याही चकमकीत या सीमाभागांत प्राणहानी झाली नव्हती. मात्र, यावेळी गलवान खोऱ्यात झालेल्या हातापायीमध्ये आपल्याकडचे वीस जवान हुतात्मा झाले, तर जाताजाता त्यांनी चीनच्या तीसपेक्षा अधिक सैनिकांना यमसदनी पाठवले.
- प्रत्यक्ष नियंत्रण रेषेनजीक किमान डझनभर ठिकाणी चीनशी सीमावाद आहे. त्यातलेच एक ठिकाण म्हणजे पँगाँग सरोवर. सिक्कीम आणि तिबेट यांच्या सीमारेषा ज्या ठिकाणी भिडतात तिथेही ९ मे रोजी दोन्ही देशांच्या जवानांमध्ये झटापट झाली.
- सिक्कीम आणि तिबेट यांच्या सीमारेषा जिथे परस्परांना भिडतात तेथील वाद २०००च्या मध्यातही सोडवला गेला होता. पण तरीही २०००नंतर चीनच्या पीपल्स लिबरेशन आर्मीने (पीएलए) या ठिकाणी वारंवार घुसखोरी केल्याचे अनेकदा उघडकीस आले आहे.
- केंद्र शासनाच्या अधिकृत आकडेवारीनुसार, २०१५ आणि २०१९ दरम्यान पँगाँग सरोवर परिसरात चिनी सैन्याकडून असंख्य वेळा भारतीय हद्दीत घुसखोरीचे प्रकार घडले. अंदाजे १००० वेळा तरी चिनी सैन्य 'प्रत्यक्ष नियंत्रण रेषा' (Line of Actual Control) ओलांडून या भागात घुसल्याचे स्पष्ट

झाले आहे. भारत-चीन यांच्यातील हजारो किमी अंतरापर्यंत पसरलेल्या सीमारेषेवर याच ठिकाणी चीनने सर्वाधिक वेळा घुसखोरी केली आहे.

- *२०१९मध्ये चीनच्या पीपल्स लिबरेशन आर्मीकडून तब्बल ६६०वेळा प्रत्यक्ष नियंत्रण रेषेचे उल्लंघन झाले. २०१८ आणि समकालीन नोंदींच्या तुलनेत हे प्रमाण ५०टक्क्यांनी जास्त आहे. प्रत्यक्ष नियंत्रण रेषेवरील हवाई उल्लंघनाचे प्रमाणही वाढले आहे. २०१७मध्ये हे प्रमाण ४७ होते, ते २०१९मध्ये १०८ झाले आहे.*
- *५ ऑगस्ट २०१९ रोजी भारताने जम्मू व काश्मीर संबंधीच्या 'अनुच्छेद ३७०' काढून टाकल्याने चीन संतप्त झाला आहे. भारताच्या या निर्णयानंतर चीन आंतरराष्ट्रीय व्यासपीठांनावर पाकिस्तानसोबत उभा आहे.*
- *चीनचे परराष्ट्र मंत्री वांग यी यांनी संयुक्त राष्ट्र संघटनेत काश्मीरचा मुद्दा उचलला होता.*

चीनसंदर्भात हा आकलनाचा खेळ कुठल्याही टोकापर्यंत ताणला जाऊ शकतो. याचं एकच अलीकडचं उदाहरण म्हणजे, भूतानसारख्या चिमुकल्या देशाच्या यापूर्वी कधीच दावा न सांगितलेल्या सुमारे तीन हजार किलोमीटरच्या परिसरावर चीननं दावा ठोकला आहे. याला आधार काय तर, सन १७१५मध्ये तत्कालीन चिनी साम्राज्यशाही आणि भूतानचे राज्यकर्ते यांच्यात करार झाला होता. गेल्या शतकभरात या भागात चीनचा कसलाही संबंध नाही. चीनच्या भूमीशी तो जोडलेलाही नाही. चीन आपल्या दाव्यांसाठी असा कितीही मागं जाऊ शकतो. दुसरीकडं इतरांनी इतिहासातील अशा करारमदारांकडं लक्ष वेधलं की 'ते साम्राज्यवादी शक्तींनी लादलेलं होतं,' असं सांगून फेटाळायचा प्रयत्न चीन करतो.

गलवानमधून तणाव निवळतो हे चांगलं घडत असलं तरी चीनच्या या वृत्तीमुळं त्यावर विश्वास ठेवणं कठीण आहे. चीनच्या सीमाविषयक धोरणाचं सूत्र कायमपणे 'माझं ते माझंच, तुमचं म्हणता त्यावर मात्र वाटाघाटी करू या' अशा स्वरूपाचं आहे. झाऊ एनलाय हे अक्साई चीनच्या बदल्यात नेफाला भारताचा भाग म्हणून मान्यता द्यायचा प्रस्ताव घेऊन आले होते ते याचसाठी. आताही गलवानमधून पाय मागं घेताना चीन भारतालाच आक्रमक ठरवू पाहतो आहे. भाषेतला धमकावणीचा सूरही कायम आहे. जिथं भारतीय सैन्याची ये-जा नियमित होती, तिथं बफर झोन तयार होण्याची शक्यता या घडामोडीत दिसते. म्हणजेच चीनला हवं ते घडवून पुन्हा आकलनाचा खेळ करायला चीन रिकामाच राहण्याची शक्यता नाकारता येत नाही.

आपल्याकडच्या राजकीय रीतीप्रमाणं गलवानचा मुद्दा आरोप-प्रत्यरोपांचा असेलच. त्यातील आकलनाचं युद्ध बिहारची निवडणूक जवळ येईल तसं तीव्र होत राहील. त्यापलीकडे देशासाठी चीननं चालवलेलं आकलनच त्याआडून जमेल तसं मागं रेटण्याचा खेळ अधिक महत्त्वाचा आहे. गलवानमधल्या तडजोडीनंतरही तो संपेलच असं नाही. तो पूर्णविराम बनवायचा असेल तर कधीतरी चीनसोबतची संपूर्ण सीमा कायमची निश्चित करण्यावर बोलावं लागेल. यात दोनच पर्याय आहेत. एकतर बळानं सीमा ठरवायला भाग पाडणं किंवा देवाण-घेवाणीनं प्रश्न सोडवणं. केवळ बळानं कुणीच दुसऱ्याचं ऐकण्याची शक्यता नाही. उरतो मार्ग तो वाटाघाटींचा. तो किचकट, दीर्घ काळ चालणारा असला तरी तो अनिवार्य. तोवर 'शांतता हवी, तर युद्धाची तयारीही हवी,' हे सुप्रसिद्ध वचन लक्षात ठेवून बांधणी करत राहणं हेच हाती उरतं.

१९ चर्चा तरी करू...

भारत आणि चीनच्या संरक्षणमंत्र्यांमध्ये रशियात झालेल्या चर्चेत मतभेदच समोर आले. मात्र, परराष्ट्रमंत्र्यांमधील चर्चेत हा तणाव निवळेल अशा दिशेनं जाण्याची गरज होती. रशियात उभय परराष्ट्रमंत्र्यांत झालेल्या बैठकीत सामंजस्याचा सूर लागला. आपले परराष्ट्रमंत्री जयशंकर नेमकं हेच सांगत होते. सखोल चर्चेचा, गंभीर वाटाघाटींचा मार्ग त्यांनी सांगितला आहे. त्यांच्या या सांगण्याला महत्त्व आहे. चीनचा पूर्वानुभव पाहता, प्रसंगी एका बाजूला दोन आघाड्यांवरही लढता येईल अशी तयारी करत राहावं लागेल. मात्र, दुसरीकडं मुत्सद्देगिरीच्या पातळीवर दोन आव्हानं किंवा उद्दिष्टं आहेत. एकतर गलवान चकमकीपूर्वीची स्थिती नियंत्रणरेषेवर आणणं. त्याहून महत्त्वाचं दीर्घकालीन उद्दिष्ट असलं पाहिजे ते चीनसोबतची सीमा अधिकृतपणे निश्चित करून घेणं. दोन्ही बाबी कस पाहणाऱ्या आहेत. त्यात 'अब बरसेगा चीन पे कहर'सारख्या हेडलाईन सजवताना आंतरराष्ट्रीय व्यवहारात कितीही अनाकर्षक वाटलं तरी 'बात से बात चले' हे सूत्र सोडता येत नाही. ते सोडू नये, असं निदान भारताचं परराष्ट्र खातं उघडपणे सागंतं आहे. ते सध्याच्या वातावरणात दिलासा देणारंच..

'भारताच्या प्रदेशात कुणी आलं नाही, कुणी प्रदेश बळकावला नाही,' असं सांगता सांगता, भारत-चीन सीमेवरची लडाखमधील स्थिती अत्यंत तणावाची असल्याचं सरकारला मान्य करावं लागत आहे. 'चीननं आगळीक केली, तिला भारतानं चोख उत्तर दिलं,' असं सांगितलं जातं, ते खरंही आहे. मात्र, यात 'आगळीक केली' हेच वास्तव समोर येतं. या आगळिकीची व्याप्ती किती, चिनी सैन्यानं भारताच्या भूमीतील किती जागा व्यापली, ती त्यांनी सोडली की नाही, कुठवर माघार घेतली हे सारं अजूनही पुरतं समोर येत नाही. दोन्ही देशांत उभयमान्य अधिकृत सीमा नाही. जी व्यवस्था आहे ती १९६२च्या युद्धानंतर जे सैन्य जिथं आहे तिथंच त्यानं थांबावं, त्यापलीकड सरकणं म्हणजे घुसखोरी, असं सांगणारी आहे. यात डोंगराळ रांगांत नेमका कोणता भाग कुणाचा यावर दोन्हीकडचं आकलन वेगळं आहे. त्यावरून स्थानिक वाद होणं नवं नाही. मात्र, गलवानमध्ये २० भारतीय जवान हुतात्मा झाले, त्या संघर्षानंतर जे काही घडतं आहे त्यातून बाहेर पडणं भारत आणि चीन दोहोंसाठी आव्हानात्मक आहे. चीननं एक भूमिका घेतली आहे, ती मागं घेणं सोपं नाही. दुसरीकडं भारतातील कणखरपणाचे ढोल वाजवणाऱ्या राज्यकर्त्यांची पंचाईत आहे ती, चीन राजरोस घुसखोरी करतो; पण जसं पाकिस्तानला खडसावणं शक्य आहे, तसं चीनच्या बाबतीत करता येत नाही. दोन्ही बाजूंनी लडाखच्या प्रत्यक्ष नियंत्रणरेषेजवळ जी जमवाजमव केली आहे ती चिंता वाढवणारी आहे. ही चिंता जगभर दिसते. याचं कारण, दोन्ही देश अण्वस्त्रसंपन्न आहेत आणि त्यांच्यातील संघर्ष आधीच अत्यंत अस्वस्थ असलेल्या जागतिक व्यवहारांत नवे पेच आणू शकतो. जगातील अनेक देशांना चीनला वेसण घालायची आहे; पण चीनसोबत व्यवहार करत राहण्याला पर्याय नाही अशी आर्थिक आघाडीवरची अवस्था आहे. त्यातून

भारत-चीन सीमारेषा सद्यःस्थिती

अ) फिंगर चारवर भारतीय लष्कराचा ताबा

- *पूर्व लडाखमधील पॅन्गाँग फिंगर चारच्या उत्तरेकडील पर्वतीय प्रदेशाचा ताबा भारतीय लष्कराने मिळवत तेथे पहारा बसवला*
- *पॅन्गोंग (Pangong) सरोवराच्या उत्तर भागावरील हे ठिकाण प्रत्यक्ष ताबा रेषेपासून जवळच आहे. फिंगर चारपासून चीनच्या चौक्याही काहीशे मीटर अंतरावर आहेत. जून महिन्यात चीनबरोबर संघर्ष सुरू झाल्यानंतर प्रथमच भारताच्या लष्कराने आणि विशेष सीमा दलाने वेगवान मोहीम एकत्रित फिंगर चार भागावर वर्चस्व निर्माण केले आहे.*

ब) बफर झोनवर सहमती

- *भविष्यात तणाव उद्भवू नये, यासाठी बफर झोन (सुरक्षित भाग) तयार करण्यावरही दोन्ही बाजूंची सहमती झाली.*
- *युद्धानंतर ठरलेली ताबारेषा आणि त्याआधी चीनने मान्य केलेली नियंत्रण रेषा यामध्ये असलेले गलवान खोऱ्याचा बफर झोन असेल.*
- *या भागात पूर्वी प्रमाणेच गस्त घालण्याची मुभा दोन्हीकडच्या गस्ती पथकांना राहील.*
- *दोन्ही देशांचे सैन्य बफर झोनपलीकडे तैनात राहील.*

कोंडीत भरच पडते. हा संघर्ष दीर्घ काळ सुरू राहिला तर, त्यातून अगदी युद्ध झालं नाही तरी जगातील व्यूहात्मक फेररचनेवर त्याचा लक्षणीय परिणाम होईल, म्हणून रोजच्या बातम्यांतून दिसणारा, 'आपण सैन्य सीमेलगत नेलं... चीननं काही युद्धसामग्री तैनात केली... आपल्या सरसेनाध्यक्षांनी दंड थोपटले... आणि चीनच्या बाजूनं अशीच इशाऱ्यांची भाषा सुरू झाली...' यापलीकडचा जो संघर्ष आहे समजून घेतला पाहिजे.

गलवानपासून सुरू झालेल्या या संघर्षात आतापर्यंत नेमकं काय घडलं हे अधिकृतरीत्या सांगायचं सरकार टाळत आहे. 'घुसखोरीच नाही,' असं म्हणायचं, 'चिनी सैन्याला पिटाळलं,' असंही म्हणायचं असा गोंधळलेला मामला आहे. एक मात्र स्पष्ट आहे की चिनी सैन्य भारताच्या हद्दीत आलं, तिथून मुक्काम हलवायची त्याची पुरती तयारी नाही, म्हणजेच प्रत्यक्ष नियंत्रणरेषेवर नवी सर्वसाधारण स्थिती आणायचा त्यांचा प्रयत्न आहे. असा प्रयत्न बळानं सुरू होतो; पण त्याचं यशापयश आकलनाच्या स्पर्धेतून ठरतं. मुत्सद्देगिरीतून आकाराला येतं. चीनची त्यांनी ठरवलेल्या नकाशाविषयीची संवेदनशीलता कमालीची असते. यातील कोणत्याही भागावर कायमचा तोडगा काढायचा नाही, वाटाघाटीचं गुऱ्हाळ चालवत राहायचं, संधी मिळेल तेव्हा पुढं सरकत राहायचं ही ती रणनीती. आतापर्यंत सीमेवरच्या अनेक संघर्षांत याचा अनुभव आलाच आहे... या वेळी प्रकरण अधिकच पेचदार आहे. एका अंदाजानुसार, चिनी सैन्यानं जवळपास हजार किलोमीटरचा प्रदेश व्यापला आहे किंवा व्यापण्याचा प्रयत्न केला आहे. तसं करताना चीननं आपली मुत्सद्देगिरीच्या प्रांतातील भूमिकाही काटेकोर ठेवली आहे. साहजिकच चिनी सैन्याला माघारी घालवणं हे गलवानच्या संघर्षानंतर आव्हान होतं, तसंच ते, आता भारतीय बाजूनं गोळीबार करून चीनला चोख उत्तर दिल्याचं सांगितलं जात असतानाही आहेच. चीनकडून नियंत्रणरेषेवर संदिग्धता ठेवणं हीदेखील चालच आहे. सन १९६२च्या युद्धानंतर, म्हणजे जवळपास सहा दशकं, या रेषेवर कोणता भाग कुणाच्या ताब्यात याची पुरेशी स्पष्टता

झाली आहे. सध्याच्या संघर्षभूमीत 'फिंगर भाग' म्हणून ओळखल्या जाणाऱ्या परिसरात दोन्ही बाजूंनी गस्त घातली जाते. तिला आडकाठी केली जात नाही. मात्र, चीननं यातला बराच भाग ताब्यात घेतल्याचं स्पष्ट होतं आहे. शिवाय, 'संपूर्ण गलवान खोरं आमचंच' हा दावा चीननं अधिकृतपणे पहिल्यांदाच केला आहे. तिथून चीनला मागं जायला भाग पाडणं हे आव्हान आहे. ते लष्करी आव्हानापेक्षा राजनैतिक पातळीवरचं अधिक आहे. लष्करी अधिकाऱ्यांच्या दीर्घ बैठकांतून या आघाडीवर फारसं काही हाती लागलेलं दिसत नाही. साहजिकच वाटाघाटींचा परीघ परराष्ट्र खात्यातील अधिकाऱ्यांपासून सर्वोच्च नेतृत्वापर्यंत वाढवणं हाच मार्ग उरतो.

गलवानमध्ये चीननं जे काही केलं तो एका व्यापक व्यूहनीतीचा भाग आहे. त्याचं गांभीर्य समजून न घेता, राफेल विमानं आली म्हणून आता चीनला वचक बसेल असं मानणारे, एकतर भाबडे तरी असले पाहिजेत किंवा लबाड तरी. सरकार कणखर आहे हे दाखवत राहणारं नॅरेटिव्ह ही राज्यकर्त्यांसाठी गरज असते. मात्र, त्यात साऱ्यांनी वाहत जायचं कारण नाही. गलवानमध्ये चीनच्या 'पीपल्स लिबरेशन आर्मी'चे सैनिक भारताच्या भूमीत आले हे आता तरी अमान्य करायचं कारण नाही. पंतप्रधान नरेंद्र मोदी यांनी 'कुणी आपल्या सीमेत आलंच नाही,' असं सांगितलं तरी त्यात फार तर ताणलेल्या तांत्रिकतेपलीकडं काही नाही हे एव्हाना स्पष्ट झालं आहे. तसं नसेल तर इतके महिने दोन्ही बाजूंचे लष्करी अधिकारी डोक्याला डोकं लावून शांततेसाठी कसला खल करत आहेत? गलवानमधील चिनी घुसखोरीला भारतीय लष्करानं दणकेबाज उत्तर दिलं आणि जेव्हा सैन्य भिडतं तेव्हा भारतीय बाजूनं अशी तडफ दाखवली जाईलच. कैलासरांगांमधील अनेक टेकड्यांवर मागच्या आठवड्यात भारतीय लष्करानं आपला ताबा पक्का केला. या भागातील भूगोल आणि भारतीय स्थिती आपल्यासाठी अनुकूलही आहे, त्यामुळं किमान या भागात संघर्ष किती ताणायचा हे चीनला ठरवावं लागेलच. मात्र, मुद्दा या आणि अशा चकमकींपुरता नाही. त्यातल्या तात्पुरत्या यशापयशापुरताही नाही. अनेक महिन्यांनी पुन्हा लडाखपासून अरुणाचलपर्यंत नवी तणावक्षेत्रं तयार होत आहेत, ते चिंतेचं कारण

औषध निर्मिती क्षेत्र आणि चीन

औषध निर्मिती क्षेत्रातील जाणकारांच्या मते, भारतात औषधांच्या निर्मितीसाठी आयात होणाऱ्या कच्च्या मालापैकी ७० टक्के माल चीनहून येतो. मात्र, चीन भारतीय औषधांची अपेक्षित प्रमाणात आयात करीत नाही.

- *"Competitive Studies: Lessons from China' या पुस्तकाचे लेखक आणि गुजरात फार्मा असोसिएशनचे अध्यक्ष डॉक्टर जयमन वासा यांच्या मते, चीनच्या आयातीविना आपली अडचण होऊ शकते. भारत सरकार जोपर्यंत फार्मा पार्क किंवा झोन तयार करत नाही, तोपर्यंत चीनची बरोबरी करणे अवघड आहे. कारण त्यांनी या क्षेत्रात जोरदार आघाडी घेतली आहे. तिथपर्यंत जाण्यासाठी आपल्याला बराच वेळ लागेल.*
- *भारतीय कंपन्या 'बल्क ड्रग्स प्रॉडक्शन'साठी चीनवर अवलंबून आहेत. अनेक उत्पादांना अंतिम स्वरुप देण्यासाठी काही वस्तू चीनहून आयात कराव्या लागतात. या आयातीचे मुख्य कारण चीनमधील कमी किमती हे आहे. चीनहून येणाऱ्या बल्क ड्रगच्या किमती अन्य देशांच्या तुलनेत ३० ते ३५ टक्क्यांनी कमी असतात.*
- *अँटिबायोटिक आणि कॅन्सवरच्या उपचारांमध्ये लागणाऱ्या औषधांच्या बाबतीत भारत चीनवर अवलंबून आहे.*

वाढवणारं असायला हवं. मागच्या आठवड्यात सीमेलगत भारतीय जवानांनी गोळीबार करून चिनी घुसखोरीला रोखल्याच्या बातम्या आल्या. गलवानमधील चकमकीत ३५वर्षांनी पहिल्यांदाच दोन्ही बाजूंनी जीवितहानी झाली होती. आता ३५ वर्षांनी भारत-चीन सीमेवर गोळीबार झाला, हे तणाव संपत नसल्याचं लक्षण आहे. मधल्या काळात भारतीय बाजूनं काही महत्त्वाच्या ठाण्यांवरचा ताबा पक्का केला ही जमेची बाजू. यात मूळच्या तिबेटी समूहाच्या दलाचा वापर केला गेला. हा चीनला इशारा असल्याचं मानलं जातं. हे दल एसएफएफ म्हणून ओळखलं जातं. तिबेटवर चीननं कितीही नियंत्रण आणलं तरी हा प्रदेश ही चीनसाठी डोकेदुखी आहेच. भारतानं दलाई लामा आणि त्यांच्या अनुयायांना आश्रय दिल्याचा राग चीनमध्ये आहे. सन १९६२चं युद्ध संपता संपता तिबेटी निर्वासितांमधून हे दल तयार केलं गेलं. गुप्तचर विभागाचे प्रमुख बी. एन. मलिक यांचा त्यात पुढाकार होता. एसएफएफ प्रत्यक्ष नियंत्रणरेषेवर महत्त्वाच्या टेकड्या ताब्यात घेताना वापरणं हा, तिबेटचं कार्ड वापरलं जाऊ शकतं, यासाठीचा इशारा देणारं आहे. त्याचबरोबर या हालचाली भारताच्या बाजूनंही आक्रमकता दाखवणाऱ्या आहेत.

सीमवेरच्या घडामोडींत समजून घेण्याची बाब आहे ती म्हणजे, यातील प्रत्येक समरप्रसंग आपण आपली हद्द समजतो त्या भागातच आहे. यातील मुत्सद्देगिरीचा मामला असा की चिनी सैन्य घुसखोरी करतं तेव्हा, सन १९६२ च्या युद्धानंतर ठरलेल्या प्रत्यक्ष नियंत्रणरेषेवर भारत त्याला रोखणारी कारवाई करतो, अशी भूमिका घेतली जाते. साहजिकच जेव्हा 'घुस के मारा'चा आविर्भाव आणला जातो तेव्हा राजनैतिक पातळीवर त्याचा उलटा परिणाम होण्याचा धोका असतो. चीन यात भारताला सातत्यानं आक्रमक ठरवायचा प्रयत्न अत्यंत सावधपणे करतो आहे. सीमेवर जवानांनी शौर्य दाखवणं, त्यांचं कौतुक होणं हे स्वाभाविक. मात्र, त्याच वेळी मुत्सद्देगिरीची लढाईही लढली जात असते, तिथं एकवाक्यता आवश्यक असते. त्याची आपल्याकडं वानवाच दिसते. या पार्श्वभूमीवर परराष्ट्रमंत्री जयशंकर यांनी अत्यंत थेटपणे, सीमेवर कमालीची गंभीर स्थिती असल्याचं मान्य केलं हे बरं झालं. निदान या मंत्रालयाच्या स्तरावर तरी वास्तवात राहण्याचं शहाणपण दाखवलं जात आहे हे बरं घडत आहे. जयशंकर हे हयात परराष्ट्र खात्यात गेलेले सनदी अधिकारी होते. चीनसंदर्भात त्यांचा अनुभव दांडगा आहे, म्हणून ते जो मार्ग सांगतात त्याला महत्त्व आहे. तो सखोल चर्चेचा, गंभीर वाटाघाटींचा आहे. भारत आणि चीनच्या संरक्षणमंत्र्यांमध्ये रशियात झालेल्या चर्चेत मतभेदच समोर आले. परराष्ट्रमंत्र्यांमधील चर्चेत हा तणाव निवळेल अशा दिशेनं जाण्याची गरज होती. रशियात उभय परराष्ट्रमंत्र्यांत झालेल्या बैठकीत सामंजस्याचा सूर लागला. नेमकं तेच जयशंकर सांगत होते. याचं कारण, सीमेवरील सध्याच्या चकमकींसाठी आपलं दीर्घकालीन व्यूहात्मक लक्ष्य बाजूला ठेवायचं कारण नाही. तिथं भारत-चीन दोहोंनाही एकमेकांची गरज आहे. गलवानमधील चकमकीनंतर मागच्या आठवड्यातील भारतीय सैन्याच्या हालचाली राजनैतिक पातळीवर चर्चेसाठी बळ देणाऱ्या आहेत. याचा लाभ उठवत तणाव कमी करणं हाच चांगला पर्याय उरतो.

चीनचा पूर्वानुभव पाहता, प्रसंगी एका बाजूला दोन आघाड्यांवरही लढता येईल अशी तयारी करत राहावं लागेल. मात्र, दुसरीकडं मुत्सद्देगिरीच्या पातळीवर दोन आव्हानं किंवा उद्दिष्टं आहेत. एकतर गलवान चकमकीपूर्वीची स्थिती नियंत्रणरेषेवर आणणं. त्याहून महत्त्वाचं दीर्घकालीन उद्दिष्ट असलं पाहिजे ते चीनसोबतची सीमा अधिकृतपणे निश्चित करून घेणं. दोन्ही बाबी कस पाहणाऱ्या आहेत. त्यात 'अब बरसेगा चीन पे कहर'सारख्या हेडलाईन सजवताना आंतरराष्ट्रीय व्यवहारात कितीही अनाकर्षक वाटलं तरी 'बात से बात चले' हे सूत्र सोडता येत नाही. ते सोडू नये, असं निदान भारताचं परराष्ट्र खातं उघडपणे सागंतं आहे. ते सध्याच्या वातावरणात दिलासा देणारंच.

२० चर्चा का टाळता?

चीनच्या सीमेवरील घुसखोरीला तोंड कसं द्यावं यावरचा सरकारी गोंधळ संपता संपत नाही. पंतप्रधानांनी 'कुणी घुसलंच नाही,' अशी सुरुवात केली...परराष्ट्रखात्यानं हळूहळू चिनी घुसखोरी मान्य केली...परराष्ट्रमंत्र्यांनी 'सीमेवर १९६२ नंतरची सर्वात चिंताजनक स्थिती आहे,' अशी कबुली दिली...संरक्षणमंत्र्यांनी 'चिनी घुसखोरीला लष्करानं चोख उत्तर दिलं आहे' असं सांगत, कुठं कुठं घुसखोरीचे प्रयत्न झाले याचे तपशीलही दिले...यावर कडी म्हणजे, राज्यसभेत गृह राज्यमंत्र्यांनी 'मागच्या सहा महिन्यांत चिनी सैन्यानं कुठंही घुसखोरी केलेली नाही,' असं सांगितलं. असं जर असेल तर लष्करी अधिकारी कसली चर्चा करताहेत? परराष्ट्रमंत्री, संरक्षणमंत्री कसला संवाद साधताहेत? दोन्ही बाजूंनी इतकं प्रचंड सैन्य कशाला तैनात केलं जात आहे? अडचणीच्या मुद्द्यांवर गोंधळ उडवून देत वेळकाढूपणा करण्यापलीकडं सरकारच्या या कोलांटउड्यांत दुसरं काही नाही; किंबहुना म्हणूनच चिनी घुसखोरीच्या मुद्द्यावर संसदेत चर्चा टाळली जाते आहे. धडपणे चिनी सैन्य एप्रिलपूर्वीच्या स्थितीत मागं घ्यायला लावता आलेलं नाही, त्यावर चर्चाही होऊ दिली जात नाही, याला कणखर सरकार कसं म्हणावं? मुद्दा लष्कराच्या शौर्याचा नाही, त्याबद्दल कुणाच्याच मनात किंतु नाही. समरप्रसंगात लष्कराच्या आणि सरकारच्या बाजूनं देश एकसंध उभा राहील यातही शंका नाही. मुद्दा सध्याच्या सीमेवरील तणावात राजकीय प्रतिसादाचा आहे. तिथं विश्वासात घेण्यापेक्षा झाकपाक करण्यावरच भर आहे.

चीननं लडाखमध्ये आगळीक केली, भारताच्या भूमीत घुसखोरी केली याचा, सौम्य का असेना, संताप संरक्षणमंत्र्यांनी एकदाचा व्यक्त केला. आणि हो, चीनचं नावं घेऊन संसदेत त्यांनी 'तो देश सारे आंतरराष्ट्रीय संकेत धुडकावून लावत आहे,' असं सांगितलं. खरं तर अशा विषयात पंतप्रधानांनीच संसदेला विश्वासात घेणं अधिक स्युक्तिक; पण ते सध्या चीनसंदर्भात तरी मौनात आहेत. नाव न घेता इशारे देण्यापलीकडं फार काही त्यांना करायचं नाही. 'सीमेवरील वास्तवाचं भान असल्यानं सैन्याच्या मागं साऱ्या देशानं एकदिलानं उभं राहिलं पाहिजे,' यांसारखे सुविचार ते सांगत राहिले आहेत. खरं तर देश संकटात असतो तेव्हा लष्करासोबत सारे जण उभे राहतात हा आपला इतिहास आहे. आताच्या चीनबरोबरच्या संघर्षातही लष्कराच्या बहादुरीवर प्रसंगी तोडीस तोड उत्तर देण्यावर कुणी शंका व्यक्त केलेली नाही. मुद्दा सरकारचं धोरण काय, ते याकडे कसं पाहतं हा आहे. तिथं पंतप्रधानांनी काही स्पष्टता करणं गरजेचं. समजा, आज मनमोहनसिंग पंतप्रधान असते तर मोदी यांनी किती थयथयाट केला असता. त्यांना तर सरकारच्या निष्काळजीपणावर हल्ला करताना मुंबईतील दहशतवादी हल्ल्याचा बीमोड करेपर्यंतही दम धरवला नव्हता. आता तेच लष्कराचं मनोधैर्य वगैरे बोलत आहेत. हे बदलत्या भूमिकांचं निदर्शक. आणि आपल्याकडच्या राजकारणाचंही. सगळं

गोपनीयेतच्या पडद्याआड ढकलायचं, अडचणीचे मुद्दे असतील तिथं, लष्करावर काय परिणाम होईल, असला बागुलबुवा उभा करून पळवाट काढायची. यातून जे काही दिसतं त्याला कणखरपणा म्हणत नाहीत. आता नेहरूंनी काय केलं, आधी किती चुका झाल्या हे उगाळत बसण्यानं काही साधणारं नाही. तो काळ संपला आणि आता देशाची धुरा ज्यांच्या हाती आहे त्यांनी, भूतकाळात काय झालं यावर व्याख्यानं झोडून आजची जबाबदारी त्यांना कशी टाळता येईल? म्हणून राजनाथसिंह यांनी संसदेत जे निवेदन केलं त्यात चीनला आक्रमण करू पाहणारा ठरवलं हे ठीकच; पण या विषयावर चर्चा टाळून सरकार काय साधू इच्छितं? ऊठसुट नेहरूंवर टीका करणाऱ्यांनी, चीनबरोबरचं युद्ध सुरू असताना नेहरूंनी संसदेत त्यावर पूर्ण वेळ चर्चा होऊ दिली होती, खासदारांनी नेहरूंचे आणि सरकारचे वाभाडे काढले ते त्यांनी ऐकून घेतले होते, त्यावर ना देशद्रोहाचा शिक्का मारला होता, ना 'यामुळं लष्कराचं मनौधैर्य कमी होईल,' असल्या पळवाटा शोधल्या होत्या, हे लक्षात घ्यायला हवं. या साऱ्या प्रकरणातील संवदेनशील बाबी टाळूनही चर्चा का होऊ द्यायची नाही, यात सरकारला काय लपवायचं आहे? तसं नसेल तर केवळ प्रतिमा जपण्यासाठी हा खटाटोप सुरू आहे काय? आकलनाचं व्यवस्थापन मतांच्या राजकारणात निवडणुकीच्या मैदानात ठीक असेलही; मात्र, देशाच्या सुरक्षेचा, सार्वभौमत्वाच्या अधिकारांचा मुद्दा येतो तिथं प्रतिमांचं ओझं का वाहायचं?

अमित शहांची भूमिका का बदलली?

चीनच्या लडाखमधील कारवायांनी सरकारपुढं कधी नव्हे असा पेच आणला आहे हे खरंच आहे. अशा वेळी लष्करासोबत, सरकारसोबत आणि पंतप्रधानांसोबत देशानं उभं राहायला हवं हेही खरं. मुद्दा पंतप्रधान कुठं उभे आहेत हाच आहे. एकदा त्यांनी सांगितलं, 'आपल्या हद्दीत कुणी आलं नाही, कुणी भूमी ताब्यात घेतली नाही.' नंतर परराष्ट्रखातं, पंतप्रधानांचं कार्यालय त्यावर खुलासे करत बसलं. चिनी सैन्य आपल्या हद्दीत नसेल आलं तर चकमक झाली कशासाठी? त्यात भारताचे २०जवान हुतात्मा झाले ते कशासाठी? अन्य कुणी असं विधान केलं असतं तर एव्हाना हुतात्मा जवानांचा अपमान केल्याचा कांगावा टिपेला गेला असता. चीनला प्रतिसाद म्हणून सीमेवर लष्कर आवश्यक ते सारं काही करतं आहे. सुरुवातीच्या धक्क्यातून सावरलेली तिथली व्यवस्था दीर्घकालीन संघर्षासाठी तयार झाली आहे. त्याचा भाग म्हणून त्या परिसरातील महत्त्वाच्या टेकड्यांवरचा ताबा भारताच्या बाजूनं पक्का केला गेला आहे. सीमेवर अधिक मनुष्यबळ, हत्यारं आणण्यापासून ते दळणवळण सुकर करण्यापर्यंतचे उपाय योजले गेले आहेत. सर्वोच्च लष्करी अधिकाऱ्यांनी या भागाला भेट देऊन सज्जतेचे संकेत दिले आहेत... हे सारं लष्करी प्रतिसाद म्हणून योग्यच; पण चीननं जो डाव लडाखच्या सीमेवर त्यानिमित्तानं भारत-चीन संबंधात आणि आशियातील सत्तासंतुलनात मांडला आहे त्यासाठी तेवढंच पुरेसं नाही. 'महासत्ता', 'विश्वगुरू' वगैरे व्हायच्या महत्त्वाकांक्षा ठेवणाऱ्या देशाला याहून सुस्पष्ट असा प्रतिसाद देता यायला हवा. तिथं नेतृत्वाची, त्यांनी ठरवलेल्या व्यूहनीतीची कसोटी लागते. चीननं आगळीक केली तर उत्तर दिलं जाणं स्वाभाविक आहे; पण म्हणून यातील गुंतागुंत समजणारा कुणीच, चीनसोबत युद्ध करावं, असं सांगत नाही. दुसरीकडं, म्हणून चीनची दादागिरी खपवून घ्यावी, असंही नाही. राजनैतिक आयुधं आणि दबावाचे अनेक मुद्दे असू शकतात. सरकार याकडं कसं पाहतं यासाठी संसदेतील चर्चे सारखी संधी नाही. मात्र, सरकारला हे टाळायचं असल्याचं स्पष्टपणे दिसतं, म्हणूनच पंतप्रधानांनी अधिवेशन सुरू होतानाच 'सध्या संसदेसमोर अत्यंत महत्त्वाची भूमिका आहे आणि लष्कराच्या पाठीशी देश एकसंध असल्याचा संदेश दिला पाहिजे,' असं सांगितलं. यात दुमत असायचं कारणच नाही. संसदेची भूमिका महत्त्वाची आहेच, ती चर्चा, वाद-संवाद, मतभेद मांडायची जागा आहे. तिथं, सरकारनं

चीनचं प्रकरण कसं हाताळलं, यावर विरोधकांनी प्रश्न विचारायचे नाहीत तर कुठं विचारायचे? संसद त्यासाठी नसेल तर लोकशाहीत तिचं स्थान काय? खरं तर या सरकारमधील मोदी यांच्यानंतरचे सर्वात प्रभावी मंत्री अमित शहा यांनी जूनमध्येच संसदेत सर्वांगीण चर्चेची तयारी दाखवली होती. 'चर्चा करूच...१९६२पासून आतापर्यंत सगळ्यावरच दोन हात होऊन जाऊ देत,' असं त्याचं म्हणणं. मात्र, बहुदा मधल्या काळात सरकारचं मतपरिवर्तन झालं असावं. जूनमध्ये चर्चा करण्यात या विषयावरची संवेदनशीलता आड येत नसावी किंवा तशी ती येते हे देशाच्या गृहमंत्र्यांना माहीत नसावं. आता मात्र चीनविषयी चर्चा करणं संवेदनशील म्हणून त्याज्य ठरवलं जात आहे. असं का घडावं? याचं कारण, तेव्हा शहा नेहमीचा खेळ खेळू पाहत होते, ज्यात काँग्रेसच्या पूर्वीच्या सरकारांच्या काळात चुका झाल्याची चर्चा करून आताचा मुद्दा दडपता यावा. मधल्या काळात, कितीही चर्चेच्या फेऱ्या झाल्या तरी चीन मागं हटत नाही, हे स्पष्ट झालं आहे. चीनला मागं रेटणं कणखर वगैरे सरकारला जमलेलं नाही हे ऐकून घेणं या सरकारसाठी तरी कठीणच.

अर्थात, सरकारनं चर्चा टाळल्यानं वास्तव बदलत नाही, लपतही नाही. राजनाथसिंह यांनी काही प्रमाणात तरी या वास्तवाची जाणीव दाखवली. यातही त्यांनी देप्सांग पठारावरच्या स्थितीचा उल्लेख केलाच नाही. या भागात किंवा फिंगर भागात भारतीय बाजूनं पूर्वीसारखी गस्त घालता येत नाही हे अनेक माजी लष्करी अधिकाऱ्यांनी समोर आणलेलं वास्तव सांगायचं टाळलं. त्यांनी चीननं 'जैसे थे' स्थिती बदलण्याचा बळानं प्रयत्न केल्याचं मात्र सांगितलं. यालाच साध्या भाषेत घुसखोरी असं म्हणतात. म्हणजे तशी ती झाली हे सरकारनं एक परीनं मान्य केलं आहे. आता ती हटवणं, एप्रिलपूर्वीच्या 'जैसे थे' स्थितीत जाण्याला चीनला भाग पाडणं हे आपल्या साऱ्या हालचालींचं आताचं उद्दिष्ट असलं पाहिजे. मात्र, परराष्ट्रमंत्र्यांबरोबरच्या रशियातील चर्चेत चीननं मान्य केलेली पंचसूत्री असो की संरक्षणमंत्र्यांचं संसदेतील निवेदन असो, या आघाडीवर फार काही हाती लागत नाही. चीनला हेच तर हवं आहे. त्यांना जे करायचं होतं ते करून झालं आहे. आता जो भाग निर्विवादपणे चीनचा कधीच नव्हता तिथं बस्तान बसवल्यानंतर शांततेची भाषा करायला चीन मोकळा आहे. मात्र, चीनला ही संधी देताना, त्यांनी पूर्ववत् स्थितीत सैन्य नेलं पाहिजे, हे गळी उतरवणं तितकं सोपं नाही.

नेहरू-वाजपेयींचा आदर्श

सीमेवर तणाव असताना चर्चा करावी का याचं उदाहरण भारतीय जनता पक्षाचे आदर्श असलेले अटलबिहारी वाजपेयी यांनीच घालून दिलेलं आहे. त्यामुळं त्यात भाजपनं नाकारावं असं काही नाही. १९६२चं चीनबरोबरचं युद्धसुरू असताना, त्या वेळी ३६ वर्षांच्या असलेल्या वाजपेयींनी तेव्हा ७२ वर्षांच्या असलेल्या पंडित नेहरूंकडं 'या विषयावर संसदेत चर्चा झाली पाहिजे, त्यासाठी खास अधिवेशन घ्या,' अशी मागणी केली होती. यावर नेहरूंनी वयाचा लाभ घेत सीमेवरची स्थिती सांगत त्यांना पोरकट ठरवलं नाही. उलट, लोकशाहीत हा खासदाराचा अधिकार मान्य केला. ऐन संघर्षातही लोकशाहीतील वाद-संवाद सुरू राहिला पाहिजे याचं उदाहरण त्या खास अधिवेशनानं घालून दिलं होतं. त्या वेळी अपक्ष खासदार एल. एम. सिंघवी यांनी संसदेतील चर्चा गोपनीय ठेवण्याची सूचना केली होती तीही नेहरूंनी फेटाळली. या काळात नेहरू, त्यांचे संरक्षणमंत्री यांच्यावर प्रचंड टीका होत होती; पण त्यांनी त्यामुळं, जवानांवर परिणाम होईल, असा कांगावा केला नाही. संसदेत अत्यंत तिखट हल्ले करणाऱ्यांना रोखलंही नाही आणि, याचा चीनला लाभ होईल, असली दूषणंही दिली नाहीत. सात दिवसांच्या चर्चेत १६५जणांनी भाग घेतला. तोवर चर्चेविना किंवा वेळ ठरवून चर्चा संपवत विधेयकं मंजूर करायची प्रथा रूढ झाली नव्हती. अरुणाचल प्रदेशात चिनी सैन्य भारतीय भूमीत आलं होतं, लढाई सुरू होती तेव्हा वाजपेयी हे नेहरूंच्या

भारत-चीन यांच्यातील सुसंवादचे महत्त्व

- *भारत-चीन यांच्यातील तणाव टोकाला पोहोचला असला, तरी त्याचे रुपांतर लगेचच युद्धात होईल, अशी परिस्थिती सध्या नाही. कारण दोन्हीही देशांना युद्ध परवडणारे नाही.*
- *कोरोनाच्या प्रश्नावरून आज चीन जगात एकाकी पडला आहे. दक्षिण चीन समुद्रावरुनही चीन संघर्षाचा सामना करत आहे. अशा प्रसंगी चीन भारताबरोबर युद्ध छेडण्याची शक्यता फार कमी आहे. परंतु चीनवर याप्रसंगी आंतरराष्ट्रीय दबाव आणणे अत्यंत गरजेचे आहे. कारण गलवान खोऱ्यातील पूर्वस्थिती पुनर्स्थापित करण्याची गरज आहे. यासाठी अमेरिका आणि रशिया हे दोन्ही देश भारतासाठी महत्त्वाचे ठरणार आहेत.*
- *व्यापारी आणि फायद्याच्या दृष्टिकोनातून चीन अजूनही भारताकडे प्राधान्यक्रमाच्या दृष्टीनेच बघतो. भारताची वाढती अर्थव्यवस्था, महत्त्वाचा व्यापारी भागीदार, आशियायी विकास बँक, ब्रिक्स बँक यांसारख्या महत्त्वाच्या आशिया केंद्रित प्रशासकीय संस्थांमधील भारताची भूमिका, आशिया खंडात सर्वांत मोठा सुसंवादी देश या दृष्टिकोनातून चीन आजही भारताचे महत्त्व (आतल्या आत तरी) मान्य करतो.*
- *एकूणच, कितीही मोठे मतभेद दोन्ही देशांत असले, तरी द्विपक्षीयव बहुपक्षीय स्तरावर भारत आणि चीन यांच्यात सहकार्याचे अनेक क्षेत्र अस्तित्वात आहेत.*
- *अभ्यासकांच्या मते, भारत-पाकिस्तान संबंधात चीनचा हस्तक्षेप, तिबेटमध्ये चीनचा वाढता हस्तक्षेप आणि उभय देशातील अद्यापही न मिटलेला सीमाप्रश्न या तिन्ही किंवा यापैकी एका मुद्यावरूनही दोन्ही देशांत युद्ध होऊ शकते.*
- *आंतरराष्ट्रीय जनमत 'काश्मीर हा व्दिपक्षीय प्रश्न आहे' या बाजूने असल्यामुळे काश्मीरचा प्रश्न भारत आणि पाकिस्तानने व्दिपक्षीय चर्चेने सोडवावा, अशी अधिकृत भूमिका चीनने घेतली आहे. पण चीनच्या ताब्यात जम्मू-काश्मीरचा 'अक्साई चीन' हा बळजबरीने मिळवलेला आणि शक्सगम हा पाकिस्तानने चीनला दिलेला प्रदेश आहे. त्यामुळे काश्मीरप्रश्नात खरंतर चीन हाही एक पक्ष आहे.*
- *थोडक्यात, 'अनुच्छेद ३७०' निष्प्रभ झाल्यामुळे जम्मू-काश्मीरवर भारताचा सार्वभौम अधिकार प्रस्थापित होणे आणि लडाख केंद्रशासित झाल्यामुळे भारताने लडाखमध्ये संरक्षणात्मक हालचाली वाढविणे हे चीनच्या हिताचे नाही. यावरून भारताच्या आणि चीनच्या दृष्टीने लडाखचे भू-सामरिक महत्त्व आपल्या लक्षात येते.*
- *गेल्या दीड महिन्यांपासून लडाख क्षेत्रात भारत आणि चीन या दोन्ही देशांचे सैन्य परस्परांसमोर उभे ठाकले होते. उभय बाजूंनी सुरुवातीला आक्रमक धोरण स्वीकारल्यानंतर चर्चेच्या फेऱ्या सुरू झाल्या. जूनच्या पहिल्या आठवड्यात आशेचा किरण दिसू लागला. सीमेवर निर्माण झालेल्या तणावातून मार्ग काढण्यासाठी भारत आणि चीन या दोन्ही बाजूच्या सर्वोच्च लष्करी अधिकाऱ्यांनी चर्चा केली. आता हळूहळू हाही मुद्दा दैनंदिन चर्चेतून दूर जाऊ लागला आहे.*

सरकारचे वाभाडे काढत होते. चर्चेला नि:संदिग्धपणे अनुमती देणाऱ्या नेहरूंना सांगत होते, 'संवदेनशील विषय झाकून टाकू नका, आत्मपरीक्षण करा, कुठं चुकलात ते मान्य करा...' जवळपास तासाभराच्या य भाषणाचे तपशील उपलब्ध आहेत. नेहरूप्रणित अलिप्ततावादाच्याही त्यांनी यात चिंधड्या उडवल्या. 'धोरण देशासाठी असतं, देश धोरणासाठी नाही,' असं ऐकवलं. अनेक सदस्यांनी याच प्रकारे सरकारला धारेवर धरलं, त्याला नेहरूंनी सविस्तर उत्तरही दिलं; पण, चर्चाच नको, अशी भूमिका घेतली नाही. केवळ भारतातच नव्हे तर लोकशाही सशक्त असणाऱ्या अन्य देशांतही सीमेवरचा संघर्ष हे संसदेतील चर्चा टाळण्याचं कारण मानलं जात नाही. पहिल्या आणि दुसऱ्या महायुद्धात तत्कालीन ब्रिटिश सरकारला संसदेत असंच झोडपून काढलं गेलं होतं. त्यामुळं ब्रिटनच्या युद्धप्रयत्नात अडसर आल्याचं कुणी म्हटलं नव्हतं. दुसऱ्या महायुद्धात तर हिटलरच्या फौजा दारात असताना ब्रिटिश संसदेत 'परमेश्वरासाठी आता निघून जा' असं पंतप्रधानांना संसदेत बजावलं गेलं. लोकशाहीत चर्चा-वाद-मतभेदांचं निश्चित स्थान असतं. सरकारनं सीमेवर व्यवस्थापन कसं करावं हा सरकारचा अधिकारच आहे, परकीयांच्या विरोधात 'आम्ही एकशे पाच' म्हणून लोक आणि सारे राजकीय पक्ष सरकारसोबत असलेच पाहिजेत. मात्र, सरकार जे करेल त्यावर कधी प्रश्न विचारले जाऊ नयेत यासाठी त्यावर चर्चेची दारंच बंद करावीत यातून काय साधतं?

लडाखमधील घुसखोरी हे निमित्त आहे, त्यासोबतच चीनकडून पंतप्रधानांपासून ते अनेक नेते, न्यायाधीश, उद्योजक, विचारवंत अशा कित्येकांवर पाळत ठेवली जात असल्याचं प्रकरण याच वेळी पुढं आलं आहे. हेही एक प्रकारचं युद्धच आहे; किंबहुना भविष्यातील विस्तारवाद हा आर्थिक आणि वसाहतवाद हा सांस्कृतिक असेल. तिथं माहिती मिळवण, डेटा गोळा करून विश्लेषण करणं आणि मनं-मतं हवी तशी बदलण्याचा प्रयत्न करणं याला महत्त्व येत आहे. याचीही संसदेत चर्चा व्हायला हवी होती. चीनचा कोविडनंतरचा अवतार हा जगातलं सामर्थ्य नुसतं वाढवणाराच नव्हे, तर वाजवून दाखवणारा असेल याची चिन्हं दिसताहेत. संपूर्ण नवी भू-राजकीय स्थिती जगात आणि आपल्या भवतालच्या अंगणात येऊ घातली आहे. चीननं घुसखोरी केली तेव्हा एकही शेजारीदेश स्पष्टपणे भारताच्या बाजूनं उभा दिसत नाही. जगभर चीनविषयी शंका आहेत; पण अमेरिकेखेरीज कुणीही भारताची बाजू उघडपणे घेत नाही. अशा वेळी अमेरिकेच्या चीनला रोखण्याच्या रचनेत भागीदार व्हायचं का याचा फैसला करावा लागणार आहे. आजवर सांभाळून ठेवलेल्या व्यूहात्मक स्वातंत्र्याचं काय होणार हेही ठरवावं लागणार आहे. पाच-पन्नास ॲप्स बंद केल्यानं, काही आयातींवर बंदी लादल्यानं चीनवर काही फार परिणाम होण्याची शक्यता नाही. सीमेवर तणाव असतानाही चीनमधून आयात वाढतेच आहे हे वास्तव आहे. त्यावर तातडीनं कोणताही उपाय सरकारच्या हाती नाही.

अशा गुंतागुंतीच्या स्थितीत 'चीनला जशास तसं उत्तर द्यायला भारत सक्षम आहे,' असं केवळ सांगून भागत नाही, तसं ते दिसावं लागतं. त्यात चर्चा टाळण्यासारखं काय आहे? सरकारला संसदेत प्रश्नोत्तरांचा तास नको, चीनवर चर्चा नको... इतकी प्रश्नांची धास्ती का वाटावी?

२१ पंचाहत्तरीची उमर गाठता...

या वर्षी संयुक्त राष्ट्रांची वार्षिक आमसभा बड्या नेत्यांच्या थेट सहभागाशिवाय होते आहे. हे संघटनेचं ७५वं वर्ष. पंतप्रधान नरेंद्र मोदी यांनी आमसभेत ध्वनिमुद्रित भाषणाद्वारे सांगितलं, की संघटनेची संपूर्ण फेररचना गरजेची आहे. संघटना भविष्यात प्रस्तुत राहायची असेल तर आताचं, दुसऱ्या महायुद्धातल्या जेत्यांचं संपूर्ण वर्चस्व असलेलं स्वरूप बदलणं अनिवार्यच. ते समजून न घेता आर्थिक-लष्करीदृष्ट्या बड्यांनी आपलाच हेका चालवायचं ठरवलं तर संघटना महत्त्व गमावून बसेल. तशी याची सुरुवात तर झालीच आहे. संघटनेच्या औचित्याविषयीच प्रश्न तयार व्हावेत अशा अनेक गोष्टी मागच्या काही काळात घडत आहेत. हळूहळू पण निश्चितपणे संयुक्त राष्ट्रांचं व्यासपीठ हे लक्षवेधी कल्पना मांडण्याचं किंवा नुसतं चर्चेचं गुऱ्हाळ सुरू ठेवण्याचं बनलं आहे का अशी विचारणा होतेच आहे. साहजिकच पंचाहत्तरीच्या टप्प्यावर जागतिकीकरणाचा बदलता बाज लक्षात घेऊन आणि तंत्रज्ञान, हवामानबदल आणि बदलती भूराजकीय स्थिती, तसंच आर्थिक आव्हानं समजून घेत ही संघटना, तिची कार्यपद्धती यांच्याकडं नव्यानं पाहण्याची गरज आहे. अधिक समावेशक, अधिक लोकशाहीवादी आणि जगातील बड्या ताकदींच्या प्रभावापासून शक्य तितकी मुक्त अशी व्यवस्था ही येणाऱ्या काळाची गरज आहे. संयुक्त राष्ट्रांची स्थापना आणि आतापर्यंतची वाटचाल, त्यात जगाला एकत्र ठेवण्यासाठी काही आहे म्हणूनच होत राहिली. हे पुढं सुरू राहायचं तर देशादेशातले तंटे जमेला धरूनही संघटना सर्वसमावेशक मार्ग कसा काढते याला महत्त्व आहे.

सप्टेंबरचा शेवटचा आठवडा न्यूयॉर्कमधल्या संयुक्त राष्ट्रांच्या मुख्यालयात प्रचंड धामधुमीचा असतो. जगातील देशांचे पंतप्रधान, अध्यक्ष या काळात संयुक्त राष्ट्रांच्या आमसभेसाठी येत असतात. साहजिकच कडेकोट बंदोबस्त, काटेकोर प्रोटोकॉल आणि जगाचं लक्ष वेधून घेणारं कव्हरेज असं सारं काही तिथं घडत असतं. मात्र, यंदा हा झगमगाट तिथं नाही. याचं कारण, कोरोनाचा हाहाकार. त्यामुळं प्रत्यक्ष उपस्थित राहून आमसभेत सहभागी व्हायची फार कुणाची तयारी नाही. अगदी अमेरिकेतच असूनही डोनाल्ड ट्रम्प यांनी प्रत्यक्ष उपस्थितीपेक्षा ध्वनिमुद्रित भाषण पाठवणं पसंत केलं. हेच अन्य देशांच्या प्रमुखांनीही स्वीकारलं. हे घडतं आहे, ते दुसऱ्या महायुद्धानंतर जागतिक घडी बसवण्यात महत्त्वाची भूमिका निभावलेल्या संयुक्त राष्ट्रांच्या स्थापनेला ७५ वर्षं पूर्ण होत असताना. खरं तर हा साजरा करायचा प्रसंग; पण तो उत्साह आता तरी कुणाकडंच नाही. याचं दृश्य कारण कोरोनाची साथ, तीसोबत झगडताना दमछाक होत असलेले देश आणि त्यांचे प्रमुख. मात्र, त्यापलीकडं या संघटनेच्या औचित्याविषयीच प्रश्न तयार व्हावेत अशा अनेक गोष्टी मागच्या काही काळात घडत आहेत. हळूहळू पण निश्चितपणे संयुक्त राष्ट्रांचं व्यासपीठ हे लक्षवेधी कल्पना मांडण्याचं किंवा नुसतं चर्चेचं गुऱ्हाळ सुरू ठेवण्याचं बनलं आहे का अशी विचारणा होतेच आहे. साहजिकच पंचाहत्तरीच्या टप्प्यावर जागतिकीकरणाचा बदलता बाज लक्षात घेऊन आणि तंत्रज्ञान, हवामानबदल आणि बदलती भूराजकीय स्थिती, तसंच आर्थिक आव्हानं समजून घेत ही संघटना, तिची कार्यपद्धती यांच्याकडं नव्यानं

पाहण्याची गरज आहे. अधिक समावेशक, अधिक लोकशाहीवादी आणि जगातील बड्या ताकदींच्या प्रभावापासून शक्य तितकी मुक्त अशी व्यवस्था ही येणाऱ्या काळाची गरज आहे. संयुक्त राष्ट्रांची स्थापना आणि आतापर्यंतची वाटचाल, त्यात जगाला एकत्र ठेवण्यासाठी काही आहे म्हणूनच होत राहिली. हे पुढं सुरू राहायचं तर देशादेशातले तंटे जमेला धरूनही संघटना सर्वसमावेशक मार्ग कसा काढते याला महत्त्व आहे.

संयुक्त राष्ट्रांची स्थापना १९४५ मध्ये झाली. त. २४ ऑक्टोबरला ७५ वर्षं पूर्ण होतील. यंदाचं अधिवेशन पंचाहत्तरावं. प्रत्यक्ष स्थापनेपूर्वी, युद्ध सुरू असतानाच रुझवेल्ट आणि चर्चिल यांनी अशा प्रकारच्या संघटनेविषयी चर्चा केली होती. नंतर ट्रुमन यांच्या पुढाकारानं संघटना प्रत्यक्षात आली. तेव्हाची स्थिती आणि २०२०ची स्थिती यांमध्ये भलताच फरक पडला आहे. तो लक्षात न घेता जे चाललं आहे ते तसंच रेटत राहणं हे ही व्यवस्था क्रमशः अव्यवहार्य, अप्रस्तुत बनवत जाणारं असेल. तेव्हा दुसरं महायुद्ध संपलं होतं. ब्रिटन, फ्रान्स, रशिया, अमेरिका हे त्या युद्धातले जेते होते. साहजिकच नवं युद्ध होऊ नये, शांतता नांदावी यासोबतच जेत्यांचं हित पाहणारी व्यवस्था तयार होईल यावर भर होताच. याचा परिणाम म्हणून जगात कित्येक उलथापालथी झाल्या. जगाचा नकाशा सन १९४५ नंतर पुरता बदलला, तरी या त्या वेळच्या जेत्यांचे हितसंबंध राखण्याचं ओझं ही संघटना अजूनही वागवतेच आहे. संघटनेची स्थापना झाली तेव्हा, पुन्हा तसं महाभयंकर युद्ध होऊ नये आणि शांतता राहावी हा मुख्य उद्देश होता. तसं युद्ध मधल्या ७५वर्षांत झालं नाही हे खरंच; पण या संघटनेनं जगातील प्रश्नांवर सर्वांना एका समान भूमिकेत आणावं, सहमती तयार करून अधिक न्याय्य, सुसह्य जगाची वाटचाल निश्चित करावी ही अपेक्षाही होती. या मार्गातील आव्हानं काळानुसार बदलती असतात आणि तिथं संयुक्त राष्ट्रांतील कामगिरी शंभर नंबरी नक्कीच नाही; किंबहुना आता जागतिक युद्ध ही काही तातडीची समस्या नाही. मात्र, ज्या मुख्य सूत्राभोवती संयुक्त राष्ट्रांचा डोलारा उभा आहे त्या बहुराष्ट्रीय मंचांचं अस्तित्वच धोक्यात येतं आहे; किंबहुना अशा व्यवस्था आपापल्या हितसंबंधांना जपणाऱ्या बनाव्यात यासाठीचा टकराव अत्यंत स्पष्ट आहे. खासकरून अमेरिकेत ट्रम्प यांचं नेतृत्व प्रस्थापित झाल्यानंतर अमेरिका अधिकाधिक अंतर्मुख होताना दिसते आहे. बहुपक्षीयऐवजी द्विपक्षीय संबंधांत, त्यातल्या तातडीच्या लाभ-हानीवर भर देणारी धोरणं हे स्वतःला डीलमेकर म्हणवणाऱ्या ट्रम्प यांचं वैशिष्ट्य. दुसरीकडं अमेरिकेची जागा घेऊ पाहणाऱ्या चीनचा जगाकडं पाहण्याचा दृष्टिकोन पूर्णतः भिन्न आहे. 'दादागिरी करू नका,' असं अमेरिकेला सुनावणारा चीन प्रत्यक्षात आपली दादागिरी प्रस्थापित करण्याच्या मार्गानं निघाला आहे. यातून बहुपक्षीय सहमती बनवणाऱ्या सर्वच व्यवस्थांमधील तणाव स्पष्ट आहे. तो सध्याच्या संयुक्त राष्ट्रांच्या रचनेत दूर करता येणं कठीण आहे. याचं कारण ही व्यवस्था प्राधान्यानं पाच व्हेटोधारी देशांकडं झुकलेली राहते.

एकविसाव्या शतकात दोन दशकं उलटली असताना, जेव्हा या संघटनेची सदस्यसंख्या ५१वरून १९३वर गेली असताना कुणीतरी बाकी साऱ्या जगाला धुडकावून लावण्याची क्षमता असलेलं व्हेटोधारी असावं हेच मुळात विसंगत आहे. ८०हून अधिक देश मधल्या काळात स्वतंत्र झाले. दुसऱ्या महायुद्धाच्या समाप्तीबरोबरच शीतयुद्ध सुरू झालं तेव्हापासूनच संयुक्त राष्ट्रांतली ओढाताण सुरू आहे. आता कदाचित नवं शीतयुद्ध जग अनुभवण्याची शक्यता आहे. मात्र, त्याचं स्वरूप पुरतं बदललं आहे. अमेरिकादी पाश्चात्य देशांची आघाडी आणि तिथल्या भांडवलाच्या बळावरच ताकदवान झालेल्या चीनचं आव्हान सोव्हिएत संघाहून अधिक गुंतागुंतीचं आहे. अमेरिका आणि पाश्चात्यांचा आर्थिक विस्तारवाद, तो प्रत्यक्षात आणताना बळाचा वापर करण्याची क्षमता याचा सध्याच्या जागतिक रचनेवर निश्चित परिणाम झाला आहे. चीनच्या 'रोड अँड बेल्ट इनिशिएटिव्ह'नं आर्थिक विस्तारवादाचं नवं मॉडेल आणतानाच चिनी राज्यव्यवस्थेचं प्रारूप निर्यात करण्याची आकांक्षा आणि तयारी सुरू केली

आहे. ती जगापुढं संपूर्ण नवी भूराजकीय आव्हानं उभी करू शकते, तसंच बदलती अमेरिकाही सध्याच्या व्यवस्थेला हादरे देऊ लागली आहे. आंतरराष्ट्रीय करारमदारांत दीर्घ काळ अमेरिकेचं वर्चस्व चालत आलं. ते राखण्यासाठीचा पुढाकारही

संयुक्त राष्ट्र संघटना / संयुक्त राष्ट्र (United Nations)

दुसऱ्या महायुद्धानंतर जागतिक शांतता, सुरक्षितता आणि सहकार्य यांकरिता स्थापना करण्यात आलेली सर्वांत मोठी आंतरशासकीय संघटना.

- *स्थापना : २४ ऑक्टोबर १९४५*
- *सनद स्वाक्षरी : २६ जून १९४५*
- *मुख्यालय -न्यूयॉर्क, अमेरिका*
- *सदस्य देश : १९३*
- *निरीक्षक देश : २*
- *सध्याचे महासचिव : अँटोनियो गुटेरेस*
- *कार्यालयीन भाषा : इंग्रजी, फ्रेंच, रशियन, स्पॅनिश, अरबी व चिनी*

संयुक्त राष्ट्रांची उद्दिष्टे व तत्त्वे :

(१) आंतरराष्ट्रीय शांतता व सुरक्षितता प्रस्थापित करणे.

(२) राष्ट्राराष्ट्रांमध्ये मैत्रीपूर्ण संबंध प्रस्थापित करणे.

(३) आंतरराष्ट्रीय सहकार्य निर्माण करून त्याद्वारे राष्ट्राराष्ट्रांमधील आर्थिक, सामाजिक, सांस्कृतिक व मानवी समस्यांची उकल करणे. तसेच वंश, लिंग, भाषा व धर्म यांच्या आधारे भेदभाव न करता मानवी हक्क व मूलभूत हक्क यांची जोपासना करून त्यांबाबत आदरभाव वाढविणे.

(४) ही समान उद्दिष्टे गाठण्यासाठी विविध देशांकडून केल्या जाणाऱ्या प्रयत्नांमध्ये सुसंवाद साधणारे केंद्र म्हणून कार्य करणे.

अमेरिका घेत आली. मात्र, आता टीपीपीसारख्या करारातून बाहेर पडणं, सर्वानुमते ठरलेला जागतिक तापमानवाढ रोखण्यासाठीचा करार धुडकावून लावणं, इराणसोबतचा अणुकरार मोडून टाकणं, जागतिक आरोग्य संघटनेतून बाहेर पडणं इथपर्यंतची पावलं उचलणारी अमेरिकाही सध्याच्या रचनेला आव्हान देते आहे. अशा वेळी कुणी तरी जगातील शांततेसाठी मक्ता घ्यावा आणि त्या पाचांना इतरांहून अधिक अधिकार असावेत या कल्पनेला अर्थ नाही. मात्र, संयुक्त राष्ट्रांतील सर्वात प्रभावी असलेल्या सुरक्षा परिषदेचा विस्तार करायलाही हे पाच देश तयार होत नाहीत. सन १९४५ मध्ये पाच व्हेटोधारी देश आणि त्यांच्या वसाहतींमध्ये राहणाऱ्यांची लोकसंख्या जगाच्या तुलनेत ५० टक्के होती आणि संयुक्त राष्ट्रांचे दहा टक्के सदस्यदेशही यात समाविष्ट होते. आता या पाच देशांत जगातील २६ टक्के लोकसंख्या राहते. म्हणजेच उरलेल्या सुमारे ७५ टक्क्यांवर त्यांची इच्छा लादली जाते. अमेरिका, रशिया, ब्रिटन, फ्रान्स आणि चीन या पाचांपलीकडं जगाचं प्रतिनिधित्व करणारे, आर्थिक-लष्करीदृष्ट्या ताकदवान, तसंच लोकसंख्येच्या दृष्टीनंही मोठे असलेले भारतासह जपान, जर्मनी, तुर्कस्तान, ब्राझील, दक्षिण आफ्रिका यांसारखे देश आहेत. त्यांचा समावेश सुरक्षा परिषदेत टाळत राहणं हेच बलाढ्य पाचांचं राजकारण चालत आलं आहे. त्यातही चीनला या व्यवस्थेत कुणीही भागीदार नको आहे. संपूर्ण आफ्रिका, पश्चिम आशिया, दक्षिण आशिया यांसारख्या भागातील कुणाचाही तिथं समावेश नाही. सुरक्षा परिषदेतील बदलांवर चर्चा खूप झडतात. आपल्याकडं तर 'या व्यासपीठावर भारताला स्थान मिळणार,' याची स्वप्नं दाखवणं हा दीर्घ काळचा राज्यकर्त्यांचा खेळ आहे. मात्र, त्यातील गुंतागुंत पाहता नजीकच्या भविष्यात असं काही घडण्याची कसलीही शक्यता दिसत नाही. सुरक्षा परिषदेचा विस्तार, व्हेटोचं काय करायचं यांसारख्या सर्वाधिक चर्चेत असलेल्या; पण फारसं काही न होणाऱ्या, तातडीनं होण्याची शक्यता नसलेल्या बाबींपलीकडंही अनेक मुद्द्यांवर संयुक्त

राष्ट्रांनी लक्ष देण्याची गरज आहे.

सध्याच्या आव्हानांना भिडणं हेही या संघटनेसाठी मोठंच काम आहे. एकतर जगभर मोठ्या प्रमाणात ध्रुवीकरण वाढतं आहे, ते देशादेशांत आहे, देशांतर्गतही आहे. धर्म, वंश ही फुटीची सूत्रं बनत आहेत. त्यावर स्वार होणाऱ्या नेतृत्वाचा उदय, संयुक्त राष्ट्रं ज्या प्रकारच्या उदारमतवादी लोकशाहीच्या मागं उभी राहत आली तिला आव्हान देणाऱ्या व्यवस्था जगात अनेक ठिकाणी बळकट होत आहेत. दुसऱ्या महायुद्धानंतर जगाची रचना बदलत गेली. आता ती आणखी व्यापक प्रमाणात बदलण्याच्या उंबरठ्यावर आहे. खासकरून कोरोनानंतरच्या काळातील जगाचं अर्थकारण निर्णायकरीत्या बदलेल. त्याचा स्वाभाविक परिणाम राजकारणावर, आंतरराष्ट्रीय संबंधांवर होणार आहे. त्यातच तंत्रज्ञानाचा झपाटा जगण्याची सगळी क्षेत्रं व्यापून टाकतो आहे. यातून येणारे प्रश्न हे, संघटनेच्या स्थापनेच्या वेळी कुणी विचारही केला नसेल, असे आहेत. एकाच वेळी भांडवल, श्रम आणि नवकल्पनांच्या मुक्त वहनावर आधारलेल्या जागतिकीकरणाच्या मॉडेलला धक्के बसत आहेत. त्यातून धूसर होत जातील असं वाटणाऱ्या सार्वभौमत्व, राष्ट्रवाद या संकल्पना नव्यानं जोम धरत आहेत, याचे ताण आकाराला येत असलेल्या जागतिक रचनेत स्वाभाविक आहेत. दुसरीकडं तंत्रज्ञानानं उत्पादन-वितरणापासून ते देशादेशांतील स्पर्धेला सायबर स्पेसची नवी मिती पुरवली आहे. एकमेकांच्या देशात नकळत हस्तक्षेप करून वाटेल तसा गोंधळ घालण्याच्या शक्यता त्यातून तयार होत आहेत. निर्बंधमुक्त इंटरनेट, बौद्धिक संपदेचं रक्षण, जागतिक अर्थव्यवस्थेचं नवं इंधन बनू पाहणाऱ्या डेटाचं व्यवस्थापन, दहशतवादाची बदलती रूपं या साऱ्यावर देशादेशांच्या सोईच्या भूमिका यातून गोंधळ वाढतोच आहे. हा गोंधळ टाळण्यासाठी पुन्हा तंत्रज्ञानाचाच अवलंब करणारी आंतरराष्ट्रीय सहकार्यव्यवस्था गरजेची बनेल. अन्नसुरक्षा, ऊर्जासुरक्षा, तपमानवाढ, त्याचा परिणाम म्हणून होणारी स्थलांतरं, बेरोजगारी, दारिद्र्य या साऱ्या प्रश्नांचा मुकाबला कुण्या एका देशाला करता येण्यासारखा नाही. यातील अनेक आव्हानं सर्वस्वी नवी आहेत. त्यांसाठीची उत्तरंही नवीच असतील. पारंपरिक चष्म्यातून नव्या जमान्याच्या आव्हानांकडं पाहणं संघटनेला अधिकाधिक वास्तवापासून तोडणारं असेल. ते टाळायचं तर शांततेसाठी सहकार्याचा मूळ उद्देश कायम ठेवूनही संघटनेची आणि तिच्याशी जोडलेल्या अनेक संघटनाव्यवस्थांची फेररचना करावी लागेल. ती न करणं लांबणीवर टाकण्यातून खऱ्या समस्यांवरची उत्तरं शोधण्यासाठी संयुक्त राष्ट्रांबाहेर व्यासपीठं शोधली जातील आणि ही संघटना क्रमाक्रमानं, काहीच बदूल न इच्छिणाऱ्या चर्चाळूंचा अड्डा बनेल.

'कोविड-१९' ला तोंड देताना जी भंबेरी उडाली त्यातून हा धोका तर समोर आलाच आहे.

संयुक्त राष्ट्र संघटनेत टी. एस. तिरुमूर्ती यांची भारताचे नवे राजदूत व स्थायी प्रतिनिधी म्हणून नियुक्ती

- *दि. २९ एप्रिल २०२० रोजी भारताच्या परराष्ट्र मंत्रालयातील आर्थिक संबंध सचिव टी. एस. तिरुमूर्ती यांची संयुक्त राष्ट्र संघटनेत भारताचे नवे राजदूत/स्थायी प्रतिनिधी (Ambassador / Permanent Representative) म्हणून नियुक्ती करण्यात आली.*
- *टी. एस. तिरुमूर्ती ३० एप्रिल रोजी निवृत्त होणारे विद्यमान प्रतिनिधी सय्यद अकबरुद्दीन यांची जागा घेतली.*
- *सोबतच, इतर देशांसाठीही नवे राजदूत नियुक्त करण्यात आले.*
- *संयुक्त सचिव डॉ. दीपक मित्तल -कतार*
- *संयुक्त सचिव पियुष श्रीवास्तव - बहरिन*
- *जयदीप मजुमदार - ऑस्ट्रिया*

२२ धोका संपलेला नाही...

गलवानच्या खोऱ्यात चिनी फौजेशी झालेल्या चकमकीनं देशात चीनविरोधातलं अविश्वासाचं वातावरण मोठ्या प्रमाणात वाढीस लागलं. चीनवर विश्वास ठेवणं शहाणपणाचं नाही, चीन आपले इरादे बदलत नाही, फार तर ते प्रत्यक्षात आणण्याची वाट पाहतो, चीन बदलला असं ज्या ज्या राज्यकर्त्यांना वाटलं त्यांना त्यांना चीननं झटका दिला. ही परंपरा नेहरू ते मोदी अशी कायम आहे. गलवानमध्ये ज्या रीतीनं चीननं घुसखोरी केली आणि त्यावर केंद्र सरकारची जी अभूतपूर्व पंचाईत करून टाकली, त्या पार्श्वभूमीवर जवळपास दहा महिन्यांनी काही ठोस तोडगा दृष्टिपथात येतो आहे. याचं सावधपणे का असेना, स्वागतच केलं पाहिजे. याचं एक कारण, डोळ्याला डोळा भिडवून अत्यंत खडतर प्रदेशात कायमस्वरूपी सैन्य उभं ठेवणं कठीणही आणि धोकादायकही असतं. हिवाळ्यात उणे ३० अंश तपमानात सैन्य, अवजड रणगाडे, तोफा एकमेकांसमोर ठेवणं हे उभय बाजूंसाठी जिकिरीचंच. चीनशी सर्वंकष युद्ध व्हावं असं कुणीच शहाणा मानत नव्हता.

युद्ध उभय बाजूंना मोठा फटका देणारं आणि कुणाचाच निर्णायक विजय शक्य नसलेलं असेल हे सर्वांनाच समजतं आणि जगात वर्चस्वाची महत्त्वाकांक्षा आणि अव्वल दर्जाच्या लष्कर-उभारणीची मनीषा बाळगून असलेले चिनी अध्यक्ष शी जिनपिंग यांच्यासाठी कोणत्याही मुकाबल्याचा निकाल 'ना विजय, ना पराभव' असा लागणं हे त्यांच्या प्रतिमेला झटका देणारं. तेव्हा गलवानमधील संघर्षातून सुरू झालेली कोंडी फुटणं अनिवार्य होतं. खासकरून हिवाळ्यात दोन्ही बाजूंनी खूप मोठ्या प्रमाणात सैन्य तैनात ठेवणं कठीणही होतं. या पार्श्वभूमीवर पँगाँग परिसरातून उभय फौजांनी मागं यावं यावर चर्चेच्या नऊ फेऱ्यांनंतर सहमती झाली. आता यात जे काही ठरलं ती तडजोड आहे हेच खरं.मात्र, हा समझोता उभय बाजूंनी जाहीर केला जाण्याच्या आधी अमेरिकेचे अध्यक्ष भारतीय पंतप्रधानांशी आणि चीनच्या अध्यक्षांशी सविस्तर बोलले हे दखल घेण्यासारखं. एप्रिल २०२०च्या स्थितीत चीनसोबतच्या प्रत्यक्ष ताबारेषेवर उभय बाजूंनी सैन्य आणणं हे भारतासाठी उद्दिष्ट असायला हवं होतं. याचं कारण, आगळीक चीननं केली होती. लडाख परिसरातील नेमक्या कोणत्या भागात कुणाचा ताबा, यावर मतभेद असले तरी १९६२च्या युद्धानंतर एक साधारण स्थिती बव्हंशी कायम होती, यालाच त्या सीमेवरची 'जैसे थे' स्थिती म्हटलं जातं.

आपापले दावे कायम ठेवूनही ही स्थिती नियंत्रणात ठेवणं हे सीमेवरच्या व्यवस्थापनाचं आतापर्यंतचं सूत्र होतं. ते लक्षात घेता संसदेत राजनाथ सिंह यांनी जाहीर केलेल्या ताज्या समझोत्यानुसार, एप्रिल २०२०च्या अवस्थेत चीन परत जात नाही. याचा कितीही सोईचा अर्थ लावला तरी वास्तव हेच आहे, की चीनला खूप महत्त्वाकांक्षी इरादे सोडावे लागले तरी भारतालाही, आपण आपला समजत असलेल्या भागात गस्त घालण्यावरही मर्यादा आणणारी तडजोड स्वीकारावी लागली आहे. ज्यावर एप्रिलपर्यंत कधी आक्षेप घेतला गेला नव्हता असा बराच भाग वादाचा बनला आहे.

चिनी धोका संपलेला नाही

आता पुढचा संघर्ष टाळण्यासाठी झालेल्या वाटाघाटी योग्य ठरवल्या तरी एप्रिल २०२०च्या स्थितीत लडाखमधील सीमा नाही आणि हे कायमचं वास्तव बनवण्याचा चीनचा इरादा असेल हे स्पष्ट आहे. चीनचे सारे मनसुबे, या संयमाची परीक्षा पाहणाऱ्या संघर्षात, यशस्वी झाले नाहीत हेही खरंच आहे. खासकरून कैलासरांगांत भारतीय सैन्यानं ऑगस्टमध्ये ज्या गतीनं महत्त्वाची शिखरं ताब्यात घेतली, तो चीनला इशारा होता. भारतीय आकलनानुसार, हा भाग आपल्या हद्दीतच आहे आणि तिथली सैन्याची उपस्थिती चीनच्या हालचालींवर मर्यादा आणणारी ठरते. मात्र, वाटाघाटींविषयीच्या समोर येणाऱ्या तपशिलात, या शिखरांवरूनही भारतीय सैन्य मागं घ्यायचं ठरलं असल्याचं दिसतं. यात चीनवर दबाव आणण्यात आपण यशस्वी झालो असलो तरी अंतिमतः चीननं या शिखरांवर भारतीय फौजा बस्तान ठोकणार नाहीत याची दक्षता घेतली आहे. या समझोत्याचे तपशील गुंतागुंतीचे आहेत, त्यामुळं 'भारतानं शरणागती पत्करली,' या टोकापर्यंत जाणं वास्तवाला सोडून आहे. विरोधात असलेले राहुल गांधी यांच्यासाठी ते सोईचं असू शकतं. या प्रकारचं राजकारण हा आपला राष्ट्रीय छंद बनला आहे. दुसरीकडं 'चीननं नांगी टाकली' असं म्हणून राज्यकर्त्यांच्या कणखरतेचे ढोल बडवावेत असंही काही या समझोत्यातून साध्य झालेलं नाही, हेही ध्यानात घेतलं पाहिजे. मुळात 'आपल्या सीमेत कुणी आलंच नाही,' असं पंतप्रधान संसदेला सांगत होते. तसं असेल तर चर्चेच्या नऊ फेऱ्या हवापाण्याच्या गप्पा मारण्यासाठी होत्या काय किंवा काही झालंच नसेल तर आता समझोता कशासाठी झाला? तेव्हा आपापल्या प्रतिमा जपण्याचे खेळ समजून घेऊनच चिनी सीमेवरील या घडामोडींकडे पाहावं लागेल, तसंच या संघर्षात आपल्या हाती फार काही लागलं असंही नाही. युद्ध टाळता आलं आणि चीनला आणखी पुढं सरकण्यापासून थांबवता आलं इतक्या मर्यादेतच हे यश आहे. चीनला कशाचीच घाई नाही. मात्र, आपण ठरवलेल्या नकाशाच्या दिशेनं टप्याटप्प्यानं पावलं टाकत जाणं यात, काही वेळा माघार घेऊन प्रतिपक्षाला विजयाचं समाधान देणं; मात्र प्रत्यक्षात आपल्या इराद्याच्या दिशेनंच पावलं टाकणं हे धोरणात्मक सूत्र आहे. हेच डोकलाममध्ये घडलं, हेच अरुणाचलच्या सीमेवर चीननं नवं गावच वसवून दाखवून दिलं. साहजिकच, टोकाचा संघर्ष टाळण्यात भारतीय मुत्सद्दी आणि लष्करी नेतृत्व यशस्वी झालं, याबद्दल आनंद मानतानाच, चिनी धोका दारात उभाच आहे याचं भान ठेवायला हवं आणि यात ५६ इंची दाखवेगिरीला स्थान नाही हेही समजून घ्यायला हवं.

पुन्हा बळजोरीची संधी नको

संरक्षणमंत्री ग्वाही देतात की 'एक इंचही भूमी आपण चीनला दिली नाही'. १९६२चं युद्ध चीननं जिंकल्यानंतरही चीननं अक्साई चिनवर कब्जा केला तरी भारतानं त्यावरचा कायदेशीर हक्क सोडलेला नाही. याचा अर्थ जमिनीवरचं वास्तव बदलत नाही. आता पँगाँग परिसरात - जिथं उभय बाजूंनी प्रतिष्ठा पणाला लावली गेली होती तिथं - यापूर्वी भारतीय सैन्य जिथंवर गस्त घालायचं, म्हणजे जो भाग आपला आहे हे सिद्ध करायचं, त्यातल्या बहुतांश भागात आता अशी गस्त घालता येणार नाही. तांत्रिकदृष्ट्या किमान पँगाँग भागात चीनला जमीन दिली नाही हे खरं असलं तरी, त्यावरचा आपला स्पष्ट अधिकार सीमित झाला हेही खरंच आहे. हीच तडजोड आहे; पण तिला विजयाचा जामानिमा घालून खपवायचं आहे. इथं सरकारची धांदल उडते आहे. काही लष्करी आणि व्यूहात्मक विश्लेषकांनी दाखवून दिल्यानुसार, या साऱ्या घडामोडींतून चीन १९५९च्या झाऊ एनलाय यांच्या प्रस्तावाकडेच आपल्याला ढकलतो आहे. तो त्या वेळी जवाहरलाल नेहरूंनी नाकारला होता. याचं कारण, घटनेनं मान्य केलेल्या सीमेत कोणताही बदल शक्य नाही ही त्यांची भूमिका होती. त्यातून १९६२चं युद्ध झालं. त्याआधी झाऊ एनलाय यांनी 'अक्साई चिनवरची चिनी मालकी

मान्य करा, नेफावरचं भारतीय नियंत्रण चीन मान्य करेल,' असा प्रस्ताव आणला होता. त्याचसोबत उभय बाजूंनी मॅकमोहन लाईनपासून सुमारे २० किलोमीटर सैन्य एकमेकांपासून दूर असेल आणि मधला भाग बफर झोन असेल, असंही तो प्रस्ताव सुचवत होता. गलवानमधील घुसखोरीनंतर वाटाघाटी चीन जवळपास त्याच दिशेनं ढकलत आहे. मेमधील घुसखोरीतून चीननं लडाख आणि देप्सांग परिसरात त्यांनी सुचवलेल्या १९५९च्या ताबारेषेपर्यंत मजल मारलीच होती. चीनचा हा आग्रह प्रामुख्यानं अक्साई चिनवरचा ताबा सुरक्षित ठेवण्यासाठी आहे, तसाच तो दौलत बेग ओल्डी या महत्त्वाच्या भारतीय तळावर नजर ठेवण्यासाठीही आहे. नव्या समझोत्यानंतर प्रत्यक्ष माघार कुठवर होते, यावर चीनचा इरादा किती यशस्वी झाला हे ठरेल. मात्र, चिनी सीमेवरचा तणाव संपवताना निरनिराळ्या आकलनांच्या नावाखाली चीनला बळजोरीची संधी मिळणार नाही अशा व्यापक समझोत्याकडं जाणं हे भारतीय मुत्सद्देगिरीपुढचं आव्हान आहे. चीनला सीमेवरची संदिग्धता लाभाची वाटते. सर्वंकष सीमाप्रश्न एकदाच चर्चेला घेऊन त्यात देवाण-घेवाणीनं मार्ग काढावा या दिशेनं चीन कधीच जात नाही. अगदी झाऊ एनलाय यांनी आणलेला प्रस्तावही संपूर्ण सीमा निश्चित करणारा नव्हताच. अशा वादात उभय बाजूंनी एकमेकांच्या संवेदनशीलतेचे मुद्दे समजून घेतल्याखेरीज अंतिम तोडग्यापर्यंत जाणं शक्य नसतं. त्याला सुमारे सहा दशकं चीन दाद देत नाही. आताही पँगाँग परिसरातील सैन्यमाघारीवर वाटाघाटी झाल्या; पण बाकी ठिकाणच्या घुसखोरीचं काय, याचं निश्चित उत्तर मिळत नाही. पाकिस्तान 'सियाचिनमधून उभय बाजूंनी सैन्य मागं घेऊ, नंतर काश्मीरवर बोलू,' असं सांगतो तेव्हा आपण स्पष्ट नकार देतो. 'बोलायचं तर पाकव्याप्त काश्मीरवर,' असं ठणकावतो. चीनबाबत मात्र 'अक्साई चिनसह साऱ्या मुद्यांवर बोलू, केवळ पँगाँगवर नको,' असं नाही म्हणत. यात विसंगती दिसली तरी तीन देशांचा आकार, सामर्थ्य, अर्थव्यवस्था पाहता ते अनिवार्यही आहे. कशातही विजय शोधणारे नवचाणक्य यातून कसा मार्ग काढतात हे पाहण्यासारखं असेल.

बाकी, 'कुणी आमच्या हद्दीत आलंच नाही आणि आम्ही इंचभरही जमीन सोडली नाही' हे दावे होत राहतीलच, त्यातली विसंगती जमेला धरूनही.

www.ingramcontent.com/pod-product-compliance
Lightning Source LLC
LaVergne TN
LVHW082231051026
849532LV00012B/3955